सावित्रीबाई फुले पुणे विद्यापीठाच्या द्वितीय वर्ष कला शाखेच्या (S.Y.B.A.) २०२५-२६ च्या राष्ट्रीय शैक्षणिक धोरण २०२० (NEP-2020) प्रमाणे लिहिलेले पुस्तक (ECO 241 MN-ECO 242 MNP). तसेच महाराष्ट्रातील इतर सर्व विद्यापीठातील अर्थशास्त्र व स्पर्धा परीक्षा यांच्या विद्यार्थ्यांसाठी उपयुक्त

सार्वजनिक अर्थशास्त्र

प्रात्यक्षिकांसह

Public Economics with practicals

डॉ. एस. व्ही. ढमढेरे

डायमंड पब्लिकेशन्स

सार्वजनिक अर्थशास्त्र - प्रात्यक्षिकांसह

डॉ. एस. व्ही. ढमढेरे

Sarvajanik Arthashastra - with practicals

Dr. S. V. Dhamdhere

पहिली आवृत्ती : ऑगस्ट २०२५

ISBN 978-93-90081-94-3

मुखपृष्ठ

डायमंड पब्लिकेशन्स

मुद्रक

ट्रिनिटी अकॅडेमी, पुणे

प्रकाशक

डायमंड पब्लिकेशन्स

२६४/३ शनिवार पेठ, अनुग्रह अपार्टमेंट

ओंकारेश्वर मंदिराजवळ, पुणे-४११ ०३०

☎ ८६०००१०४१६

info@dpbooks.in

www.dpbooks.in

मनोगत

सावित्रीबाई फुले पुणे विद्यापीठाने श्रेयांक आधारित NEP - 2020 पद्धत लागू केलेली आहे. 'सार्वजनिक अर्थशास्त्र' हा पेपर मायनॉर-कोअर सेमिस्टर - ३ (Eco 241 MN / Eco 242 MNP) साठी ठेवलेला आहे. या विषयाचे नवीन अभ्यासक्रमानुसार 'सार्वजनिक अर्थशास्त्र' हे पुस्तक लिहिलेले आहे. माझ्या 'सार्वजनिक आयव्यय' या पुस्तकाचे आजपर्यंत विद्यार्थी, प्राध्यापक व इतर अभ्यासकांनी आजपर्यंत उत्स्फूर्त स्वागत केले. तसेच या श्रेयांक आधारित NEP-2020 नुसार लिहिलेल्या पुस्तकाचे सुद्धा आपण निश्चितच उत्स्फूर्त स्वागत करतील अशी आशा आहे.

सदर पुस्तकात लेखी (Theory) साठी दोन प्रकरणांचा समावेश केलेला आहे. तर प्रात्यक्षिकसाठी (Practical) तीन प्रकरणांचा समावेश केलेला आहे. सदर पुस्तकात अभ्यासक्रमातील सर्व बाबींचा विचार केला आहे. आवश्यक तेथे तक्ते, अद्यावत आकडेवारी, संकल्पना, इत्यादींचा वापर यथार्थपणे केलेला आहे. सदर पुस्तक स्पर्धा परीक्षा नेट/सेट परीक्षा तसेच महाराष्ट्रातील सर्व विद्यापीठांसाठी उपयुक्त आहे.

पहिल्या विभागात पहिल्या प्रकरणात सार्वजनिक अर्थशास्त्राची ओळख दुसऱ्या प्रकरणात सार्वजनिक महसूल आणि खर्च तर दुसऱ्या विभागात पहिल्या प्रकरणात सार्वजनिक खर्च दुसऱ्या प्रकरणात सार्वजनिक महसूल आणि सार्वजनिक कर्ज आणि तिसऱ्या प्रकरणात सार्वजनिक धोरण यांचे विश्लेषण केलेले आहे.

सदर पुस्तक तयार करताना डायमंड पब्लिकेशन्सची जबाबदारी पेलणारे प्रकाशक श्री. दत्तात्रेय पाष्टे व श्री. निलेश पाष्टे यांचे प्रोत्साहन लाभले. तसेच डायमंड पब्लिकेशन्समधील सर्व सहकाऱ्यांनी दिलेल्या सहकार्याबद्दल सर्वांचे मन:पूर्वक आभार.

– डॉ. एस. व्ही. ढमढेरे

लेखक-परिचय

डॉ. एस. व्ही. ढमढेरे यांचे नाव अर्थशास्त्र संबंधित विषयांवरील पाठ्यपुस्तके आणि संदर्भग्रंथांचे लेखक म्हणून विशेषत: कला व वाणिज्य शाखांमधील विद्यार्थ्यांमध्ये परिचित आहे. डॉ. ढमढेरे यांनी पुण्याच्या फर्ग्युसन महाविद्यालयामधून पदवीपर्यंतचे शिक्षण घेतल्यानंतर एम.ए., एम.फिल., पीएच.डी., एल.एल.बी., एम.एस.डब्ल्यू. या पदव्या संपादन केल्या. त्यांना त्यांच्या लेखन, अध्यापन आणि संशोधन कार्यासाठी, देशाच्या विकासातील योगदानाबद्दल डी.लीट. पदवीने सन्मानित करण्यात आले आहे. त्यांनी एफ.वाय.बी.ए. ते एम.ए. वर्गापर्यंतच्या विद्यार्थ्यांसाठी पुस्तके तसेच एम.फिल., पीएच.डी.च्या विद्यार्थ्यांसाठी संशोधन पुस्तके लिहिली असून ही पुस्तके विद्यार्थी आणि प्राध्यापक या दोघांनीही गुणवत्तेसाठी उचलून धरली आहेत. त्यांनी आजपर्यंत अर्थशास्त्राशी संबंधित विषयांवर इंग्रजी व विशेषत: मराठी भाषेमध्ये ५१ पेक्षा जास्त पुस्तके, संदर्भ ग्रंथ लिहिलेले आहेत. त्यांच्या अनेक पुस्तकांना महाराष्ट्रातील विद्यापीठांमध्ये संदर्भग्रंथ म्हणून मान्यता मिळालेली आहे. त्यांनी तीन दशके अध्यापनाचे कार्य केले आहे.

डॉ. एस.व्ही. ढमढेरे यांनी शैक्षणिक क्षेत्रातील त्यांच्या प्रदीर्घ कालावधीत पुण्यातील विविध महाविद्यालयात अध्यापन केले आहे. तसेच त्यांनी पुणे जिल्ह्यातील पाबळ येथील श्री. पद्ममणि जैन महाविद्यालयाचे अर्थशास्त्र पदवी व पदव्युत्तर विभाग प्रमुख, पदव्युत्तर विभागाचे समन्वयक, प्रभारी प्राचार्य, महाविद्यालयीन कमिट्या तसेच महाराष्ट्र राज्याच्या साधन केंद्राचे सहसंचालक, प्रोगेसिव्ह रिसर्च संस्था, पुणे येथे संशोधन अधिकारी, 'अर्थ' त्रैमासिकाचे सहसंपादक, अशी अनेकविध पदे भूषविलेली आहेत. राष्ट्रीय व आंतरराष्ट्रीय, राज्य व स्थानिक पातळीवर त्यांचे ५० पेक्षा अधिक शोधनिबंध प्रकाशित झाले आहेत. सावित्रीबाई फुले पुणे विद्यापीठाच्या अर्थशास्त्र विभागाचे संस्थापक सदस्य व पीएच.डी.चे मार्गदर्शक म्हणून त्यांनी कार्य केले आहे. त्यांना असे अनेक पुरस्कार डॉ. अब्दुल कलाम जीवन गौरव राष्ट्रीय पुरस्कार, प्रज्ञावंत पुरस्कार, मुकादम साहित्य पुरस्कार, महाविद्यालयीन पातळीवरील आदर्श शिक्षक व वृक्षमित्र पुरस्कार मिळालेले आहेत. त्यांच्या 'सार्वजनिक आयव्यय' पुस्तकास बँक ऑफ महाराष्ट्रचा पुरस्कार मिळालेला आहे. त्यांनी मराठी विश्वकोशासाठी लेखन केले आहे.

अनुक्रम

विभाग १

प्रकरण १

सार्वजनिक अर्थशास्त्राची ओळख
(Introduction of Public Economics)

१.१ प्रास्ताविक (Introduction)
१.२ सार्वजनिक अर्थशास्त्राचे स्वरूप आणि व्याप्ती (Nature & Scope of Public Economics)
१.३ बाजार किंवा बाजारपेठेतील अपयश आणि राज्य किंवा सरकारी हस्तक्षेप औचित्य / गरज (Market Failure & the Rationale for State Intervention)
१.४ सार्वजनिक वस्तूविरुद्ध खाजगी वस्तू, गुणात्मक वस्तू (Public Goods Vs Private Goods, Merit Goods)
१.५ बाह्यता आणि सरकारी हस्तक्षेप (Externalities & Government Intervention)
१.६ व्यक्ती, समाज आणि राज्य यांच्यातील संबंध (Relationship between Individual, Society & a State)
१.७ भारतातील केंद्र-राज्य वित्तीय संबंध (Centre - State Financial Relations in India)
    १.७.१ वित्त आयोगाची भूमिका

१.१ प्रास्ताविक (Introduction)

शास्त्र म्हणून अर्थशास्त्राच्या अभ्यासास सुरुवात झाल्यापासून सार्वजनिक अर्थशास्त्र ही अर्थशास्त्राची मुख्य शाखा राहिली आहे. सार्वजनिक अर्थशास्त्राची वाटचाल व्यावहारिक धोरण व विश्लेषणाचा पाया धरूनच चालू राहिली आहे. जरी अभ्यासाचे मुद्दे आणि विश्लेषणाच्या पद्धती बदलल्या असल्या तरी सुसंगत मार्गाने

आर्थिक धोरण देण्याचा प्रयत्न केलेला आहे. व्यापक अर्थाने सार्वजनिक अर्थशास्त्र म्हणजे आर्थिक कार्यक्षमता, वितरण आणि सरकारच्या आर्थिक धोरणांचा अभ्यास होय. सार्वजनिक अर्थशास्त्राची सुरुवात सरकारी उत्पन्न आणि सरकारी खर्च यापर्यंत मर्यादित आणि अत्यंत सिमीत होती. परंतु विविध पैलूंचा विचार सार्वजनिक अर्थशास्त्रात होतो.

सार्वजनिक अर्थशास्त्र म्हणजे असा अभ्यासाचा भाग जो सरकारच्या आर्थिक क्रिया कलापांचा अभ्यास असतो. यात सरकार कशाप्रकारे संसाधनांचे वाटप करते, सार्वजनिक वस्तू आणि सेवा पुरविते, कर संकलन करते, तसेच सामाजिक कल्याणासाठी धोरणे आखते याचा सखोल अभ्यास केला जातो.

१९ व्या शतकापर्यंत सार्वजनिक अर्थशास्त्राला महत्त्वाचे स्थान नव्हते. परंतु १९३० च्या महामंदीनंतर व्यक्ती स्वातंत्र्याला महत्त्व देऊन विकासाचा वेग वाढविण्यासाठी सरकारी हस्तक्षेप हा खाजगी क्षेत्राविरुद्धचा महत्त्वाचा भाग असतो, हे मान्य झाल्याने सार्वजनिक अर्थशास्त्राचे महत्त्व वाढले. तसेच दुसऱ्या महायुद्धानंतर आर्थिक पुनरुज्जीवनासाठी सरकारच्या जबाबदाऱ्या वाढल्या, त्यामुळे सार्वजनिक अर्थशास्त्राचे महत्त्व वाढले. सध्याच्या नवीन आर्थिक सुधारणा काळात (खाजगीकरण, उदारीकरण, जागतिकीकरण) सरकार मार्गदर्शकाची भूमिका स्वीकारत असूनही सरकारी कर्त्यात वाढ झाल्याचे दिसून येते.

१.२ सार्वजनिक अर्थशास्त्राचे स्वरूप आणि व्याप्ती (Nature & Scope of Public Economics)

सार्वजनिक याचा अर्थ देशातील सरकार, तिथले लोक, जनता असा घेतला जातो. देशातील लोकांच्या संबंधाविषयी 'सार्वजनिक' हा शब्द वापरला जातो. सार्वजनिक या शब्दात केंद्र सरकार, राज्य सरकार, शाळा, महाविद्यालये, स्थानिक स्वराज्य संस्था इत्यादींचा त्यात विचार केला जातो. अर्थशास्त्रात उत्पन्न, खर्च इत्यादींचा विचार केला जातो. सार्वजनिक अर्थशास्त्रात सरकारी उत्पन्न, सरकारी खर्च यांचा अभ्यास केला जातो.

सार्वजनिक अर्थशास्त्रात सरकारच्या अर्थकारणाचा विचार केला जातो असे दिसून येते.

सार्वजनिक अर्थशास्त्र ही अर्थशास्त्राची महत्त्वाची शाखा असून या शाखेद्वारे सरकार आणि अर्थव्यवस्थेमधील परस्पर संबंधांचा अभ्यास केला जातो. यात सरकारकडून प्राप्त होणाऱ्या उत्पन्नाचे उदा. कर, शुल्क तसेच त्याच्या खर्चाचे उदा.

सार्वजनिक सुविधा, योजना, अनुदान इ. नियोजन आणि परिणाम यांचा अभ्यास केला जातो.

अ) स्वरूप :

१) **नियोजनात्मक स्वरूप :** सार्वजनिक अर्थशास्त्र हे केवळ काय आहे, याचे विश्लेषण करत नाही तर कसे असावे? हे देखील सांगते. उदा. कररचनेत न्याय असावा का? सार्वजनिक खर्च गरिबांवर जास्त असावा का?

२) **सकारात्मक स्वरूप :** यामध्ये सरकारचे आर्थिक निर्णय आणि त्याचे परिणाम वस्तुनिष्ठ पद्धतीने अभ्यासले जातात. उदा. जर कर वाढवले तर त्याचा उद्योगांवर काय परिणाम होतो?

३) **राजकीय आणि सामाजिक दृष्टिकोन :** सार्वजनिक धोरणे ठरविताना केवळ आर्थिक घटकच नाही तर सामाजिक न्याय समानता, गरिबी निर्मूलन हेही महत्त्वाचे मुद्दे त्यामध्ये असतात.

४) **मिश्र स्वरूप :** सार्वजनिक अर्थशास्त्र हे अर्थशास्त्र, समाजशास्त्र, राज्यशास्त्र आणि कायदे या विषयांशी संबंधित आहे.

५) **सार्वजनिक गरजा व संसाधन वितरण :** सरकारतर्फे सार्वजनिक वस्तू जसे – रस्ते, शिक्षण, आरोग्य सेवा कशा प्रकारे आणि किती प्रमाणात द्याव्यात याचे नियोजन केले जाते.

६) **अर्थसंकल्प आणि वित्तीय धोरणे :** सरकारचे उत्पन्न आणि खर्च यांचे संतुलन साधण्यासाठी विविध आर्थिक धोरणांची आखणी केली जाते.

थोडक्यात सार्वजनिक अर्थशास्त्र हा एक व्यापक आणि समाजोपयोगी विषय आहे. याचा अभ्यास केल्यामुळे सरकारची धोरणे, कर प्रणाली, सार्वजनिक सेवा वितरण यावर समाज विकसित होतो आणि त्यामुळे नागरिक जागरूक बनतात.

७) **सरकारची भूमिका :** आधुनिक अर्थव्यवस्थेत कल्याणकारी संकल्पना मान्य केल्याने घटक राज्य सरकारच्या कार्याच्या संख्येत वाढ झाली आहे. सार्वजनिक अर्थशास्त्राची अधिक व्याप्ती वाढलेली आहे.

सरकारचे काम हे सुरक्षा आणि कायदा व सुव्यवस्था राखण्यापुरते मर्यादित नाही, तर आर्थिक विकास घडवून आणणे, सामाजिक न्याय देणे, लोकांना आवश्यक सार्वजनिक वस्तू आणि सेवा पुरविणे जसे – शिक्षण, आरोग्य, खते, पाणी इ. आणि आर्थिक स्थैर्य राखणे ही सरकारची प्रमुख कार्ये बनली आहेत.

८) **सार्वजनिक उत्पन्न :** सरकारला विविध मार्गांनी कराद्वारे म्हणजे उत्पन्न कर, आणि करेतर उत्पन्न मिळते. करांमध्ये प्रत्यक्ष कर जसे आयकर, अप्रत्यक्ष कर यांचा एकत्रित अभ्यास करावा लागतो.

करेतर उत्पन्न : यामध्ये दंड, सार्वजनिक उद्योगातून मिळणारे उत्पन्न, शुल्क नफा, कर्ज व्याज, परकीय मदत इत्यादींचा समावेश होतो. या उत्पन्नाचे विविध स्रोत, त्यांचे समाजावर होणारे परिणाम आणि ते कसे जमा केले जातात, याचा अभ्यास सार्वजनिक अर्थशास्त्रात केला जातो.

९) **सार्वजनिक खर्च :** सरकार विविध कार्यासाठी खर्च करते. आर्थिक विकास खर्च, जसे पायाभूत सुविधा, शिक्षण आरोग्य इ. आणि बिगर विकास खर्च (विकासेतर) जसे - प्रचलित खर्च, संरक्षण खर्च, कर्ज फेड इ. खर्च समाविष्ट असतो.

सार्वजनिक खर्चाचे प्रकार त्याचे समाजाच्या विविध घटकांवर होणारे परिणाम जसे की उत्पादन, उत्पन्न आणि त्याचे वाटप कसे केले जाते याचा अभ्यास केला जातो. सार्वजनिक खर्चाचे कारण आणि त्याच्या परिणामांचाही विचार केला जातो.

१०) **सार्वजनिक कर्ज :** कर्ज हे देशांतर्गत किंवा परदेशातून घेतले जाते. सार्वजनिक कर्जाचे प्रकार, ते उभारणीचे कारण त्याचा अर्थकारणावर होणारा परिणाम, व्याजदरावर परिणाम, भविष्यातील पिढ्यांवरील भार आणि ते कसे फडले जाते याचा अभ्यास सार्वजनिक अर्थशास्त्रात केला जातो.

११) **वित्तीय धोरण :** वित्तीय धोरण हा अर्थशास्त्राचा भाग आहे. राज्य सरकार आपल्या उत्पन्नाच्या आणि खर्चाच्या साधनांचा वापर करून नियंत्रण ठेवते आणि विशिष्ट आर्थिक उद्दिष्टे सादर करते. आर्थिक विकास उत्पन्नाचे समान वाटप हे उद्दिष्ट साध्य करण्यासाठी आर्थिक धोरणाचा वापर केला जातो.

१२) **वित्तीय प्रशासन :** सरकारचे उत्पन्न आणि खर्च यांचा ताळमेळ घालण्यासाठी अंदाजपत्रक तयार केले जाते. अंदाजपत्रक कसे तयार केले जाते, त्याचा अर्थ लावणे आणि नियंत्रण कसे केले जाते याचा वित्तीय, प्रशासनाद्वारे अभ्यास केला जातो.

१३) **संघीय वित्तव्यवस्थापन :** केंद्रात केंद्र सरकार आणि राज्यात राज्य सरकार असते. यामध्ये त्यांच्या आर्थिक संबंधांचा अभ्यास केला जातो. केंद्र-राज्य उत्पन्न-खर्च निधी आर्थिक समन्वय याची चर्चा केली जाते.

अशा रितीने सार्वजनिक अर्थशास्त्र हे शासनाच्या आर्थिक व्यवहारांचे विश्लेषण

करते. समाजाचे कल्याण आणि आर्थिक स्थैर्य व विकास साधणे हा अर्थशास्त्र आणि राज्यशास्त्र सीमारेषेचा एक महत्त्वाचा विषय आहे.

ब) सार्वजनिक अर्थशास्त्राची व्याप्ती :

सार्वजनिक अर्थशास्त्राची सध्याची व्याप्ती पुढीलप्रमाणे सांगता येते –

१) **सार्वजनिक उत्पन्न :** सार्वजनिक अर्थशास्त्राच्या या शाखेत सरकारच्या उत्पन्नाच्या विविध मार्गांचा अथवा स्रोतांच्या अभ्यासाचा समावेश होतो. केंद्र सरकार, राज्य सरकार, स्थानिक स्वराज्य संस्था यांचे उत्पन्न कोणत्या प्रकारे जमा केले जाते याचा अभ्यास या विभागात केला जातो.

विविध करांपासून सरकारला उत्पन्न मिळते. करांचे प्रकार, करांचा बोजा, करभार पात्रता, करांचे उत्पादन, करांचे विभाजन, रोजगार इत्यादींवर होणारे परिणाम यांचा अभ्यास केला जातो. सर्व उत्पन्न स्रोतांपैकी कर हे उत्पन्नाचे सर्वांत महत्त्वाचे साधन आहे. या विभागात करविषयक तत्त्वे, करांचा भार व कर आकारणीचे परिणाम इत्यादी विषयांच्या अभ्यासाचा समावेश होतो.

२) **सार्वजनिक खर्च :** सार्वजनिक अर्थशास्त्राच्या या विभागात सार्वजनिक खर्चाची तत्त्वे, खर्चाचे विविध कार्यासाठी वाटप, त्याचे अर्थव्यवस्थेवर होणारे परिणाम आणि सरकारी खर्चावरचे नियंत्रण, रोजगार, आर्थिक स्थैर्य व वृद्धी तसेच सार्वजनिक खर्च वाढीची कारणे इत्यादी बाबींचा अभ्यास केला जातो.

३) **वित्तीय प्रशासन :** सार्वजनिक अर्थशास्त्राच्या या विभागात सरकारच्या उत्पन्नाच्या साधनांचा, खर्चाच्या बाबींचा प्रशासकीय व व्यवस्थापकीय दृष्टिकोनातून विचार केला जातो. वित्तविषयक धोरणांची आखणी व अंमलबजावणी या दोहोंचे महत्त्व अनन्यसाधारण असते. अंदाजपत्रक हे त्या धोरणाचे माध्यम आहे. त्यामुळे या विभागात अंदाजपत्रक कसे तयार केले जाते, अंदाजपत्रकाचे उद्देश, अंदाजपत्रकाच्या महत्त्वाच्या बाबी, नियंत्रण तत्त्वे, आर्थिक परिणाम इत्यादींचे शास्त्रशुद्ध विवेचन केले जाते. थोडक्यात, या विभागात अर्थसंकल्पाची तयारी व स्वीकृती, खात्याचे लेखापरीक्षण अथवा ऑडिट इत्यादींचा समावेश होतो.

४) **सार्वजनिक कर्ज :** सार्वजनिक अर्थशास्त्राच्या विभागात सार्वजनिक कर्जाची तत्त्वे, उद्दिष्टे, कर्जप्राप्तीचे मार्ग, कर्जाचे प्रकार, कालावधी, कर्जाचा भार, कर्जप्राप्तीच्या समस्या, अंतर्गत व बाह्य कर्जाचे स्वरूप, परतफेड इत्यादींचा अभ्यास केला जातो. आधुनिक सरकारच्या खर्चात जलदगतीने वाढ होत असल्याने सरकारी महसूल उत्पन्न पुरेसा असत नाही. त्यामुळे सरकारला कर्ज

काढणे भाग पडते. विशेषतः तुटीच्या अर्थसंकल्पाच्यावेळी जनतेकडून कर्ज उभारून अर्थसंकल्पातील तूट भरून काढली जाते. त्यामुळे कर्जव्यवस्थापनाचाही सार्वजनिक अर्थशास्त्रात समावेश होतो.

५) **वित्तीय धोरण :** सरकारच्या कार्याचा अर्थव्यवस्थेवर विशेषतः उत्पादन, उपभोग, उत्पन्नाचे वाटप, किमती, रोजगार इत्यादी बाबींवर कोणता परिणाम होतो हाही विषय अर्थशास्त्राच्या व्याप्तीमध्ये समाविष्ट केला जातो. सरकारच्या वित्तीय व्यवहारांशी संबंधित सर्व धोरणे ठरविण्याच्या प्रशासकीय पद्धतींचा अभ्यास केला जातो. चलनविषयक धोरणांबरोबरच वित्तीय धोरणांचा पद्धतशीर अभ्यास राज्यवित्तीय धोरणांच्या संदर्भात केला जातो.

वित्तीय धोरणांचा अवलंब आर्थिक स्थैर्य, आर्थिक विकास व इतर उद्दिष्टांच्या पूर्ततेसाठी मार्गदर्शन तत्त्वे ठरविण्यासाठी केला जातो.

६) **आर्थिक स्थैर्य व वृद्धी :** अर्थव्यवस्थेतील स्थैर्य प्राप्त करणे आणि ते कसे टिकवून ठेवता येईल याचा अभ्यास सार्वजनिक अर्थशास्त्रात केला जातो; तसेच तेजी आणि मंदीवर नियंत्रण, किंमत स्थैर्य, आर्थिक वृद्धी, पूर्ण रोजगार इत्यादींचा अभ्यास केला जातो. विकसनशील देशात आर्थिक स्थैर्य व आर्थिक वृद्धी या संदर्भातील धोरणे आखून त्यांची अंमलबजावणी करणे अतिशय महत्त्वाचे असते. त्या संदर्भातील अभ्यास सार्वजनिक अर्थशास्त्रात केला जातो.

७) **संघीय वित्तपुरवठा :** संघराज्याच्या वाढीमुळे केंद्र सरकारला सर्वच कार्ये स्वतःकडे ठेवणे अडचणीचे होते; म्हणून खर्चाची काही तरतूद राज्याकडे सुपुर्द केली जाते. संघीय वित्तव्यवस्थेत केंद्र सरकार व घटकराज्य सरकार यांच्या अर्थविषयक संबंधांचा विचार केला जातो.

अशा रीतीने हे सर्व विभाग एकमेकांशी निगडित असतात व तरीही अभ्यासाच्या दृष्टीने त्यांचा स्वतंत्रपणे विचार करण्यात येतो.

बदलत्या परिस्थितीनुसार सार्वजनिक अर्थशास्त्राची व्याप्ती सतत विस्तारतच असते; कारण सरकारची कामे दिवसेंदिवस वाढतच आहेत. उदा. सरकारच्या सामाजिक जबाबदाऱ्या, संरक्षण व प्रशासनाचा वाढता खर्च इत्यादी.

सार्वजनिक अर्थशास्त्राच्या व्याप्तीचा अभ्यासाचा आढावा घेतल्यानंतर असे दिसून येते की, सार्वजनिक अर्थशास्त्राची व्याप्ती सतत विस्तारत आहे. राज्याच्या कार्यामध्ये सतत नवीन भर पडत आहे.

८) **सार्वजनिक मालमत्ता व सेवा :** जसे रस्ते, वीज, संरक्षण व्यवस्था या गोष्टी खाजगी क्षेत्रात पुरवणे कठीण असल्याने सरकार त्याची जबाबदारी घेते.

९) **आर्थिक समतोल व सामाजिक न्याय :** सार्वजनिक अर्थशास्त्र गरिबी हटविणे, उत्पन्नातील विषमता कमी करणे यावर भर देते.

सार्वजनिक अर्थशास्त्र हे सरकार कशा प्रकारे आर्थिक निर्णय घेते, आर्थिक संसाधनांचे वितरण कसे करावे, आणि सामाजिक कल्याण कसे वाढवावे, याचा सखोल अभ्यास करणारी शाखा आहे याचे महत्त्व आधुनिक अर्थव्यवस्थेत खूप मोठे आहे.

१.३ बाजार किंवा बाजारपेठेतील अपयश आणि राज्याचा किंवा सरकारी हस्तक्षेप औचित्य/ गरज (Market Failure & the Rationale for State Intervention)

अ) बाजारातील अपयश :

बाजारातील अपयश म्हणजे अशी परिस्थिती, मुक्त बाजार स्वत:हून संसाधनांचे कार्यक्षम वाटप करू शकत नाही. आणि सामाजिक कल्याण कमी होते. व इष्टतम परिणाम मिळत नाहीत.

बाजार अपयश म्हणजे अशी एक परिस्थिती जिथे बाजारपेठ आपोआप संसांधनांचे कार्यक्षम वाटप करण्यात अयशस्वी ठरते. म्हणजेच बाजारपेठ स्वत:हून सर्व समाजासाठी सर्वोत्तम उत्पादन आणि सेवा पुरवू शकत नाही.

बाजारपेठेचे अपयश (Market Failure) म्हणजे बाजारपेठेत स्पर्धेला उत्तेजन नसणे आणि कार्यक्षमतेचा अभाव असणे होय.

अर्थशास्त्रामध्ये बाजार अपयश ही अशी अवस्था आहे की, त्या अवस्थेमध्ये संबंधित देशाच्या अर्थव्यवस्थेत वस्तू आणि सेवांचे कार्यक्षमपणे वाटप झालेले नसते. आणि त्यामुळे निव्वळ सामाजिक कल्याणात घट होते. बाजार अपयश ही मक्तेदारी बरोबरच पूर्ण स्पर्धेच्या संदर्भातही दिसून येणारी अवस्था आहे.

१९५८ मध्ये सर्वप्रथम ही संकल्पना मांडली गेली. व्हिक्टोरियन तत्त्वज्ञ हेन्री सिडविक यांनी या संदर्भात लेखन केले. बाजार अपयश हे भविष्यातील पसंतीची अनिश्चितता आर्थिक आणि तांत्रिक माहितीची अपूर्णता, बाजारातील अपूर्ण स्पर्धा, विक्री कौशल्याद्वारे बाजारातील विविध घटकांवर विक्रेत्याने पाडलेला प्रभाव आणि त्यातून निर्माण झालेली बाजार दृष्कृर्ते (Distortions)

बाजार अर्थव्यवस्था ही खाजगी वस्तूंचा पुरवठा कार्यक्षमपणे करत असते. बाजारपेठा अपूर्ण स्पर्धेच्या असतात. उत्पादन हे कमी होत जाणाऱ्या उत्पादन खर्चाच्या अधीन असते व ग्राहकांवर जाहिरातींचा भडीमार केला जातो. अशा परिस्थितीत सार्वजनिक वस्तूंच्या पुरवठ्यासाठी बाजारपेठ योग्य मानली जात नाही. अनेक प्रकारच्या

बाह्यतेमुळे बाजारपेठ संपूर्ण आर्थिक समस्यांचे निराकरण करण्यात अपयशी ठरते. सार्वजनिक वस्तूंच्या बाबतीत बाह्यता म्हणजे उपभोग सामायिक असणे आणि तो फक्त विशिष्ट ग्राहकापुरता मर्यादित नसणे अशी परिस्थिती असते.

बाजारपेठेमध्ये जेव्हा अपवर्जन तत्त्व कार्यरत असते. तेव्हांच बाजारपेठ सुरळीत काम करू शकते. अशा परिस्थितीत बाजारपेठ ग्राहकांच्या प्रभावी मागणीला प्रतिसाद देत असते. अर्थव्यवस्थेमध्ये असलेल्या बेरोजगारी आणि महागाई यासारख्या समस्या बाजाराद्वारेच सोडविल्या जाऊ शकतात. अशा स्थितीत सार्वजनिक वस्तूंचा पुरवठा केल्यास बाजारपेठ अयशस्वी होते. अशा रितीने तेव्हा बाजारपेठ अयशस्वी होते, आणि ती गैर-प्रतिस्पर्धी असेल आणि उपभोक्त्याला उपभोगापासून दूर ठेवणे योग्य मानत असेल, तेव्हा अर्थसंकल्पात त्याची तरतूद करणे आवश्यक आहे.

प्रतिस्पर्धी नसल्यास बाजारपेठेचे अपयश : प्रतिस्पर्धी वापर म्हणजे सर्वांना समान प्रमाणात लाभ दिला जाणे होय. म्हणजे एखाद्या व्यक्तीद्वारे सार्वजनिक उद्यानाचा उपभोग घेतल्यास त्याचा परिणाम समाजातील अन्य व्यक्तींच्या उपभोगावर होत नाही. सार्वजनिक उद्यानाच्या वापरासाठी किरकोळ किंमत शून्य आहे, परंतु किरकोळ किंमत शून्य असली तरी सार्वजनिक उद्यान उपलब्ध करून देण्याचा खर्च शून्य नाही. अशा रितीने सार्वजनिक मालमत्ता यासाठीचा खर्च वसूल करण्यात अपयशी ठरतात. म्हणूनच त्यांचा खर्च अर्थसंकल्पाच्या राजकीय प्रक्रियेद्वारे वसूल केला जातो.

सामूहिकता व बाजाराचे अपयश : गैरस्पर्धात्मक वापरामुळे बाजारपेठ अपयशी होते.

बाजाराचे अपयश हे अपवर्जन (exclusion) न करण्यामुळे अथवा अपवर्जनाच्या खर्चात वाढ झाल्यामुळे होते.

ब) सरकारी / राज्य हस्तक्षेप औचित्य / गरज / कारण (The Rationale for State Intervention)

सरकारच्या प्राथमिक कार्यापैकी एक कार्य म्हणजे पुनर्वितरण आहे. हे कार्य अर्थव्यवस्थेतील कार्यक्षमतेच्या गुणधर्माचा नाश न करणाऱ्या उपाययोजनाद्वारे साध्य करणे अपेक्षित आहे. बऱ्याचदा कल्याणकारी अर्थशास्त्र हे एकरकमी कर लागू करू नयेत आणि एकरकमी हस्तांतरण करावे या गृहितावर आधारित आहे. पुढे अशी साधने विशेषत: पुरेशी लवचीक स्वरूपात उपलब्ध नसल्याने सरकारला संपत्ती कर, यासारखे कर लागू करावे लागतात. बेरोजगारी संबंधित सामाजिक सुरक्षा योजनांचा लाभ जनतेला द्यावा लागतो. दुसरे म्हणजे अविश्वास धोरण. यामध्ये अर्थव्यवस्था पूर्णपणे स्पर्धात्मक असू शकत नाही. म्हणून उत्पादन संस्था एकत्र येऊन अथवा

वैयक्तिक उत्पादनसंस्था त्यांच्या उत्पादनावर मर्यादा घालून ग्राहकांना अधिक किंमत आकारतील असा कोणत्याही बाजारपेठेचा मोठा वाटा एकाच उत्पादन संस्थेस मिळू नये याची खबरदारी सरकारला घ्यावी लागते.

नैसर्गिक मक्तेदारीची उदाहरणे म्हणजे टेलीफोन आणि वीज. शासकीय हस्तक्षेप नसल्यास या उद्योगावर काही उत्पादन संस्थाद्वारे नियंत्रण मिळवले जाण्याची शक्यता असते. परिणामी मक्तेदारी निर्माण होते. त्यानुसार सरकार अशा उद्योगांवर थेट नियंत्रण ठेवू शकतात किंवा त्याचे (अमेरिकेप्रमाणे) नियमन करू शकतात.

कल्याणकारी अर्थशास्त्राच्या मूलभूत प्रमेयाप्रमाणे बाजारात पूर्ण स्पर्धा नाही आणि बाजारपेठेच्या माध्यमातून तयार होणारे संसाधन वाटप सामान्यपणे पॅरेटो-कार्यक्षम नाही.

वायदा आणि विमा बाजारात पूर्ण संच अस्तित्वात नाही. उदा. स्टॉक मार्केटसारखे बाजारात आंशिक पर्याय असू शकतात. परंतु खाजगी वस्तुंच्या उदाहरणावरून हे लक्षात येते की, बाजाराच्या माध्यमातून या वस्तूंना अपवर्जन तत्त्व लागू करता येते व त्याच्या वापराचे संयोजन निश्चितपणे व्यवहार्य आणि कार्यक्षम होते. मात्र याउलट इतर प्रकरणात बाजारपेठ अपयशी ठरते.

गैर-स्पर्धात्मक उपभोग आणि अपवर्जन अशक्य असल्याने या स्थितीतसुद्धा त्याचा अडथळा निर्माण होतो.

अपूर्ण बाजारपेठ : जेव्हा बाजारात एखादी उत्पादन संस्था किंमतीवर नियंत्रण मिळविते अथवा बाजारपेठेत मोठा हिस्सा मिळवते तेव्हा याची परिणीती अपूर्ण स्पर्धा आणि संसाधनाच्या अकार्यक्षम वाटपामध्ये होते.

मक्तेदारीत / एकाधिकारशाहीत एका कंपनीचा संपूर्ण बाजारावर ताबा असल्यास ती कंपनी वस्तूंचे मनमानी दर लावते, जे ग्राहकांसाठी हानिकारक ठरतात.

अपूर्ण बाजारपेठेत सार्वजनिक कल्याण महत्तम करणाऱ्या वस्तूंचा पुरवठा सरकारला करावा लागतो. या वस्तू घटत्या उत्पादन खर्चाच्या स्वरूपाच्या असतात. वस्तू आणि सेवांचे उत्पादन, विभाजन व इतर आर्थिक व्यवसायाकरिता संसाधनांचे वाटप करणे ही एक महत्त्वाची आर्थिक समस्या आहे. म्हणून अर्थव्यवस्थेतील उपलब्ध संसाधनांचे कार्यक्षम वाटप झाले तरच समाजाच्या आर्थिक कल्याणात वाढ होते. याउलट उपलब्ध संसाधनांचे अकार्यक्षम वाटप झाले तर संसाधनांचा चुकीचा वापर झाल्यामुळे तोटा घेण्याचीच शक्यता असते. खाजगी क्षेत्राची उत्पादन पर्याप्तता स्पर्धात्मक बाजारव्यवस्थेवर अवलंबून असते.

अपूर्ण बाजारपेठेत संसाधनांचे कार्यक्षम वाटप होत नसल्या कारणाने सामाजिक

कल्याणात वाढ होत नाही. म्हणून महत्तम सामाजिक कल्याणासाठी अपूर्ण बाजारपेठेत शासनाची भूमिका महत्त्वाची ठरते.

बाजार/बाजारपेठ अपयश, ही सर्वसाधारणपणे प्रत्ययास येणारी घटना आहे. बाजार अपयशामुळे निव्वळ सामाजिक कल्याणात घट होते. तसेच वस्तू आणि सेवांचे कार्यक्षम वाटप होत नाही. बाजार अपयशावर तोडगा काढण्यासाठी सार्वजनिक वस्तूंच्या पुरवठ्यातून सरकारला मार्ग काढता येतो. स्पर्धात्मक बाजारपेठ आणि अपूर्ण बाजारपेठ यामध्ये संसाधनांचे वाटप वेगवेगळ्या पद्धतीने होते. अपूर्ण स्पर्धेच्या बाजारातील घटत जाणारा उत्पादन खर्च अर्थव्यवस्थेत वाटणीचा प्रश्न निर्माण करते.

अनेक परिस्थितीमध्ये वितरण अकार्यक्षम राहिले असता, अतिरिक्त बाजार उघडल्यास वाटप आणखी बिघडू शकते.

कल्याणकारी अर्थशास्त्रातील प्रमेयांमध्ये लक्षणीय बदल करणे आवश्यक आहे. अपूर्ण माहितीमुळे एकाधिकारशाही निर्माण होण्याची शक्यता असते. जिथे स्पर्धा कायम ठेवली जाते तिथे एक समतोल अस्तित्वात नसतो. आणि जेव्हा ते अस्तित्वात असते तेव्हा ते पॅरेटो – कार्यक्षम नसते. शिवाय मूलभूत प्रमेयानुसार संपूर्ण समतोल साधला जाणे आवश्यक आहे. तरीही अपूर्ण बाजारपेठेत अथवा अपूर्ण माहितीमुळे अथवा इतर कारणांमुळे भांडवलशाही अर्थव्यवस्था वारंवार संसाधनांचा कमी उपयोग करून कार्यक्षमतेची धारणा निर्माण करतात. बाजारातील अर्थव्यवस्थेच्या या अपयशामुळे अनेक चढ–उतार निर्माण होतात आणि ठरावीक पद्धतीने बेरोजगारीची वेळोवेळी वाढ होते. बेरोजगारीचे प्रमाण कमी ठेवणे ही सरकारची जबाबदारी असल्याचे आता स्विकारले गेले आहे. याची अनेक उदाहरणे आहेत जसे स्पर्धात्मक समतोल प्रतिमानाची मर्यादित उपयोगिता सूचित करतात. विशिष्ट कौशल्याची सतत कमतरता, परकीय देणी, प्रादेशिक समस्या, अपेक्षित महागाई इत्यादी. हवा आणि जलप्रदूषण ही याची उल्लेखनीय उदाहरणे आहेत. मात्र ती हाताळण्याच्या योग्य पद्धतीविषयी जसे नियमन, कर अथवा अनुदान याबाबत बरेच विवाद निर्माण झालेले आहेत.

बाजारपेठ विशिष्ट गटासाठी पुरवठ्याची खात्री देऊ शकत नाही अशा वस्तूंना सार्वजनिक वस्तू म्हटले जाते. त्यापैकी संरक्षण आणि मूलभूत संशोधन ही उदाहरणे सांगता येतील. यांचे वैशिष्ट्य म्हणजे एका व्यक्तीद्वारे या वस्तूंचा वापर झाल्यास इतरांना या वस्तूंच्या वापरास अडथळा होत नाही. यातील काही वस्तू/सेवा जसे रेडिओ अथवा टेलिव्हिजन प्रसारण त्यांना स्थानिक सार्वजनिक वस्तू म्हटले जाते.

गुणात्मक गरजांमध्ये पूर्वीचे शिक्षणासारख्या चांगल्या सेवांना प्रोत्साहित करण्याचे व अल्कोहोलसारख्या वाईट वस्तूंना आळा घालण्याचा सरकार प्रयत्न करते.

थोडक्यात, स्पर्धात्मक अर्थव्यवस्थेच्या कार्यक्षमतेवर मूलभूत प्रमेय एक महत्त्वपूर्ण संदर्भ म्हणून स्वीकारत असलो तरी सरकारच्या हस्तक्षेपाची इतरही काही महत्त्वपूर्ण कारणे आहेत जसे वितरण, पूर्ण स्पर्धेतील अपयश, वायदा आणि विमा बाजारांची अनुपस्थिती, पूर्ण समतोल साधण्यातील अयपश, बाह्यत्व, सार्वजनिक वस्तू, गुणात्मक गरजा इत्यादी. याशिवाय राज्य/सरकारच्या हस्तक्षेपाची गरज पुढीलप्रमाणे थोडक्यात सांगता येते.

अ) **सामाजिक कल्याण सुनिश्चित करणे :** सरकारमार्फत सार्वजनिक वस्तू पुरविणे जसे शिक्षण, आरोग्य सेवा इत्यादी.

ब) **बाह्य परिणाम सुधारण्यासाठी :** सरकारमार्फत पर्यावरण संरक्षणासाठी कायदे करणे अथवा अनुदान देऊन सकारात्मक बाह्य परिणाम वाढवणे.

क) **माहितीची पारदर्शकता वाढविणे :** यामध्ये अन्न पदार्थावर लेबल लावण्याचे नियम लागू करणे.

ड) **स्पर्धा टिकवून ठेवणे :** यामध्ये एकाधिकारीविरुद्ध कायदे करून मुक्तस्पर्धा सुनिश्चित केली जाते.

इ) **उत्पन्न आणि संपत्तीचे वितरण सुधारण्यासाठी :** याद्वारे गरीब वर्गाला अनुदान, अन्नसुरक्षा योजना, रोजगार योजना इत्यादींची मदत केली जाते.

ई) **आर्थिक स्थैर्य :** व्यापारचक्रांवरील नकारात्मक प्रभाव कमी करण्यासाठी सरकार हस्तक्षेप करते. यामध्ये सरकारी खर्च आणि इतर बदल करून आर्थिक धोरण ठरविले जाते. तसेच मध्यवर्ती बँकेकडून व्याज दरात बदल करून मौद्रिक धोरण ठरविले जाते. (उदा. महागाई नियंत्रणात आणण्यासाठी व्याजदर वाढविणे.)

उ) **माहितीची उपलब्धता सुनिश्चित करणे :** माहितीमुळे होणारे नुकसान टाळण्यासाठी सरकार नियमावली तयार करते, जसे उत्पादनांवरील माहिती, आर्थिक व्यवहारातील पारदर्शकता इत्यादी.

ऊ) **गुणवत्तेच्या वस्तूंची तरतूद :** काही वस्तू आणि सेवांना 'गुणार्थ वस्तू म्हटले जाते ज्यामध्ये व्यक्तीचे स्वत:चे प्रमाण कमी होते, पण त्यासाठी सामाजिक मूल्य असते जसे की, शिक्षण, आरोग्य सेवा, सरकार त्यांचा स्विकार करणे.

थोडक्यात, जेव्हा बाजारपेठ अनेक वेळा समाजाच्या गरजा पूर्ण करण्यात अयशस्वी ठरते, अशा वेळी राज्याचा हस्तक्षेप आवश्यक होतो. राज्य हस्तक्षेपाचा उद्देश म्हणजे सामाजिक न्याय, संसाधनांचे योग्य वितरण आणि दीर्घकालीन विकास सुनिश्चित करणे हा असतो.

१.४ सार्वजनिक वस्तूविरुद्ध खाजगी वस्तू, गुणात्मक वस्तू (Public Goods Vs Private Goods, Merit Goods)

अलीकडच्या काळात मानवी गरजांमध्ये होत असलेल्या बदलांमुळे सार्वजनिक खर्चाच्या उद्दिष्टात बदल होऊ लागले आहेत. मानवी गरजांची पूर्तता करण्यासाठी खाजगी वस्तू, सार्वजनिक वस्तू आणि गुणात्मक वस्तू यांचा समावेश होतो असे प्रा. मसग्रेव्ह यांनी सार्वजनिक खर्चाच्या आधुनिक सिद्धान्तात स्पष्ट केले आहे. मानवी गरजा पूर्ण करणाऱ्या या वस्तूंचे विश्लेषण पुढीलप्रमाणे करता येते.

अ) खाजगी वस्तू : बाजारपेठेत खाजगी वस्तू तयार करण्यासाठी संसाधनांचे कार्यक्षमतेने वाटप केले जाते. दैनंदिन जीवनात, खाजगी वस्तू अनेक आहेत जसे अन्न, कपडे दुकांनामध्ये खरेदी करता येणाऱ्या बऱ्याच वस्तू आहेत. खाजगी वस्तूंचा उपभोग फक्त एकदाच घेतला जाऊ शकतो. त्यामुळे एका व्यक्तीने एखाद्या वस्तूचा उपभोग घेतल्याने इतरांना त्याचा उपभोग घेता येत नाही जसे की, आईस्क्रीमचा कोन. यामध्ये विशिष्ट वस्तूंचा उपभोग घेणाऱ्या व्यक्तीलाच त्याची उपयोगिता मिळते व ती इतरांना नाकारली जाते. अशा वस्तूंना खाजगी वस्तू असे म्हणतात. उदा. एखाद्या व्यक्तीने एखाद्या ठिकाणी स्वत: राहण्यासाठी घर बांधले तर त्याठिकाणी राहण्याचा लाभ त्या व्यक्तीला मिळतो. इतर कोणत्याही व्यक्तीला असा लाभ मिळविता येत नाही. संबंधित घर ही त्या व्यक्तीची वस्तू राहते आणि तो त्याचा उपभोग घेतो.

खाजगी वस्तूंची वैशिष्ट्ये म्हणजे खाजगी वस्तूंची पूर्तता करणाऱ्या खाजगी वस्तू. त्या अविभाज्य असतात या वस्तूंचे स्वतंत्र, असामाईक उपभोग्य परिमाणामध्ये विभाजन करता येते जसे कार, कपडे, सायकल, टी.व्ही. इत्यादी खाजगी वस्तूंची किंमत ही त्या वस्तूंसाठी असणारी मागणी आणि पुरवठा यावरून ठरते.

खाजगी वस्तूंची किंमत न देणाऱ्या अथवा देऊ न शकणाऱ्या ग्राहकांना अशा वस्तूंच्या उपभोगापासून पूर्णपणे अपवर्जित करता येते.

सर्वसाधारणपणे खाजगी वस्तूंचे उत्पादन करणाऱ्या उद्योगात स्थिर किंवा वाढत्या उत्पादन खर्चाचा नियम अनुभवास येतो.

वस्तूंच्या उत्पादनात अथवा उपभोगात मोठ्या प्रमाणात बाह्य लाभ आणि बाह्य खर्चाचा अभाव असतो. जसे एखाद्या व्यक्तीने कपडे घेतले तर दुसऱ्या व्यक्तीला त्याचा लाभ घेता येत नाही.

खाजगी वस्तूंच्या बाबतीत स्पर्धात्मकता प्रचंड असते.

ब) सार्वजनिक वस्तू : सार्वजनिक वस्तू वगळण्या अयोग्य आणि अप्रतिस्पर्धी असतात कारण त्यांचा वापर करण्यापासून व्यक्तींना वगळता येत नाही. यामध्ये एका

व्यक्तीच्या वापराने इतरांसाठी त्या वस्तूंची उपलब्धता कमी होत नाही.

'विशिष्ट वस्तूंचा उपभोग घेणाऱ्या व्यक्तीबरोबरच इतरांनाही त्या वस्तूंची उपयोगिता मिळते तेव्हा त्या वस्तूला सार्वजनिक वस्तू असे म्हणतात. प्रा. मॅकीन यांच्यामते, ''ज्या वस्तूंचा एकाच वेळी एकापेक्षा अधिक उपभोक्त्यांना त्याच किंमतीमध्ये उपभोग घेता येतो तेव्हा त्या वस्तूंना सार्वजनिक वस्तू म्हणता येईल. उदा. प्रकाश, आरोग्य, शिक्षण, रस्ते, सुगंध, सार्वजनिक पाणी पुरवठा, सार्वजनिक पोलीस यंत्रणा.

लोक कल्याणाच्या व्यापक उद्देशाने प्राथमिक सोयी-सुविधा आणि गरिबांसाठीच्या उपयुक्त वस्तूमध्ये संस्थेला गुंतवणूक करून पुरवठा करावा लागतो. या वस्तूंच्या उपलब्धतेसाठी सरकारला अंदाजपत्रकीय तरतूद करावी लागते. सार्वजनिक वस्तूंमध्ये खाजगी गुंतवणूकीच्या सर्व वैशिष्ट्यांचा अभाव असतो. सार्वजनिक वस्तूंची प्रमुख वैशिष्ट्ये म्हणजे, सार्वजनिक वस्तूंचा समाजात असलेला एकूण पुरवठा समाजातील प्रत्येक व्यक्तींसाठी खुला असल्यामुळे त्याचा लाभ इतरांना नाकारता येत नाही, जसे सार्वजनिक रस्ते.

सार्वजनिक वस्तू या सार्वजनिक असतात जसे सार्वजनिक आरोग्य यंत्रणा, संरक्षण व्यवस्था इत्यादी.

सार्वजनिक वस्तूंच्या बाबतीत वस्तूंची किंमत त्या वस्तूंची मागणी व त्यांचा पुरवठा यातून न ठरता सरकारद्वारे ठरविली जाते. जसे कायदा व सुव्यवस्था सार्वजनिक रस्ते इत्यादी सार्वजनिक वस्तूंचा एखाद्या व्यक्तीने लाभ घेतला असला तरी त्या वस्तूंचा इतरांसाठीसुद्धा लाभ मिळतो. त्यास बाह्य लाभ म्हणतात. जसे सार्वजनिक आरोग्य केंद्राकडून औषधे घेतल्याने एखादा व्यक्ती आजारातून मुक्त झाल्याने त्याचा प्रतिकूल परिणाम समाजावर होत नाही.

खाजगी वस्तू आणि सार्वजनिक वस्तू व गुणात्मक वस्तूतील फरक

सार्वजनिक वस्तू	खाजगी वस्तू	गुणात्मक वस्तू
१) प्रतिस्पर्धा नसते.	प्रतिस्पर्धा असते.	प्रतिस्पर्धा असते.
२) उदा. रस्ते, पोलिस यंत्रणा, संरक्षण इ.	मोटार, फ्रिज, टि.व्ही. चैनीच्या वस्तू	आरोग्य, मोफत शिक्षण इ.
३) वस्तूंचा पुरवठा सार्वजनिक क्षेत्रांकडून होतो.	वस्तूंचा पुरवठा खाजगी क्षेत्राकडून केला जातो.	वस्तूंचा पुरवठा सार्वजनिक आणि खाजगी क्षेत्राकडून केला जातो.
४) बाह्य लाभ प्राप्त होतात.	बाह्य लाभ प्राप्त होत नाहीत.	बाह्य लाभ प्राप्त होतात.

क) गुणात्मक वस्तू : कधी कधी सार्वजनिक क्षेत्र काही खास आर्थिक वस्तूंच्या वाटपामध्ये सक्रीयपणे भाग घेण्याचा निर्णय घेऊ शकते. ज्या वस्तू खाजगी वस्तूंच्या प्रतिस्पर्धी असतात आणि उपभोगातून वगळता येत नाहीत, अशा वस्तू किंवा सेवा खाजगी क्षेत्राद्वारे पुरविल्या जाऊ शकतात. या आर्थिक वस्तूंना सरकार गुणवंत वस्तू मानते. कारण त्या वस्तू प्रत्येक व्यक्तीसाठी, समाजासाठी मोठ्या प्रमाणात सामाजिक फायदे निर्माण करतात. अशा वस्तू व सेवा म्हणजे जसे आरोग्यसेवा, शिक्षण, नोकरी प्रशिक्षण, सार्वजनिक वाचनालय इ. १९५९ मध्ये प्रा. आर. ए. मसग्रेव्ह यांनी गुणवत्ता वस्तूंची संकल्पना विकसित केली. सार्वजनिक आणि खाजगी वस्तूंच्या वैशिष्ट्यांचे नियंत्रण म्हणजे गुणात्मक वस्तू होय. प्रा. मसगेव्ह यांनी गुणात्मक वस्तू या सार्वजनिक वस्तूंचाच एक विशेष प्रकार मांडला. गुणात्मक वस्तूंची वैशिष्ट्ये म्हणजे,

या गुणात्मक वस्तू सर्वांना समान प्रमाणात उपलब्ध होत नाहीत. परंतु ठरावीक व्यक्तींनाच लाभ घेता येतो जसे की आर्थिकदृष्ट्या दुर्बल घटकांतील विद्यार्थ्यांना शैक्षणिक फीमध्ये सवलत दिली जाते.

वस्तूंच्या बाबतीत उत्पादन, उपभोग आणि गुणवत्तेबाबत माहिती ग्राहकांना किमान खर्चात मर्यादित स्वरूपात उपलब्ध होऊ शकते.

गुणात्मक वस्तूंचे बाह्य लाभ होतात. जसे की आजारी व्यक्तीला सार्वजनिक आरोग्य केंद्राकडून उपचार घेतल्यामुळे त्याचा आजार बरा होतो.

गुणात्मक वस्तूंच्या बाबतीत प्रथम उत्पादन खर्चात वाढ होते व विशिष्ट कालावधीनंतर त्यात घट होत जाते.

१.५ बाह्यता आणि सरकारी हस्तक्षेप (Externalities & Government Intervention)

बाह्यता म्हणजे एखाद्या व्यक्ती, संस्था किंवा उद्योगाने केलेल्या कृतीचा दुसऱ्या व्यक्तीवर किंवा समाजावर होणारा असा परिणाम, ज्यासाठी त्या परिणामाची भरपाई दिली जात नाही.

अर्थव्यवस्थेच्या किंमत प्रणालीच्या बाहेर असणाऱ्या मध्यस्थांच्या संबंधास बाह्यता असे म्हणतात.

अनेक विचारवंतानी बाह्यतेच्या विविध व्याख्या व वर्गीकरण करण्याचा प्रयत्न केला आहे. १९८८ मध्ये बाउमोल आणि ओट्स यांनी केलेल्या अभ्यासावरून बाह्यतेच्या प्रमुख दोन व्याख्या केल्या जातात.

१) पहिली व्याख्या विस्तृत स्वरूपाची आहे. 'काही आर्थिक मध्यस्थांच्या कल्याणात वास्तविक चल, समाविष्ट होणारे चल ज्याची मूल्ये इतर मध्यस्थांच्या कल्याणावर होणाऱ्या परिणामाकडे विशेष लक्ष न देता निवडले जातात तेव्हा बाह्यता अस्तित्वात येते.'

या व्याख्येत बाह्यता तिच्या प्रभावातून ओळखण्याची संधी मिळते. बाह्यता एकाच वेळी उपभोग आणि उत्पादन या दोन्ही प्रकारची असू शकते.

२) दुसरी व्याख्या पहिल्या व्याख्यापेक्षा अधिक कठोर वाटते. बाह्यत्व म्हणून किंवा याचा निर्धारक म्हणून पहिली व्याख्या स्विकारली जाते.

दुसरी व्याख्या 'संभाव्य बाजारपेठेमध्ये चांगल्या हेतूसाठी अपुरे प्रोत्साहन असते तेव्हा बाह्यता अस्तित्वात येते आणि या बाजाराच्या अस्तित्वामुळे अर्थव्यवस्था अशा समतोलावर पोहचते जो पॅरेटो समतोल नसेल.

बाह्यता आणि त्याचे नियंत्रण हे व्यावहारिकदृष्ट्या अत्यंत महत्त्वाचे आहे. बाह्यता परिणामाचे सर्वांत महत्त्वाचे उदाहरण म्हणजे हरितगृह परिणाम. यामध्ये स्थानिक पर्यावरणीय समस्यांपासून ते जागतिक लोकांपर्यंत इतरही अनेक पर्यावरणीय समस्या यांचा यामध्ये समावेश होतो. या समस्यांवर अनेक धोरणात्मक उपाययोजना बाह्यतेच्या आर्थिक सिद्धान्तावर आधारित आहेत. एखाद्या अर्थव्यवस्थेत सरकारचा हस्तक्षेप कसा आहे, तसे जागतिक स्तरावर प्रत्येक देशाच्या सरकारने हस्तक्षेप करून पर्यावरणीय समस्या दूर करण्याचा प्रयत्न करणे गरजेचे आहे. 'हरितगृह परिणाम' यासाठी प्रत्येक देशाच्या सरकारचा हस्तक्षेप महत्त्वाचा ठरतो. कारण खाजगी व्यक्ती व संस्थांना दिशा

देण्याचे काम सरकार करू शकते. शासन संबंधित धोरणे व नियम तयार करू शकते. आणि त्या दृष्टिने जागतिक पातळीवर दखल घेतलेली आहे.

बाह्यता सार्वजनिक वस्तूंशी संबंधित आहे. 'एखाद्या विशिष्ट आर्थिक घटकाच्या उत्पादन व उपयोगामुळे इतर आर्थिक घटकांवर होणारे परिणाम म्हणजे बाह्यता/बहिर्गतता होय.'

बाह्यता हे सार्वजनिक वस्तूंचे वैशिष्ट्य असून या दोघांचा एकमेकांशी निकटचा संबंध आहे.

बाह्यता या चांगल्या किंवा वाईट असू शकतात. म्हणजे सकारात्मक बाह्यता आणि नकारात्मक बाह्यता.

१) **सकारात्मक बाह्यता :** एखाद्या व्यक्तीची कृती इतरांसाठी फायदेशीर ठरते, पण त्या व्यक्तीला त्याचा मोबदला मिळत नाही. उदा. एखाद्याने झाडे लावल्यास परिसरातल्या लोकांना स्वच्छ हवा मिळते; तसेच एखादा विद्यार्थ्याने चांगले शिक्षण घेतल्यास समाजात सुजाण नागरिक निर्माण होतो; नवीन तंत्रज्ञान विकासाचा समाजाला मोठा फायदा होतो.

२) **नकारात्मक बाह्यता :** एखाद्याच्या कृतीचा इतरांवर वाईट परिणाम होतो आणि त्या व्यक्तीला त्याची किंमत भरावी लागत नाही. उदा. कारखान्याचा धूर जवळच्या रहिवाशांसाठी हानिकारक ठरतो; तसेच सार्वजनिक ठिकाणी कचरा टाकल्यामुळे आरोग्याचा धोका वाढतो. एखाद्या समारंभाच्या मोठ्या आवाजाने शेजाऱ्यांना त्रास होतो.

सकारात्मक बाह्यतेमुळे समाजाचे कल्याण होते. याउलट व्यक्तीने वाहन खरेदी केल्यामुळे त्या व्यक्तीचा प्रवास सुखकारक अथवा आरामदायी होत असला तरी अशा अनेक वाहनांमुळे मोठ्या प्रमाणात वायु प्रदुषण होते. वायु प्रदुषणाचे परिणाम समाजाला भोगावे लागतात. उदा. दिल्लीत होणाऱ्या प्रदुषणामुळे काही काळ शाळा बंद ठेवाव्या लागतात. इतरांनाही त्याचा त्रास होतो. त्यामुळे सामाजिक खर्च वाढतो. त्यातून सार्वजनिक व खाजगी खर्चाचा प्रश्न निर्माण होतो. ज्यावेळी अर्थव्यवस्थेत मोठ्या प्रमाणात बाह्यता निर्माण होतात त्यावेळी समाजाला फायदा होणे अशक्य असते. अशा वेळी सरकारचा हस्तक्षेप महत्त्वाचा ठरतो.

बाह्यतेचे परिणाम : बाह्यतेचे दोन महत्त्वाचे परिणाम सांगता येतात.

१) बिगर-बाजार बाह्यता परिणाम : बाजारातील वस्तूच्या मागणी-पुरवठ्यावरून ठरणाऱ्या किंमतींद्वारे बाह्यता परिणाम मोजता येत नाही तेव्हा त्यास बिगर-बाजार बाह्यता परिणाम असे म्हणतात. उदा. शिक्षण, नवीन रस्ते यासारख्या

वस्तू व सेवा कार्यक्षमपणे उपलब्ध होण्यासाठी अशा वस्तूंचे उत्पादन व वितरण सार्वजनिक सत्तेच्या हातात असावे लागते. या परिणामात बाह्यता तत्त्वाचा वापर करता येत नाही.

२) बाजार बाह्यता परिणाम : 'बाजारातील वस्तूच्या मागणी व पुरवठ्यावरून ठरणाऱ्या किंमतीद्वारे बाह्यता परिणाम मोजता येत असल्यास त्यास बाजार बाह्यता परिणाम असे म्हणतात.' ज्या सार्वजनिक वस्तूचे बाजार बाह्यता परिणाम असतात त्या वस्तू उत्पादन व वितरणासाठी खाजगी क्षेत्राकडे दिल्या तरी चालतात. विशिष्ट परिस्थितीत अशा वस्तूंचे उत्पादन व वितरण शासन स्वत:कडे घेऊ शकते.

ज्या युद्ध खाजगी वस्तूंच्या बाबतीत बाह्यता नसतात, अशा वस्तूंचे उत्पादन व वितरण खाजगी क्षेत्राकडे सोपविणे योग्य ठरते. कारण अशा वस्तूंच्या पुरवठ्यामध्ये खाजगी खर्च व सामाजिक सीमांत खर्च यामध्ये फरक करता येत नाही. गुणात्मक गरजा व वस्तूंच्या बाबतीत मात्र सरकारचा हस्तक्षेप आवश्यक ठरतो.

सरकारी हस्तक्षेप (Government Intervention) :

सरकारी हस्तक्षेपाची आवश्यकता : बाजार यंत्रणा स्वत:हून बाह्य परिणाम लक्षात घेत नाही. त्यामुळे सरकारने हस्तक्षेप करणे आवश्यक ठरते. जेणेकरून सामाजिक लाभ अथवा हानी संतुलित करता येते.

बाह्यतेचा सामना करण्यासाठी आणि सामाजिक विकासासाठी सरकार संवाद साधते. सरकारी हस्तक्षेपाची प्रमुख कारणे म्हणजे,

अ) बाजार अपयश : बाह्यता हे बाजार अपयशाचे एक प्रमुख उदाहरण आहे. जेव्हा बाजारातील शक्ती (मागणी व पुरवठा) स्वत:ची संसाधने वाटू शकत नाही तेव्हा सरकारमध्ये प्रश्न निर्माण होतो.

ब) सामाजिक कल्याण : नकारात्मक बाह्यतामुळे समाजाचे नुकसान होते व त्यामुळे सकारात्मक बाह्यतेचा पुरेसा लाभ मिळत नाही.

सरकारचा उद्देश एकूण सामाजिक कल्याण वाढविणे हा असतो.

मुक्त बाजार अर्थव्यवस्थेत सरकारच्या हस्तक्षेपाशिवाय अर्थव्यवस्थेचे वर्तन हेच अर्थव्यवस्थेच्या हस्तक्षेपाचे कारण आहे. सामाजिक निर्णय वैयक्तिक हितावर आधारित असले पाहिजेत. आणि लोकांना कशामुळे समाधान मिळते हे सरकारपेक्षा त्यांना चांगले माहीत असते. यावरून असे दिसून येते की, कार्यक्षमतेच्या आधारावर सरकारी हस्तक्षेप आवश्यक नसतो. काही लोकांच्या मते, विकेंद्रींकरणासाठीचा कार्यक्षमता युक्तिवाद मुक्त बाजारपेठेचे संपूर्ण मूल्य अधोरेखित करतो. कारण ते स्वत:च निवडण्याच्या अधिकाराचा आदर करतात. इतरांचा असा विश्वास आहे की,

आर्थिक संस्था आणि राजकीय यंत्रणा यांच्यात एक संबंध आहे. सरकारी भूमिकेचे स्पष्टीकरण देण्यासाठी स्पर्धात्मक समतोलाचा बिंदू संदर्भ म्हणून वापरला जातो.

बहुधा कल्याणकारी अर्थशास्त्र हे एक रकमी कर लागू करू नयेत व एक रकमी हस्तांरण करावे या गृहितकावर आधारित आहे. अशी साधने विशेषत: पुरेशी लवचीक स्वरूपात उपलब्ध नसल्याने सरकारला उत्पन्न कर, संपत्ती कर यासारखे कर लागू करावे लागतात. बेरोजगारी अथवा मजुरीच्या संबंधित सामाजिक सुरक्षा योजनेचा लाभ जनतेस द्यावा लागतो.

अर्थव्यवस्था पूर्णपणे स्पर्धात्मक असू शकत नाही. त्यामुळे उत्पादनसंस्था एकत्र येऊन किंवा वैयक्तिक उत्पादन संस्था त्यांच्या उत्पादनावर मर्यादा घालून ग्राहकांना अधिक किंमत आकारतील असा कोणत्याही बाजाराचा मोठा वाटा एकाच उत्पादनसंस्थेस मिळू नये याची खबरदारी सरकारला घ्यावी लागते.

एकाच उत्पादन संस्थेकडे बाजाराचा महत्त्वपूर्ण भाग जाण्याची शक्यता निर्माण होते. मात्र उत्पादनसंस्थेला स्पर्धात्मक भागामध्ये विभाजित करणे व्यवहार्य आहे. परंतु त्यामुळे उत्पादन खर्च वाढेल. अशा नैसर्गिक मक्तेदारीची उदाहरणे म्हणजे वीज व टेलीफोन. शासकीय हस्तक्षेप नसल्यास या उद्योगांवर काही उत्पादन संस्थाद्वारे नियंत्रित मिळवणे जाण्याची शक्यता असते. परिणामी मक्तेदारी निर्माण होते व त्यामुळे सरकार अशा उद्योगावर थेट (इंग्लंडप्रमाणे) नियंत्रण ठेवू शकते अथवा त्यांचे नियमन करू शकते. (अमेरिकेप्रमाणे)

भांडवलशाही अर्थव्यवस्था वारंवार संसाधनांचा कमी उपयोग करून अकार्यक्षमतेची धारणा निर्माण करतात. बाजारातील अर्थव्यवस्थेत या अपयशामुळे अनेक चढ-उतार निर्माण होतात आणि वेळोवेळी ठरावीक बेरोजगारीची वाढ होते. बेरोजगारीचे प्रमाण कमी ठेवणे ही सरकारची जबाबदारी म्हणून स्विकारली गेलेली आहे.

सरकारी हस्तक्षेपाचे उपाय / पद्धती :

अ) **कर आकारणी :** नकारात्मक बाह्यता परिणाम असलेल्या गोष्टींवर कर लावून त्यांचा वापर कमी करण्याचा प्रयत्न केला जातो. उदा. प्रदूषण कर, सिगारेट किंवा दारूवरील जास्त कर.

ब) **अनुदान :** सकारात्मक बाह्यता परिणाम असलेल्या क्रियांना प्रोत्साहन देण्यासाठी सरकार अनुदान देते. उदा. शिक्षणासाठी शिष्यवृत्ती, सौरऊर्जेसाठी अनुदान.

क) **नियम आणि कायदे :** सरकार नियम आणि कायदे करून बाह्यता काही प्रमाणात नियंत्रित ठेवते. उदा. प्रदूषण नियंत्रण कायदे, ध्वनी प्रदूषण नियम,

सुरक्षा नियम, कचरा व्यवस्थापनाचे नियम इत्यादी.

ड) **सार्वजनिक मालमत्ता व सेवा :** रस्ते, उद्याने, सार्वजनिक आरोग्य सेवा यासारख्या गोष्टी सरकारकडून पुरविल्या जातात ज्या सर्वांसाठी उपयुक्त असतात. काही सकारात्मक बाह्यता सेवा पुरेशा उपलब्ध नसतात, त्यामुळे सरकार त्या पुरवितात उदा. वसतिगृह.

इ) **मालमत्तेचे हक्क निश्चित करणे :** बाह्यतेच्या अनेक समस्या असतात. मालमत्तेच्या स्पष्ट व्याख्या नसताना सरकार मालमत्तेचे हक्क निश्चित करून (हवा, पाणी) लोकांना त्या वापरासाठी पुरविते.

ई) **प्रदूषण परवाने :** सरकार व्यापार करण्यायोग्य प्रदूषण परवाने देते, ज्यामुळे प्रदूषण कमी होईल. त्यांना परवाना देऊन प्रदूषण कमी केले जाते. प्रदूषण निर्माण होऊ नये यासाठी प्रदूषण निर्माण करणाऱ्या उद्योगसंस्थांना प्रदूषण परवाने घेणे सरकारने बंधनकारक केले आहे.

थोडक्यात, बाह्यता अथवा बाह्य परिणामामुळे बाजार व्यवस्थेत अपयश येऊ शकते. त्यामुळे सरकारने योग्य हस्तक्षेप केल्यास समाजातील संसाधनांचे योग्य वितरण होऊ शकते आणि सामाजिक कल्याण वाढू शकते.

१.६ व्यक्ती, समाज आणि राज्य यांच्यातील संबंध (Relationship between Individual, Society & State)

सार्वजनिक अर्थशास्त्र हा अर्थशास्त्राचा एक महत्त्वाचा भाग आहे, जो समाज आणि राज्य यांच्यातील संबंधाचा अभ्यास करतो. यातील महत्त्वाचा विषय सार्वजनिक उत्पन्न आहे, जसे की कर, शुल्क, सार्वजनिक खर्च, शिक्षण, आरोग्य, संरक्षण इ. तसेच हा विषय सार्वजनिक कर्ज आणि राजकोषीय / वित्तीय धोरणाशी देखील संबंधित आहे.

सार्वजनिक अर्थशास्त्रात राज्य (State) समाज (Society) आणि व्यक्ती (Individual) यांच्यातील आर्थिक संबंधाचा अभ्यास करण्यात येतो. या तिघांमध्ये परस्परावलंबित्व असून त्यांचे परस्पर संबंध पुढीलप्रमाणे स्पष्ट करता येतील.

१) व्यक्ती आणि राज्य : व्यक्ती आपल्या गरजांची पूर्तता करण्यासाठी सार्वजनिक सेवांवर अवलंबून असते. उदा. आरोग्य, शिक्षक, रस्ते, सुरक्षा इ. व कायदा सुव्यवस्था प्रदान करते. व्यक्ती राज्याला उत्पन्न देतात, त्या बदल्यात राज्य व्यक्तींना सार्वजनिक संस्था आणि सेवा प्रदान करते.

राज्य व्यक्तींकडून कर (Tax) आकारते आणि त्या करातील पैशांचा उपयोग सार्वजनिक वस्तू व सेवांच्या वितरणासाठी केला जातो.

राज्याचे प्रमुख कार्य म्हणजे सामाजिक न्याय, सुरक्षा आणि आर्थिक समानता राखणे हे आहे.

कल्याणकारी राज्य - आधुनिक संकल्पनेत राज्य हे समाजाला, लोकांना सुरक्षित करणारे आहे. यामध्ये कायदा-सुव्यवस्था राखणे व्यक्तींच्या कल्याणासाठी विविध योजना राबविणे, सामाजिक सुरक्षा, आरोग्य सेवा, गरिबी निर्मूलन इत्यादींचा समावेश होतो.

आर्थिक निर्णय : व्यक्तींच्या आर्थिक बाबी आणि गुंतवणूक, उपभोग, बचत इ.बाबतचे धोरण राज्य ठरविते. व्यक्तींच्या आर्थिक निर्णयाला राज्य मदत करते.

२) समाज आणि राज्य : समाज हा अनेक व्यक्तींच्या समुहाने बनलेला असतो. राज्य हे समाजातील सामूहिक गरजांचे प्रतिनिधित्व करते.

सामाजिक न्याय व समानता : राज्य समाजातील विषमता कमी करण्याचा प्रयत्न करते आणि सामाजिक न्याय प्रस्थापित करण्याचा प्रयत्न करते. राज्याद्वारे उत्पन्न आणि संपत्तीचे पुनर्वितरण करण्यासाठी सार्वजनिक खर्चाचा वापर केला जातो.

सार्वजनिक संस्थाची निवड : काही वस्तू आणि सेवा अशा असतात ज्यासाठी राज्याकडून सार्वजनिक संस्थांची निवड केली जाते. आणि त्या सर्व सामाजासाठी महत्त्वाच्या असतात. जसे की, उद्याने, राष्ट्रीय संरक्षण इत्यादी.

बाजारातील अपयश दूर करणे : काही वेळा बाजार व्यवस्था सक्षमपणे काम करत नाही. या बाजार अपयशावर मात करण्यासाठी राज्याची भूमिका महत्त्वाची ठरते. जसे राज्य नियमन, कर, अनुदाने इत्यादींद्वारे संस्थांद्वारे राज्याकडून हस्तक्षेप केला जातो.

राष्ट्रीय उद्दिष्ट साध्य करणे : समाजाच्या उद्दिष्टांसाठी राजकोषीय / वित्तीय धोरणाचा वापर केला जातो. उदा. पूर्ण उत्पादन, किंमत स्थिरता, आर्थिक विकास इ.

सहभाग : प्रचारात समाजावर राज्याचे धोरण प्रभाव टाकते. जसे की मतदार, विविध गट इत्यादी.

सामाजिक गरजा आणि आदर्श राज्याच्या निर्णयाचे ते प्रतिबिंब असते.

सार्वजनिक धोरणे ही समाजाच्या कल्याणासाठी तयार केली जातात.

सामाजिक कल्याणासाठी राज्याकडून विविध योजना व अनुदाने दिली जातात. जसे की, गरीबांसाठी अन्नसुरक्षा योजना, आरोग्य योजना इत्यादी.

व्यक्ती आणि समाज : व्यक्ती समाजाचा एक घटक आहे आणि त्याचे वर्तन समाजावर प्रभाव टाकते. समाजामधील चांगले मूल्य आणि शिस्त व्यक्तीच्या विकासास मदत करतात.

व्यक्तीचे योगदान हे समाजाच्या प्रगतीसाठी आवश्यक असते. जसे कर भरणे, सामाजिक जबाबदारी पार पाडणे इत्यादी.

परस्परावलंबित्व : व्यक्ती समाजात राहते, त्यामुळे ती समाजाचा अविभाज्य भाग असते. व्यक्तीचे आर्थिक व्यवहार समाजातील इतर व्यक्तींवर एकत्रित परिणाम करतात.

सामूहिक गरजा : समाजाच्या काही सामूहिक गरजा असतात ज्यांची पूर्तता करण्यासाठी व्यक्ती एकत्र येतात.

साामजिक नियम व प्रथा : समाजातील नियम, प्रथा व सांस्कृतिक वर्तन हे व्यक्तीचे धोरण आणि आर्थिक आकार यांचे परस्पर अवलंबित्व असते.

थोडक्यात व्यक्ती, समाज आणि राज्य यांच्यातील परस्पर संबंध आणि या तिघांच्या सहकार्यामुळेच सामाजिक व आर्थिक विकास शक्य होतो. राज्य हे व्यक्ती आणि समाज यांच्यातील सामंजस्यपूर्ण संबंध प्रस्थापित करण्याचे माध्यम ठरते.

व्यक्तीच्या गरजा पूर्ण करण्यासाठी समाज साधना करतात आणि राज्याची भूमिका या कार्याला दिशा देणे आणि नियमन करणे ही असते.

राज्य हे कर आकारते व त्याद्वारे समाजाच्या कल्याणासाठी काम करते. सामाजिक शिक्षण, आरोग्य सुविधा या सामाजिक सेवा राज्याकडून प्रदान केल्या जातात. ज्याचा लाभ कोणत्याही व्यक्तीपुरता नसून समाजाला होतो. यामुळे व्यक्तीला साामजिक सुरक्षितता व सुरक्षिततेची खात्री मिळते.

सार्वजनिक अर्थशास्त्र याद्वारे राज्याच्या धोरणात व्यक्तीच्या निवडी, सामाजिक प्राधान्ये आणि राज्याचे फायदे-तोटे विचारात घेतले जातात. कल्याणकारी राज्य संकल्पना या तिघांमध्ये (व्यक्ती, समाज, राज्य) परस्पर अवलंबित्व आणि वित्तीय अधोरेखन केले जाते.

१.७ भारतातील केंद्र-राज्य वित्तीय संबंध (Centre - State Financial Relations in India)

भारतातील केंद्र-राज्य वित्तीय संबंध हे संबंध राज्याच्या आर्थिक स्वायत्ततेवर आणि विकासावर परिणाम करतात. भारत हा एक संघराज्यात्मक देश आहे जिथे केंद्र सरकार आणि राज्य सरकारे यांच्यामध्ये अधिकारांचे आणि जबाबदाऱ्या यांचे वाटप केलेले आहे. आर्थिक बाबतीतही केंद्र व राज्यांमध्ये निधीचे वाटप, करसंकलन आणि खर्च या संदर्भात विशिष्ट नियम आहेत.

१) भारताच्या घटनेनुसार अधिकारांचे वाटप केलेले आहे. भारतीय संविधानाच्या सातव्या अनुसूचीत तीन भाग (यादी) दिलेले आहेत. (अ) केंद्रीय यादी

(ब) राज्य यादी (क) समवर्ती यादी (Concurrent list)

२) तसेच कर संकलन आणि त्याचे वाटप आणि वित्तआयोग

३) वित्त आयोगाचे कार्य

४) अनुदाने - राज्यांना केंद्राकडून विविध प्रकारची अनुदाने दिली जातात.

५) GST आणि आर्थिक संबंध

वरील मुद्द्यांचे विश्लेषण केंद्र-राज्य वित्तीय संबंध पुढीलप्रमाणे सांगता येतात.

भारताने संघराज्यात्मक राज्यव्यवस्था स्वीकारली असल्यामुळे केंद्र सरकार व घटक राज्यांची सरकारे यांच्यामध्ये वित्तसंबंधीचे अथवा उत्पन्नाच्या साधनांचे विभाजन करणे आवश्यक असते. इतर घटक राज्यांच्या तुलनेने भारतीय संघराज्यातील उत्पन्न साधनांची अथवा वित्तसाधनांची विभागणी अतिशय तर्कसंगत आणि परिपूर्ण आहे. एकतर (आकारणीचे) सर्व अधिकार २४६ व्या कलमाच्या सातव्या अनुसूचीतील केंद्रयादीत समाविष्ट केले आहेत, अथवा राज्ययादीत समाविष्ट केले आहेत. तुटीचा अर्थभरणा फक्त केंद्र सरकारच करू शकते. केंद्र व राज्य अशा दोन्ही स्तरांवरील शासनांना हा अधिकार दिला असता तर रुपयाचे मूल्य स्थिर राखणे अशक्य झाले असते. परराष्ट्राकडून कर्जे घेणे हा मुख्यत्वे केंद्राचा अधिकार आहे; कारण यात परराष्ट्रासंबंधीचा विचार येतो आणि हा विषय केंद्राच्या अखत्यारीत येतो. देशांतर्गत कर्जे राज्य शासनाला उभारता येतात. मात्र, केंद्र सरकारकडून घेतलेले कर्ज बाकी असेल तर अंतर्गत कर्ज उभारताना केंद्राची अनुमती आवश्यक असते. याशिवाय घटनेच्या २८० व्या कलमानुसार राष्ट्रपती वित्तआयोगाची (Finance Commission) नेमणूक करतात. दर पाच वर्षांनी नेमण्यात येणारा वित्त आयोग विभाज्य कर आणि अनुदाने यांच्या बाबतीत शिफारशी करतो. यामुळेही वारंवार बदलत्या गरजा व बदलती परिस्थिती पाहून उत्पन्न विभागणीची योग्य तरतूद होते. वित्तआयोगाची तरतूद हे भारतीय घटनेचे वैशिष्ट्य मानावे लागेल.

भारतीय संघराज्यात केंद्रसरकार आणि घटकराज्य सरकारे यांच्यामध्ये कार्याची शास्त्रशुद्ध विभागणी करण्यात आली आहे. केंद्र सरकार आणि घटकराज्य सरकारे यांच्यातील कार्याची विभागणी 'त्रिसूत्री योजने'नुसार करण्यात आली आहे. काही कार्ये आणि अधिकार फक्त केंद्र सरकारला नेमून देण्यात आली आहेत, अन्य काही कार्ये व अधिकार घटकराज्य सरकारांवर सोपविण्यात आली आहेत. यामध्ये सामाईक कार्याचा समावेश करण्यात आला आहे. उर्वरित अधिकार केंद्र सरकारकडे देण्यात आले आहेत. मध्यवर्ती सरकारकडे पुढील कार्ये सोपविलेली आहेत-

संरक्षण, सशस्त्र बळ, परराष्ट्र व्यवहार, जहाज वाहतूक, राष्ट्रीय महामार्ग,

टपाल व तार, नौकानयन व हवाई वाहतूक, दूरध्वनी, बिनतारी व तत्सम दळणवळण साधने, चलन व नाणेपद्धती. बँकव्यवसाय व विमा, परराष्ट्र व्यापार, परकीय चलन व परकीय कर्जे, आंतरराज्य व्यापार, मत्स्यक्षेत्र, जणगणना आणि मध्यवर्ती व घटकराज्य सरकारांच्या हिशेबांची लेखापरीक्षणे.

घटकराज्य सरकारांकडे पुढील कार्ये सोपविलेली आहेत–

पोलीस शासकीय सुव्यवस्था, आरोग्य, सफाई, रुग्णालये व दवाखाने, अपंगांना मदत, शिक्षण, रस्ते व पूल, शेती व सिंचन, जंगले, अंतर्गत व्यापार व व्यापारव्यवसाय इत्यादी.

सामाईक सूचीमध्ये पुढील कार्यांचा समावेश केला आहे. आर्थिक व सामाजिक नियोजन, फौजदारी कायदा, दिवाळखोरी व नादारी, औद्योगिक व कामगार कलह, सामाजिक सुरक्षा व सामाजिक विमा, किंमत–नियंत्रण आणि अन्य वस्तूंची भेसळ आणि शिक्षण इत्यादी.

केंद्र सरकार व घटकराज्य सरकारे यांच्यामधील वित्तीय साधनांची विभागणी हा केंद्र सरकार व घटकराज्य सरकारे यांच्यामध्ये करण्यात आलेल्या कार्यांच्या व अधिकारांच्या विभागणीचा तर्कशुद्ध परिणाम होय. केंद्र सरकारला अथवा घटकराज्य सरकारांना विभागून देण्यात आलेली वित्तीय साधने त्यांच्यावर सोपविण्यात आलेल्या कार्यांशी व जबाबदाऱ्यांशी अनुरूप असावी लागतात. निरनिराळ्या घटकराज्यांत भिन्नता असणाऱ्या देशातील वैशिष्ट्यपूर्ण परिस्थितीत संघराज्यात्मक सरकार कार्यक्षम रीतीने कार्य करू शकेल अशी धारणा असल्यामुळे संघराज्यात्मक पद्धती अवलंबिली जाते. प्रादेशिक दृष्टीने महत्त्वाचे ठरणारे विषय, घटकराज्यांकडे सोपविले जातात. तसेच सामाईक हितसंबंधांचे विषय केंद्र सरकारकडे सोपविले जातात. वित्तीय साधनांचे वाटपसुद्धा कार्य समतेच्या तत्त्वावर आधारलेले असले पाहिजे. ज्या करांचा पाया आंतरराज्य स्वरूपाचा असतो. उदा. राज्याराज्यांतील व्यापारी, जकाती असे कर केंद्र सरकारकडे दिले जावेत. करमणूक करासारखा कर स्थानिक स्वरूपाचा असतो. असे कर बसविण्याचा व वसूल करण्याचा अधिकार घटकराज्यांना असावा. जे कर बसविण्याच्या व वसूल करण्याच्या बाबतीत घटकराज्य सरकारे अधिक कार्यक्षम असतात; अशा करांच्या बाबतीत केंद्र सरकारने आदर्श कायदे करावेत.

साधनसामग्रीच्या वाटपासंबंधी योजना लवचीक असावी कारण वित्तीय साधनांच्या वाटपासंबंधी योजना कितीही आदर्श स्वरूपाची असली तरी ती सर्व कालखंडाच्यादृष्टीने अंतिम स्वरूपाची ठरू शकत नाही.

बदलत्या परिस्थितीनुसार आणि काळाच्या ओघात कोणतीही व्यवस्था जुनाट व कालविसंगत ठरते यात शंकाच नाही, म्हणून देशाच्या हिताच्यादृष्टीने आवश्यक असणारे बदल घडवून आणण्याची आवश्यकता असते. अशा तरतूदींचा त्यामध्ये समावेश असणे आवश्यक असते.

राज्यघटनेतील तरतुदी (Constitutional Provisions)

भारताच्या राज्यघटनेत केंद्र सरकार व घटकराज्य सरकारे यांच्यामध्ये साधनसामग्रीचे वाटप करण्यासंबंधी तरतूद करण्यात आली असून केंद्र सरकारने आकारावयाचे कर आणि घटकराज्य सरकारांनी आकारावयाचे कर असे दोन भाग पाडण्यात आले आहेत. सरकारच्या कर अधिकारकक्षा ठरविण्यात आल्या. केंद्र सरकारच्या वैधानिक अधिकारकक्षेत घटकराज्य सरकारांच्या वैधानिक अधिकारकक्षेत समाविष्ट होणारे कर कोणते, यांचा उल्लेख भारताच्या राज्यघटनेत असून उर्वरित कर आकारणीचे अधिकार सरकारला देण्यात आले आहेत. जे कर आंतरराज्य स्वरूपाचे आहेत असे कर केंद्र सरकारच्या अधिकारकक्षेत समाविष्ट करण्यात आले आहेत तर ज्या करांचा पाया स्थानिक स्वरूपाचा आहे, असे कर घटकराज्य सरकारांच्या अधिकार कक्षेत समाविष्ट करण्यात आले आहेत. भारताच्या राज्यघटनेच्या कलम २४६ मध्ये केंद्र आणि राज्यांच्या वित्तीय अधिकाराचे वाटप केलेले आहे.

केंद्रसरकारच्या वैधानिक अधिकारकक्षेत करांचे पुढील गटात वर्गीकरण केले जाते–

(१) असे कर केंद्र सरकारने बसवायचे असतात व या करांपासून मिळणारे उत्पन्न केंद्र सरकारने स्वत:कडे ठेवावयाचे असते. उदा. जकाती, महामंडळ कर, व्यक्तींवरील व कंपन्यांवरील आयकर, उत्पन्न करावरील अधिकार आणि जे कर केंद्र सरकारने बसवायचे आणि वसूल करावयाचे असतात. परंतु ज्या करांपासून मिळणारे उत्पन्न पूर्णपणे घटकराज्य सरकारांना द्यावयाचे असते अशा करांवरील अधिकार. (२) जे कर केंद्र सरकारने बसवावयाचे असतात व वसूल करावयाचे असतात; पण ज्या करांपासून मिळणारे उत्पन्न केंद्र सरकार व घटकराज्य यांच्यामध्ये विभागावयाचे असते. उदा. उत्पन्नावरील कर, उत्पादन कर इत्यादी. (३) जे कर केंद्र सरकारने बसवावयाचे व वसूल करावयाचे असतात, पण ज्या करांपासून मिळणारे सर्व उत्पन्न राज्यांमध्ये विभागून द्यायचे असते असे कर. उदा. मालत्तेवरील मालमत्ता कर व वारसा कर, रेल्वेमार्ग, हवाई मार्ग व समुद्र मार्गे वाहतूक केल्या जाणाऱ्या वस्तूंवरील व प्रवाशांच्या तिकिटांवरील कर, मुद्रांक शुल्क वगळून रोखे व्यवहारावरील व कायदे

बाजारातील कर, वृत्तपत्राच्या विक्रीवरील व खरेदीवरील व त्यामध्ये प्रसिद्ध होणाऱ्या जाहिरातींवरील कर इत्यादी. (४) जे कर केंद्र सरकारने बसवायचे असतात; पण जे कर घटकराज्यांनी वसूल करावयाचे असतात व ज्या करांपासून मिळणारे उत्पन्न घटकराज्यांनी घ्यावयाचे असते असे कर. उदा. अल्कोहोल, अफू अशी मादक द्रव्ये आणि प्रशासन सामग्रीवरील अबकारी कर. अशा वस्तू ज्या वस्तूंमध्ये असतात, अशा वस्तू दुहेरी अबकारी प्राधिकरणाच्या कक्षेत आल्या असत्या. परंतु, भारताच्या राज्यघटनेत करण्यात आलेल्या तरतुदींमुळे परस्पर व्याप्त अधिकारकक्षा टाळता येतात.

जे कर बसविण्याचा व वसूल करण्याचा अधिकार घटकराज्यांच्या वैधानिक अधिकार कक्षेत येतो; असे कर पुढीलप्रमाणे आहेत. -

जमीन महसूल, शेती उत्पन्नावरील कर, शेतजमिनीच्या बाबतीत वारसा कर व मालमत्ता कर, जमिनीवरील, इमारतीवरील व खनिजांच्या मालकी हक्कांवरील कर, अल्कोहोलयुक्त मध, अफू, गुंगीकारी व मादक द्रव्ये यांच्या उत्पादनावरील कर, स्थानिक उपभोगाच्या वस्तूंवरील कर, विजेच्या वापरावर व व्रिकीवर कर, वृत्तपत्रे वगळून इतर वस्तुंच्या विक्री अथवा खरेदीवरील कर, जाहिरातींवरील कर, मोटार अथवा जलमार्गे प्रवास करणाऱ्या प्रवाशांवरील कर, वाहनांवरील कर, जनावरांवरील किंवा बोटींवरील कर, पथ कर, व्यापार, धंदा, व्यवसाय व रोजगार यांवरील कर, प्रतिव्यक्ती कर, चैनीच्या वस्तूंवरील, करमणुकीवरील, मनोरंजनावरील व जुगारावरील कर, मुद्रांक शुल्क आणि नोंदणी शुल्क इत्यादी कर राज्याने बसवावयाचे व वसूल करावयाचे असून त्यापासून मिळणारे सर्व उत्पन्न घटकराज्याने घ्यावयाचे असते. भारताच्या राज्यघटनेनुसार महसुलाचे/उत्पन्नाचे मार्ग कार्यकक्षेच्या निकषांनुसार विभागण्यात आले आहेत. प्राप्तिकरापासून आणि मध्यवर्ती अबकारी करांपासून मिळणाऱ्या निव्वळ उत्पन्नांपैकी काही हिस्सा घटकराज्यांना देण्यासंबंधीची तरतूद भारताच्या राज्यघटनेत असून, घटकराज्याचे अंदाजपत्रकी स्वातंत्र्य मर्यादित न ठेवता घटकराज्याच्या उत्पन्नात लवचिकता आणि प्रगतशीलता आणण्याचा प्रयत्न केला आहे.

केंद्र सरकार व घटकराज्य सरकारे यांच्यातील वित्तीय संबंधांच्या प्रश्नांचा ठरावीक कालावधीनंतर पुन: पुन्हा विचार करावा लागतो. त्यासाठी स्वावलंबनाचे तत्त्व आचरणात आणण्यासाठी योग्य त्या शिफारशी करण्यासाठी भारतीय राज्यघटनेच्या २८० व्या कलमान्वये दर पाच वर्षांनी वित्तआयोगाची नेमणूक केली जाते. त्यामुळे वित्तआयोगाच्या भूमिकेला अतिशय महत्त्व प्राप्त झाले आहे.

वित्तआयोग (Finance Commission)

भारताच्या राज्यघटनेच्या २८०च्या कलमानुसार राष्ट्रपती वित्तआयोगाची नेमणूक करतात. दर पाच वर्षांनी वित्तआयोगाची नेमणूक करतात. केंद्र सरकार व राज्य सरकारे यांच्यामध्ये वित्तीय सामग्रीचे वाटप करण्यासंबंधी शिफारशी करते. वित्तआयोग विभाज्य कर आणि अनुदाने यांच्या बाबतीत शिफारस करतो. यामुळे वारंवार बदलत्या गरजा व बदलती परिस्थिती पाहून उत्पन्न विभागणीची योग्य तरतूद होते.

आत्तापर्यंत तेरा वित्तआयोगाच्या शिफारशी अमलात आल्या आणि चौदावा वित्तआयोग वाय.व्ही.रेड्डी यांच्या अध्यक्षतेखाली नेमला. २०१५-२० या कालावधीसाठी शिफारशी त्यांनी केल्या. आत्तापर्यंत जे वित्तआयोग नेमण्यात आले, त्यांनी मुख्यत: आयकर व उत्पादन शुल्क यांची केंद्र सरकार व राज्य सरकारे यांच्यामध्ये कोणत्या प्रमाणात वाटणी करावी याविषयी शिफारशी केलेल्या आहेत. यांपैकी आयकराची वाटणी कशी करावी याबद्दल वेगवेगळ्या वित्तआयोगांनी वेगवेगळ्या शिफारशी केल्या आहेत. आयकरांपैकी ५० ते ८५ टक्के भाग घटकराज्यांना द्यावा असे वेगवेगळ्या वित्तआयोगांनी सुचविले आहे. मध्यवर्ती अबकारी करापासून अथवा उत्पादन शुल्काच्या बाबतीतही हाच प्रकार दिसून येतो. एकतर अबकारी कर विभागणी ऐच्छिक आहे. त्यामुळे प्रत्येक आयोगाने कोणत्या वस्तूंवरील अबकारी कराची वाटणी करावी आणि किती प्रमाणात करावी याबद्दल भिन्न भिन्न शिफारशी आहेत.

राज्यघटनेतील तरतुदींनुसार पहिला वित्तआयोग १९५१मध्ये नेमण्यात आला. पहिल्या आयोगाचे अध्यक्ष के.सी.नियोगी हे होते. दुसरा वित्तआयोग १९५६मध्ये के. संथानम् यांच्या अध्यक्षतेखाली नेमला. सन १९६०मध्ये तिसरा वित्तआयोग ए.के. चंदा यांच्या अध्यक्षतेखाली नेमला. १९६४मध्ये चौथा वित्तआयोग डॉ. पी.व्ही. राजमन्नार यांच्या अध्यक्षतेखाली नेमण्यात आला. पाचवा वित्तआयोग सन १९६८मध्ये श्री. महावीर त्यागी यांच्या अध्यक्षतेखाली नेमला. सहावा वित्तआयोग १९७२मध्ये श्री. ब्रह्मानंद रेड्डी यांच्या अध्यक्षतेखाली नेमला. सातवा वित्तआयोग जून १९७७मध्ये न्यायमूर्ती जे.एम. शेलाट यांच्या अध्यक्षतेखाली नेमण्यात आला. आठवा वित्तआयोग १९८२मध्ये श्री. यशवंतराव चव्हाण यांच्या अध्यक्षतेखाली नेमण्यात आला. नववा वित्तआयोग जून १९८७मध्ये श्री.एन.के.पी. साळवे यांच्या अध्यक्षतेखाली नेमण्यात आला. दहावा वित्तआयोग जून १९९२मध्ये श्री.के.सी. पंत यांच्या अध्यक्षतेखाली नेमण्यात आला. अकरावा वित्तआयोग १९९८मध्ये श्री.ए.एम. खुस्रो यांच्या अध्यक्षतेखाली नेमण्यात आला. बारावा वित्तआयोग २००२मध्ये श्री.सी. रंगराजन् यांच्या अध्यक्षतेखाली नेमण्यात आला. तेरावा वित्तआयोग २००७मध्ये श्री. विजय केळकर यांच्या अध्यक्षतेखाली नेमण्यात आला.

चौदावा वित्तआयोग २०१३मध्ये श्री.वाय. व्ही. रेड्डी यांच्या अध्यक्षतेखाली नेमण्यात आला; तर पंधरावा वित्तआयोग २०१७मध्ये एन.के. सिंह यांच्या अध्यक्षतेखाली नेमण्यात आला. १६ वा वित्तआयोग २१ डिसेंबर २०२३ रोजी स्थापन करण्यात आला. या आयोगाच्या अध्यक्षपदी श्री. अरविंद पनगढीया यांची नेमणूक केली. या आयोगाच्या शिफारशींचा कालावधी २०२६ ते २०३१ असा असेल.

वित्त आयोगाची कार्ये :

वित्त आयोग हा राष्ट्रपतींच्याकडून नियुक्त केला जाणारा घटनात्मक आयोग आहे वित्त आयोग राष्ट्रपतींना पुढील मुद्द्याबाबत शिफारशी करतो.

१) निव्वळ कर संकलनाची केंद्र व राज्यामध्ये विभागणी कशी करावी याची तत्त्वे निर्धारित करण्याचे काम वित्त आयोग करत असतो.

२) भारताच्या संचित निधीतून केंद्राने राज्याला द्यावयाच्या अनुदानाची तत्त्वे वित्त आयोग ठरवत असतो.

३) राज्याच्या संचित निधीमध्ये वाढ करण्यासाठी आवश्यक असलेल्या उपाययोजना सुचविणे.

४) वित्त प्रणालीबाबत राष्ट्रपतींनी सांगितलेल्या कोणत्याही गोष्टीवर वित्त आयोग काम करण्यास बांधील असतो.

५) वित्त आयोग हा घटनात्मक आयोगाने महत्त्वाचा आयोग असला, तरी वित्त आयोगाने केलेल्या शिफारशी राष्ट्रपतींनी मान्य कराव्यात असे नसते. या शिफारशी केवळ सल्लागार स्वरूपाच्या असतात. त्या सरकारवर बंधनकारक नसतात.

तरीही 'वित्त आयोग' महत्त्वाचा आहे. कारण 'वित्त आयोग' हा घटनात्मक आयोग असून अर्धन्यायिक संस्था आहे.

केंद्र-राज्य वित्तीय संबंधात काही समस्या/तणाव वाढू शकतो. त्या बाबी पुढीलप्रमाणे आहेत.

घटकराज्यांच्या वित्तीय समस्या : घटकराज्यांचा सतत वाढणारा खर्च व त्या मानाने कमी वेगाने वाढणारे उत्पन्न तसेच राज्यांच्या जबाबदाऱ्या एवढ्या विविध प्रकारच्या आहेत की, त्यांना उपलब्ध होणाऱ्या उत्पन्नामध्ये त्या भागविणे जवळजवळ अशक्य आहे; त्यामुळे केंद्र-राज्य वित्तीय संबंध ताणले जातात.

राज्यांच्या वाढत जाणाऱ्या जबाबदाऱ्या : घटकराज्यांच्या ज्या जबाबदाऱ्या

आहेत. त्यामध्ये शिक्षण, सार्वजनिक आरोग्य, पाणी पुरवठा, नागरी सोयी, वाहतूक इत्यादींचा समावेश होतो. देशाची लोकसंख्या जसजशी वाढत जाते तसतशा या सर्व जबाबदाऱ्या पार पाडण्यासाठी खर्च वाढत आहे. लोकांच्या अपेक्षा वाढत आहेत. शेतीत सुधारणा व्हावी. पाण्याचे प्रश्न सुटावेत. सिंचन सुविधा वाढाव्यात. दारिद्र्याचा प्रश्न सुटावा. आरोग्य, शिक्षणात सुधारणा व्हावी, अशा लोकांच्या अपेक्षा आहेत.

शहराकडे ग्रामीण स्थलांतर वाढत आहे. शहरात विविध उद्योगधंदे वाढत आहेत. उदा. घर बांधणी व्यवसाय इत्यादी शहरात वाढत्या लोकसंख्येमुळे झोपडपट्ट्या वाढत आहेत.

यावरून असे स्पष्ट होते की, घटकराज्यांच्या वाढत जाणाऱ्या जबाबदाऱ्या व त्यांना त्या मानाने अपुरे उत्पन्न या कात्रीत घटकराज्यांची सरकारे सापडली आहेत.

घटकराज्यांचे पुरेशा प्रमाणात न वाढणारे उत्पन्न : घटकराज्यांच्या जबाबदाऱ्या वाढत आहेत. त्या प्रमाणात घटकराज्यांच्या उत्पन्नात वाढ होत नाही, कारण अनेक वर्षे घटकराज्यांना येणारी तूट भरून काढण्यासाठी कर्जे वाढतच आहेत. घटकराज्यांना त्या करांचे उत्पन्न मिळते, ज्या करांची लवचीकता हे कारण आहे.

केंद्र-राज्य संघर्ष : जोपर्यंत मध्यवर्ती सरकार व घटकराज्यांची सरकारे यामध्ये एकाच राजकीय पक्षाचे बहुमत होते तोपर्यंत केंद्र-राज्य संबंधात फारसा तणाव निर्माण झालेला नव्हता. परंतु जेव्हा काही घटकराज्यातून अन्य पक्षांची सरकारे आली तेव्हा हा तणाव अधिक वाढला. कारण सर्वच घटक राज्यांना आपला खर्च भागविण्यासाठी केंद्र सरकारच्या अनुदानावर अवलंबून राहावे लागते. त्यामुळे एखाद्या राज्याला वाजवीपेक्षा कमी अनुदान देणे किंवा एखाद्या राज्याला आवश्यक तेवढे किंवा त्यापेक्षा अधिक अनुदान देणे हे केंद्र सरकारला सहज शक्य असते.

प्रादेशिक असमतोल : प्रादेशिक असमतोलपणाबाबत गंभीर समस्या दिसून येते. केरळमध्ये औद्योगिक विकासाबाबत असमतोल दिसून येतो. केंद्राने वित्तीय मदतीद्वारे प्रादेशिक असमतोल दूर केला नाही अशी तक्रार केली जाते. मागासलेल्या प्रदेशाबाबत अनेकविध मार्गांचा अवलंब केला गेला नाही, अशीही तक्रार केली जाते. (प्रादेशिक विषमतेत लायसन्स राजमुळे भर पडली) कारण उद्योगांचा विकास संबंधित प्रदेशात झाला नाही. तसेच शेती, उद्योग, ऊर्जा, वाहतूक व्यवस्था इत्यादींबाबत समतोलपणा दिसून येत नाही. तसेच राज्याची जबाबदारी अधिकच वाढत गेल्याने केंद्राकडून कर्ज व अनुदाने यावर अवलंबित्व वाढत गेले.

i) घटनेत केंद्र सामर्थ्यशाली असावे, असे स्पष्ट केले आहे. राज्य सरकारे केंद्रावर अवलंबून असल्याने ती दुर्बळ दिसून येतात. प. बंगालसारखे समर्थ राज्य

स्वायत्ततेची मागणी करीत आहे.

ii) केंद्राकडून राज्यांना मिळणारा वाटा कमी आहे. परंतु कार्य मात्र अधिक आहेत. राज्याचे वित्तीय मार्ग त्यासाठी कमी पडतात.

iii) केंद्राचे वित्तीय मार्ग लवचीक आहेत. त्या तुलनेत राज्याचे मार्ग अलवचीक आहेत. राज्य केंद्रावर मोठ्या प्रमाणात वित्तीय गरजेपोटी अवलंबून असते.

वैयक्तिक करांबाबत केंद्र सरकार व राज्य सरकारमध्ये तणाव आहे. सध्या जीएसटी (GST) आहे. त्यामुळे कराची विभागणी झालेली आहे.

राज्यांच्या मते, केंद्र सरकार राज्यांच्या करात अधिकच हस्तक्षेप करत आहे; त्यामुळे केंद्र-राज्य संघर्ष निर्माण होण्याला मदत होत आहे.

केद्रांची मर्यादित भूमिका : वित्तीय साधनांच्या बाबतीत राज्यांना अधिक स्वायत्तता देण्याचा प्रयत्न बाजार अर्थव्यवस्थेबरोबर ताळमेळ घालून पुढे जाणाऱ्या राज्यांसाठी फायदेशीर आहे. परंतु विकास प्रक्रियेत मागे असणाऱ्या राज्यांना त्यामुळे नवीन समस्यांना सामोरे जावे लागणार आहे. करांमध्ये हिस्सा वाढविल्याने राज्यांना फायदा होईल, परंतु केंद्राच्या विशेष संरक्षणाची यानंतरसुद्धा आवश्यकता राहील. केंद्राची भूमिका मर्यादित राहिल्याने ही राज्ये आपल्या समस्या दूर करण्याबाबत एकटी पडण्याची शक्यता आहे.

केद्रांची मदत कमी होईल : चौदाव्या वित्तआयोगाने महसुलीचा तुटवडा असणाऱ्या राज्यांसाठी अतिरिक्त तरतूद केलेली आहे. मात्र या अतिरिक्त रकमेबरोबरच राज्यांच्या योजनांमधील केंद्राची मदत नष्ट होईल.

राज्यांना अधिक निधीची गरज : राज्यांच्या अधिकारवाढीमुळे केंद्रावरील अवलंबित्व कमी होईल. केंद्र सरकार सामाजिक योजनांची अधिक जबाबदारी राज्यांवर सोपवेल त्यामुळे अन्नसुरक्षा, मनरेगा, आरोग्य, शिक्षण इत्यादींसारख्या केंद्रीय योजनांमध्ये राज्यांना यापुढे अधिक निधी पुरवावा लागेल.

राज्यांच्या जबाबदाऱ्यांची चढती कमान

राज्यांच्या जबाबदाऱ्या अनेक आहेत. एवढेच नव्हे तर त्या सतत वाढतच आहेत, ही गोष्ट सर्वांनाच मान्य आहे. शिक्षण, आरोग्य, स्वच्छता, पाणी पुरवठा, सामाजिक सुरक्षा, सामाजिक कल्याण, घरे इत्यादी सेवांची जबाबदारी राज्यांकडे सोपविण्यात आली आहे. या सेवांची प्रवृत्ती वाढण्याची आहे, त्यामुळे या सेवांवरील खर्चही वाढत असलेला दिसतो. या सामाजिक सेवांच्या जोडीला राज्यांकडे सोपविण्यात आलेल्या आर्थिक सेवांचा खर्चही त्यांना झेपेनासा झाला आहे. एकट्या शेतीचेच उदाहरण घेतले तरी असे दिसून येते की, शेतीवर राज्यांचा सर्वांत जास्त खर्च होतो.

आणि तरीही शेतीची स्थिती फारशी सुधारलेली नाही, शेतकऱ्यांच्या वाढत्या आत्महत्या, या दोन उदाहरणांवरून हे सिद्ध होते की, राज्यांची एका बाजूने सतत वाढणाऱ्या सेवांमध्ये व दुसऱ्या बाजूने खर्चाला अंत नसलेल्या शेतीसारख्या सेवांमध्ये कोंडी झालेली आहे. परिणामतः, राज्यांना उपलब्ध असलेली साधनसंपत्ती अतिशय अपुरी वाटणे साहजिकच आहे.

राज्यांची अलवचीक साधनसंपत्ती

सतत वाढणाऱ्या जबाबदाऱ्या पूर्ण करण्यासाठी राज्यांजवळ असलेली साधनसंपत्ती मात्र सहज वाढणारी नाही. ती अतिशय अलवचीक आहे. ही अलवचीकता मुख्यत्वेकरून दोन कारणांमुळे आहे. एक–काही करांचे स्वरूपच अलवचिक आहे. याचे महत्त्वाचे उदाहरण म्हणजे 'जमीन महसूल' होय. जमीन महसूल हे राज्यांचे भरीव उत्पन्नाचे साधन असले तरी त्यात वाढ फार मोठ्या प्रमाणात करता येत नाही; कारण एकूण जमिनीचे क्षेत्रफळ सीमित असते. जमीन महसुलाचे दर वाढविणे शक्य नसते; कारण त्यामुळे लहान, गरीब शेतकऱ्यांवरच त्यांचा भार पडतो. उलटपक्षी, लहान लहान शेतीच्या तुकड्यांना जमीन महसुलातून वगळावे, अशीच धारणा राज्यांमध्ये मूळ धरीत आहे. दुसरे, ज्या करांमध्ये लवचीकता आहे, असे कर राज्यांच्या क्षेत्रात येत नाहीत. जसे, उद्योगांवरील व व्यापारांवरील कर राज्यांना फारसे लावता येत नाहीत. अशा प्रकारे एका बाजूने करांची अलवचीकता ही राज्यांना जाचक ठरते आणि दुसऱ्या बाजूने वित्तआयोगाने वाढवून दिलेली मदत अपुरी ठरते. परिणामतः, राज्यांना फार मोठी कर्जे केंद्राकडून घ्यावी लागतात किंवा रिझर्व्ह बँकेकडून घ्यावी लागतात.

शक्तिशाली केंद्र

आर्थिकदृष्ट्या राज्ये कमजोर असली तरी केंद्र मात्र शक्तिशाली आहे. केंद्राच्या अधिकारातील कर लवचीक आहेत. भरपूर आहेत आणि विविधही आहेत. एवढेच नव्हे तर, जी साधने राज्यांना कधीही उपलब्ध होणार नाहीत, ती केंद्राला प्राप्त झाली आहेत. उदा. विदेशीमुद्रा हा उत्पन्नाचा स्रोत. केंद्र आणि राज्ये यांच्यातील हा फरक म्हणजे शक्तिशाली केंद्र आणि दुर्बल राज्ये यांचे सहअस्तित्व होय. या सवलतीच्या सहअस्तित्वामुळे त्या उभयतांमध्ये गैरसमज, मतभेद आणि संघर्ष निर्माण झालेले आहेत. यातूनच परस्परांवर आरोप–प्रत्यारोपांच्या फैरी झडत असतात. दोघेही परस्परांना अनुत्पादक खर्चात वाढ करण्याबद्दल दोषी समजतात. दोघेही एकमेकांवर दुसऱ्याच्या हितसंबंधांकडे दुर्लक्ष केल्याचा आरोप करतात.

यात योग्य काय आणि अयोग्य काय हे ठरविण्याच्या दृष्टीने संघीय वित्त संबंधीचा उचित दृष्टिकोन तयार होणे आवश्यक आहे. संघराज्याच्या कार्यवाहीचा अत्यंत महत्त्वाचा भाग म्हणजे 'संघीय वित्त' होय. संघीय वित्ताच्या साहाय्याने संघराज्याचा एकसंघपणा टिकून राहिला पाहिजे. संघराज्याची एकात्मता जर टिकवून ठेवायची असेल तर लोककल्याणापेक्षा राष्ट्रीय एकतेला अधिक महत्त्व दिले पाहिजे. घटनेत ज्या मूलभूत तत्त्वांना महत्त्वाचे स्थान दिले आहे, ते राखणे आवश्यक तसेच एकूण राष्ट्राच्या दृष्टीने जी कार्ये महत्त्वाची आहेत आणि ज्यांची जबाबदारी स्वीकारणे राज्यांना शक्य नाही ती कार्ये केंद्राकडेच सोपविली पाहिजेत. या दोन गोष्टींचा संकलित निष्कर्ष असा की, आपापल्या क्षेत्रात केंद्र आणि राज्ये ही दोघेही शक्तिशाली असली पाहिजेत. तशी ती असली तरच संघराज्याची निकोपता टिकून राहील; पण जेव्हा राज्यांना सर्वप्रकारचे साहाय्य देऊनही त्यांच्यात व केंद्रात संघर्ष होत असेल तर राष्ट्रीय हित समोर ठेवून राज्यांनी केंद्रापुढे नमते घ्यायला हवे; म्हणजे दोघेही शक्तिशाली असावेत पण केंद्र राज्यापेक्षा जास्त शक्तिशाली असले पाहिजे.

१.७.१ वित्तय आयोगाची भूमिका (Role of Financial - Commission)

केंद्र आणि राज्य सरकारांच्या मधील उत्पन्न करांचे आणि उत्पादन करांचे विभाजन कसे केले जावे? तसेच राज्यांना साहाय्यक अनुदाने किती द्यावीत? इत्यादींबाबत केंद्र आणि राज्यातील वित्तीय संबंधाबाबत योग्य ती उपाययोजना करण्यासाठी राष्ट्रपती राज्यघटना अमलात आणल्यापासून दोन वर्षांच्या आत वित्तआयोगाची स्थापना केली गेली. त्यानंतर दर पाच वर्षांनी 'वित्त आयोगा'ची नियुक्ती करण्याचे ठरले. या आयोगात 'चार सदस्य' असतात व 'एक अध्यक्ष' असतो. वित्त आयोगाच्या स्थापनेमुळे लवचिकता निर्माण झाली आहे. भारतीय राज्यघटनेच्या अंतर्गत केंद्र आणि राज्यसरकारच्या दरम्यान उत्पन्न मिळणाऱ्या साधनांचे झालेले विभाजन प्रशासकीय दृष्टीने योग्य आहे. उत्पादनकर, आयात-निर्यातकर, उत्पन्नकर निश्चित करून ते वसूल करण्याची केंद्र सरकारवरील जबाबदारी योग्य ठरते, तसेच राज्य सरकारांच्या प्रशासनाबाबत विचार करता शेतसारा, विक्रीकर, करमणूककर इत्यादी निश्चित करून हे कर वसूल करण्याची राज्यांवरील जबाबदारी योग्य वाटते. परंतु पर्याप्तता आणि राजकोषीय आत्मनिर्भरता यादृष्टीने हे विभाजन दोषपूर्ण वाटते. राज्यांना दिलेली उत्पन्न प्राप्तीची साधने सर्वसाधारणपणे स्थिर आणि लवचीक आहेत. केंद्र सरकारकडे अधिक उत्पन्न प्राप्तीची साधने दिली आहेत. केंद्र सरकारवरील जबाबदारी लक्षात घेता काही विचारवंतांना हे विभाजन योग्य वाटते, राज्या-राज्यांत समानता प्राप्त करण्यासाठी केंद्र सरकार सक्षम असणे योग्यच आहे. केंद्र आणि राज्य

सरकारांना लोकांकडून कर्ज घेणेबाबत राज्यघटनेत तरतूद केलेली आहे. केंद्र सरकार भारतात व भारताबाहेरून कर्ज घेऊ शकते. केंद्र राज्यांना कर्ज देऊ शकते. राज्यांना कर्ज राज्यात व राज्याबाहेर उभे करता येऊ शकते. राज्यांना केंद्राकडून कर्ज मिळाल्यानंतर केंद्राचे नियंत्रण स्वीकारावे लागते. भारतात केंद्र आणि राज्य सरकारांच्या दरम्यान वित्तीय सामंजस्य निर्माण करण्यासाठी वित्त आयोगाला महत्त्वपूर्ण काम करावे लागते.

वेगवेगळ्या राज्यांची आर्थिक स्थिती वेगवेगळी असते. त्यामुळे राज्यामध्ये आर्थिक संसाधनाची वाटणी करताना वेगवेगळे मापदंड स्वीकारावे लागतात. तसेच केंद्र सरकार आणि राज्य सरकारे यामध्ये आर्थिक स्रोतांच्या वाटणीत विविध प्रकारच्या समस्या निर्माण होतात; तसेच विसंगती निर्माण होतात. या सर्वांचा विचार करता केंद्र व राज्य सरकारमध्ये आर्थिक सामंजस्य निर्माण करण्यासाठी निश्चित कोणती उपाययोजना करावी. त्यासाठी कोणता आधार घ्यावा यासाठी 'वित्त आयोगा'ची निर्मिती केली आहे. घटनेच्या कलम २८० नुसार 'वित्त आयोग' एक स्वतंत्र संस्था म्हणून कार्य करते. राष्ट्रपतींना करांचे विभाजन, अनुदान इत्यादी संदर्भात सल्ला देते, राज्यघटनेनुसार केंद्र आणि राज्यांमध्ये संसाधनांच्या विभाजनासाठी कोणताही असा नियम निर्धारित केलेला नाही. परंतु राज्यघटनेत वित्त आयोगाची स्थापना करण्याची व्यवस्था करण्यात आली आहे. वित्त आयोगाची केंद्र आणि राज्यांच्या वित्तीय संसाधन वाटपातील भूमिका अत्यंत महत्त्वाची आहे. कारण वित्त आयोगाच्या शिफारशीमुळे परिस्थितीतील बदलानुसार आणि आवश्यकतेनुसार केंद्र आणि राज्यांमधील वित्तीय साधनात बदल करता येतो. वित्त आयोगाकडून केंद्र आणि राज्यांच्या करांच्या हस्तांतरणाबाबत शिफारशी करण्यात येतात. यामध्ये अधिभार आणि उपकरांसहित सर्व केंद्रीय करांचा समावेश होतो. या करांना राज्यांमध्ये विभाजन करण्याचा केंद्रास राज्यघटनेद्वारे अधिकार मिळालेला आहे. त्या दृष्टीने वित्त आयोगाची भूमिका महत्त्वपूर्ण ठरते.

वित्त आयोगाची कार्यप्रणाली (Working of Finance Commission)

दर पाच वर्षांनी राष्ट्रपती वित्त आयोगाची नेमणूक करतात. या आयोगात एक अध्यक्ष आणि चार सदस्य असतात. या आयोगाच्या शिफारशी पाच वर्षे लागू असतात. कलम २८० (२) अनुसार त्यांच्या नेमणुकीची पद्धत निश्चित केली जाते; अध्यक्ष आणि सदस्यांची पात्रता ही (अ) ती व्यक्ती सरकारी खात्यामध्ये वित्तीय क्षेत्रातील तज्ज्ञ असावी. (ब) प्रशासन आणि वित्तीय क्षेत्रातील अनेक वर्षांचा अनुभव असावा. (क) उच्च न्यायालयाचा अथवा सर्वोच्च न्यायालयाचा न्यायाधीश होण्याची पात्रता असावी. (ड) तसेच अर्थशास्त्राचे ज्ञान असणे आवश्यक असते.

वित्त आयोग राष्ट्रपतींना पुढील शिफारशी करतो –

अ) केंद्र सरकारकडून राज्य सरकारांना दिल्या जाणाऱ्या अनुदानांचे धोरण ठरविते.

ब) केंद्रीय वाटप योग्य करउत्पन्नाची वाटणी केंद्र तसेच राज्यांमध्ये तसेच विविध राज्यांत करणे.

क) ७३ आणि ७४ व्या घटनादुरुस्तीनुसार स्थानिक स्वराज्य संस्थांना राज्य सरकारद्वारे देण्यात येणाऱ्या वित्तीय मदती वाढविण्यासाठी राज्यांचा संचित निधी कसा वाढविता येईल याबाबत शिफारस केली जाते.

ड) केंद्र सरकार आणि राज्य सरकारे यांच्यातील इतर कोणत्याही स्वरूपाच्या वित्तविषयक बाबी इत्यादींचा समावेश होतो.

केंद्र सरकार आणि राज्य सरकारे यांच्यामधील वित्तीय संबंधाच्या बदलत्या परिस्थितीनुसार बदल करण्याचे कार्य वित्त आयोग करते.

वैयक्तिक प्राप्तीकर आकारण्याचा व तो संकलित करण्याचा अधिकार केंद्र सरकारला आहे. प्राप्तीकरापासून मिळणाऱ्या उत्पन्नाचे वाटप केंद्र आणि राज्यांमध्ये वित्त आयोग करते. राज्यांचा वाटा आणि वाटावयाची रक्कम कोणत्या तत्त्वानुसार वाटावयाची याची शिफारस वित्त आयोग करते. तसेच केंद्रीय कराची वाटणी व विभागणी राज्यांमध्ये कशी करावयाची याची शिफारस वित्त आयोग करते. घटकराज्यांना अनेक विकास कामे करावी लागतात. परंतु ही कामे करताना त्यांना करांपासून मिळणारे उत्पन्न कमी पडते. त्यासाठी केंद्र सरकारकडून राज्यांना अनुदाने देण्याची पद्धत घटनेने पुरविली आहे. ही अनुदाने विशिष्ट हेतूने पुरविली जातात. ही साहाय्यक अनुदाने सर्वसाधारण स्वरूपाची असतात. ही साहाय्यक अनुदाने राज्यांना महसुली तूट भरून काढण्यासाठी अथवा राज्याराज्यांमधील वित्तीय साधनसामग्रीच्या बाबत तफावत कमी करण्यासाठी दिली जातात. शिक्षणासाठी मागासलेल्या राज्यांना अनुदाने दिली जातात. प्रत्येक पंचवार्षिक योजनेत राज्यांना किती साहाय्यक अनुदाने द्यावीत हे वित्त आयोग ठरविते.

राज्य सरकारे केंद्र सरकारकडून कर्ज घेतात. त्यासाठी केंद्र सरकारने किती मुदतीची राज्यांना कर्जे द्यावीत त्याची शिफारस वित्त आयोग्य करते. थोडक्यात, केंद्र सरकार आणि घटक राज्य सरकारे यांच्यात वित्तीय साधनसामग्रीचे योग्य वाटप करण्याचे काम वित्तआयोग करते. वित्तआयोग हे वैधानिक मंडळ आहे. वित्त आयोगाद्वारे बिगर योजना वित्तीय सामग्रीचे केंद्र सरकारकडून राज्य सरकारांकडे स्थानांतर केले जाते. तसेच वित्तआयोगाच्या शिफारशी निर्णयात्मक असतात; त्या केंद्र सरकारला स्वीकाराव्या लागतात.

दर पाच वर्षांनी वित्तआयोग नेमल्याने अनेक फायदे होतात. घटकराज्यांच्या दृष्टीने ही बाब चांगली आहे. विशिष्ट काळानंतर घटकराज्ये व केंद्र सरकार यांच्या

उत्पन्नाच्या साधनांची व खर्चाच्या बाबींची सावधपणे व तज्ज्ञांच्या दृष्टिकोनातून तपासणी होणे अत्यंत आवश्यक आहे. दर पाच वर्षांनी नेमण्यात येणाऱ्या वित्त आयोगामुळे हे सहज शक्य होते.

भारतात केंद्र सरकार आणि राज्य सरकारे यांच्यामध्ये वित्तीय सामजंस्य निर्माण करण्यासाठी 'वित्त आयोगा'ला महत्त्वाचे कार्य पार पाडावे लागते. आत्तापर्यंत सोळा वित्त आयोगांची स्थापना झाली आहे.

वित्त-आयोगाची कार्ये भारतातील केंद्र-राज्य वित्तीय संबंध - यामध्ये दिलेली आहेत.

१५व्या वित्त आयोगाच्या शिफारशी (Recommendation of 15th Finance Commission)

केंद्रीय मंत्रीमंडळाने १५ व्या वित्त आयोगाच्या स्थापनेला २२ नोव्हेंबर २०१७ रोजी मंजुरी दिली आणि तशी सूचना २७ नोव्हेंबर २०१७ रोजी काढण्यात आली.

रचना : अध्यक्ष : एन. के. सिंह (N. K. Singh) (माजी संसद सदस्य व माजी सचिव)

सचिव : अरविंद मेहता.

सदस्य : शक्तीकांत दास, अनूपसिंह, अशोक लहिरी, रमेश चंद

कार्य : देशात वस्तू व सेवाकराची विभागणी केंद्र-राज्य व स्थानिक स्वराज्य संस्थेत करण्याचे प्रमाण निश्चित करणे.

महत्त्वाचे मुद्दे :

अ) १५ व्या वित्तआयोग जनगणना २०११ च्या लोकसंख्येचा आधार

ब) आयोग ३० ऑक्टोबर २०१९ पर्यंत अहवाल सादर

क) एक एप्रिल २०२० ते ३१ मार्च २०२५ पर्यंत आयोगाच्या शिफारशी अंमलात आणल्या जाणार आहेत.

१५ व्या वित्त आयोगाकडून पुढील बाबींविषयक शिफारशी.

१) कराची विभागणी केंद्र व राज्यामध्ये कशी असावी हे सुचविणे.

२) कलम २७५ सार राज्यांना देण्यात येणारी अनुदाने कोणत्या तत्त्वानुसार द्यावी यासाठी कोणते निकष विचारात घ्यावेत हे सुचविणे.

३) स्थानिक स्वराज्य संस्थांना आर्थिक स्रोत उपलब्ध व्हावेत यासाठी राज्यांच्या संचित निधीत कशा पद्धतीने वाढ करणे हे सुचविणे.

४) आपत्ती व्यवस्थापन अनुदान.

१५ वा वित्त आयोग पुढील बाबी विचारात घेणार असे ठरले.

१) केंद्र राज्याची एकूण महसूल क्षमता.
२) केंद्राचे आवश्यक खर्च
३) राज्यांचे आवश्यक खर्च
४) १४ व्या वित्त आयोगाच्या शिफारशी व त्यांच्या अंमलबजावणीची स्थिती.

शिफारशी :

केंद्रीय कर महसुलातील ४१ टक्के हिस्सा राज्यांना देण्याची शिफारस १५ व्या वित्त आयोगाने केली.

१४ व्या वित्त आयोगाने ४२ टक्के तर १३ व्या वित्त आयोगाने ३२ टक्के केली होती.

- वरील निकषानुसार राज्यांना संसाधनाचे वाटप करण्यात येईल.
- वरीलपैकी ४१ टक्यांपैकी सर्वाधिक वाटा उत्तर प्रदेश ७.३५ टक्के त्यानंतर बिहार तर सर्वात कमी वाटा सिक्कीम व गोवा ०.१६ टक्के
- महाराष्ट्राला २.५२ टक्के
- एकूण विभाजन योग्य महसुलातील सर्वाधिक वाटा उत्तर प्रदेश १७.९३ टक्के व महाराष्ट्र ६.१४ टक्के

संविधानाचे कलम २७५ नुसार राज्यांना दिली जाणाऱ्या अनुदानाची तत्त्वे ठरविणे.

२०२०-२१ मध्ये राज्यांना पुढील अनुदाने दिली जातील.

१) महसुली तूट अनुदान
२) स्थानिक संस्थासाठी अनुदान
३) आपत्ती व्यवस्थापन अनुदान

तक्ता १.१ राज्यांना हिश्याबाबत नियम व भार

निकष	१४ वा वित्त आयोग (%)	१५ वा वित्त आयोग (%)
१) उत्पन्न अंतर	५०	४५
२) लोकसंख्या (१९७१)	१७.५	–
३) लोकसंख्या (२०११)	१०	१५
४) क्षेत्रफळ	१५	२५
५) वन आच्छादन	७.५	–
६) वन आणि पर्यावरण शास्त्र	–	१०
७) लोकसंख्याशास्त्रीय कामगिरी	–	१२.५
८) कर प्रयत्न	–	२.५
एकूण	**१००**	**१००**

१६ वा वित्त आयोग :

१६ वा वित्त आयोग ३१ डिसेंबर २०२३ रोजी स्थापन करण्यात आला. श्री. अरविंद पनगढी यांची अध्यक्ष म्हणून नेमणूक करण्यात आली. आयोगाला ३१ ऑक्टोबर २०२५ पर्यंत अहवाल सादर करण्यास सांगण्यात आले असून आयोगाच्या शिफारशींचा कालावधी २०२६ ते २०३१ असा असेल.

सरावासाठी प्रश्न

प्र. १ खालील प्रश्नांची प्रत्येकी एक किंवा दोन वाक्यात उत्तरे लिहा.

१) सार्वजनिक अर्थशास्त्र म्हणजे काय?
२) बाजार अपयश म्हणजे काय?
३) सार्वजनिक वस्तू म्हणजे काय?
४) बाह्यता म्हणजे काय?
५) केंद्र–राज्य वित्तीय संबंध म्हणजे काय?

प्र. २ खालील प्रश्नांची प्रत्येकी १०० शब्दात उत्तरे लिहा.

१) सार्वजनिक अर्थशास्त्राचे स्वरूप सांगा.
२) सार्वजनिक अर्थशास्त्राची व्याप्ती विशद करा.

३) बाजारपेठेतील अपयश स्पष्ट करा.
४) बाजार आणि सरकारी हस्तक्षेप विशद करा.
५) सार्वजनिक वस्तू आणि खाजगी वस्तू स्पष्ट करा.
६) गुणात्मक वस्तू व खाजगी वस्तू स्पष्ट करा.
७) बाह्यता आणि सरकारी हस्तक्षेप स्पष्ट करा.
८) व्यक्ती, समाज व राज्य यांच्यातील संबंध विशद करा.
९) भारतातील केंद्र-राज्य संबंध वित्तीय संबंध स्पष्ट करा.

प्र. ३ खालील प्रश्नांची प्रत्येकी २०० शब्दात उत्तरे लिहा.

१) सार्वजनिक अर्थशास्त्राचे स्वरूप आणि व्याप्ती विशद करा.
२) बाजार आणि राज्य सरकारी हस्तक्षेप स्पष्ट करा.
३) सार्वजनिक, खाजगी आणि गुणात्मक वस्तूतील फरक सांगा.
४) व्यक्ती, समाज आणि राज्य यातील संबंध विशद करा.
५) भारतातील केंद्र-राज्य वित्तीय संबंध स्पष्ट करा.
६) वित्त-आयोगाची भूमिका स्पष्ट करा.

प्र. ४ टिपा लिहा.

१) सार्वजनिक अर्थशास्त्र स्वरूप
२) बाजारपेठ अपयश
३) बाह्यता आणि सरकारी हस्तक्षेप
४) व्यक्ती, समाज व राज्य संबंध
५) भारतातील केंद्र-राज्य वित्तीय संबंध
६) वित्त आयोग

प्रकरण २

सार्वजनिक उत्पन्न/महसूल आणि खर्च
(Public Revenue & Expenditure)

२.१ प्रास्ताविक (Introduction)

सरकारला विविध मार्गाने मिळणाऱ्या महसूलाला 'सार्वजनिक उत्पन्न' असे म्हणतात. जगातील बहुतेक देशांनी कल्याणाची संकल्पना स्वीकारल्याने त्यांना नेहमीच्या कार्याबरोबरच समाज कल्याणाची विविध कामे पार पाडावी लागतात. त्यामुळे सरकारला

मोठ्या प्रमाणात खर्च करावा लागतो. त्यासाठी सरकारला विविध मार्गाने महसूल/ उत्पन्न प्राप्त करावा लागतो. त्यात मुख्यत: कर आकारणी, सरकारी प्रकल्पांचा नफा, विविध सेवांवरील शुल्क इत्यादींचा समावेश होतो. सरकारने विविध मार्गांनी मिळविलेला महसूल पुरेसा पडत नसल्याने सरकारला कर्ज उभारावे लागते. त्यामुळे तुटीच्या अर्थभरण्याचे सहाय्य घ्यावे लागते.

सध्या प्रत्येक सरकारच्या कार्यक्षेत्रात वाढ होताना दिसून येते. त्यामुळे सरकारचा खर्चसुद्धा वाढताना दिसून येतो. खाजगीकरण, उदारीकरण आणि जागतिकीकरण काळात सरकारची भूमिका ही 'मार्गदर्शकाची' असली तरी सरकारचा खर्च वाढताना दिसून येतो. वाढत्या खर्चासाठी सरकारला विविध मार्गाने पैसा गोळा करावा लागतो. त्यामुळे सरकारला विविध मार्गाने उत्पन्न वाढीचे स्रोत शोधून काढावे लागते.

विसाव्या शतकात सरकारच्या कामांची संख्या अनेक कारणांनी वाढलेली आहे. सरकारी खर्च वाढण्याचे कारण म्हणजे सरकारच्या कार्याची व्याप्ती वाढलेली आहे.

२.२ सार्वजनिक महसूल/उत्पन्न आणि खर्च – अर्थ (Public Revenue & Expenditure - meaning)

सरकारला विविध मार्गांनी जे उत्पन्न प्राप्त होते; यामध्ये कर, वस्तू व सेवा कर (जीएसटी), शुल्क, दंड, अनुदान, देणगी इत्यादींबरोबरच सरकारी कर्ज व सरकारी संपत्तीच्या विक्रीपासून मिळणारी प्राप्ती इत्यादींचा समावेश होतो.

सरकारला सर्व स्रोतांपासून मिळणारे एकूण उत्पन्न म्हणजे 'सार्वजनिक उत्पन्न' होय. सार्वजनिक मालमत्तेत सार्वजनिक उत्पन्नाशिवाय सार्वजनिक कर्ज, सरकारी कर्जरोखे, बँकांकडून आणि व्यक्तींकडून उधार घेतलेली रक्कम इत्यादींचा समावेश होतो. या मर्यादित अर्थाने विचार केल्यास उत्पन्नाचा विविध अंगाने विचार करावा लागतो.

कोणतीही व्यक्ती अथवा खासगी संस्था उत्पादक कार्यामध्ये भाग घेऊन उत्पन्न मिळवत असते. काही व्यक्तींना देणग्या अथवा दाने मिळतात आणि तीच त्यांची उत्पादने होतात. परंतु, या देणग्या अथवा दाने ही बहुसंख्य व्यक्तींना मिळत नाहीत आणि ज्यांना मिळतात त्यांना ती निश्चित मिळत नाहीत. सरकारलासुद्धा उत्पादक कार्यापासून उत्पन्न मिळते. ज्या अर्थव्यवस्थेत उत्पादनाची क्रिया मुख्यत: खासगी संयोजकांकडून केली जाते, तेथे सरकारचे उत्पादनाच्या क्रियेतील प्रत्यक्ष कार्य मर्यादितच असते. त्यामुळे उत्पन्नसुद्धा थोडेच मिळते. काही वेळेस सरकारला दुसऱ्या सरकारकडून अर्थसाहाय्य मिळते; पण या स्रोतापासून उत्पन्न खूपच कमी

मिळते. महानगरपालिका, नगरपालिका, ग्रामपंचायती इत्यादींसारख्या लहान सत्तांना केंद्र सरकार अथवा राज्य सरकार जी अनुदाने देतात, ती त्या सत्तांच्या उत्पन्नाचा फार मोठा भाग असतो. या सर्व स्रोतांचा विचार केल्यास सरकारला या स्रोतांपासून फार थोडे उत्पन्न मिळते; त्यामुळे या स्रोतांचा शोध घेणे आवश्यक असते. सरकार मुख्यत: लोकांच्या उत्पन्नाचा काही भाग स्वत:कडे हस्तांतरीत करून घेत असते. सरकार यातून स्वत:चे उत्पन्न तयार करत असते. प्रत्येक देशातील सरकारचा आपल्या लोकांच्या उत्पन्नावर हक्क असतो. सरकार लोकांसाठी जी कार्ये करते, त्यामुळेच हा हक्क निर्माण होतो. या हक्काचा उपयोग करून सरकार लोकांच्या उत्पन्नाचा, संपत्तीचा आणि मालमत्तेचा काही भाग; कायदे करून स्वत:कडे हस्तांतरीत करते. सरकारला खर्च करण्यासाठीसुद्धा उत्पन्न हवे असते. त्यामुळे सरकार लोकांच्या उत्पन्नावर आणि संपत्तीवर अवलंबून असते आणि हक्काने लोकांकडून उत्पन्नांचा काही हिस्सा काढून घेते.

सार्वजनिक खर्चाचा अर्थ (Meaning of Public Expenditure)

सार्वजनिक खर्चाच्या सर्वसामान्य व्याख्या पुढीलप्रमाणे सांगता येतात –

१) 'देशातील केंद्र सरकार अथवा घटकराज्ये व स्थानिक सरकारे देशातील लोकांचे परकीय अक्रमणापासून रक्षण करण्यासाठी व त्याचप्रमाणे त्यांचे आर्थिक व सामाजिक कल्याण वाढविण्यासाठी जो खर्च करतात त्याला सार्वजनिक खर्च म्हणतात.'

२) 'जो खर्च एकूण लोकांच्या हिताचा विचार करून केला जातो. त्यास सार्वजनिक खर्च म्हणतात.' सार्वजनिक हित असे सार्वजनिक खर्चाचे ध्येय असते.

३) 'लोकांचे जीवन सुरक्षित, शांततापूर्ण व संवर्धनाच्या पद्धतीने चालू राहण्यासाठी सरकारद्वारे ज्या विविध कार्यांवर अंदाजपत्रकाच्या माध्यमातून खर्च केला जातो; त्यास सार्वजनिक खर्च म्हणतात.'

'सार्वजनिक खर्च' म्हणजे सरकारी खर्च किंवा सार्वजनिक सत्तेने केलेला खर्च होय. केंद्र सरकार, राज्य सरकार आणि स्थानिक स्वराज्य संस्था यांनी लोकांच्या कल्याणासाठी व गरजा भागविण्यासाठी केलेला खर्च म्हणजे 'सार्वजनिक खर्च' होय. हा खर्च अनेक बाबींवर केला जातो. उदा. लोकांचे संरक्षण, न्यायव्यवस्था, शिक्षण, आरोग्य, रस्ते, धरणे, पाणी पुरवठा, पूल, सामाजिक कल्याण इत्यादी.

अलीकडच्या काळात सरकारच्या कार्यात वाढ झाल्याने सार्वजनिक खर्चातसुद्धा वाढ झाली आहे. १९ व्या शतकापर्यंत सार्वजनिक खर्चाला महत्त्व नव्हते. २० व्या

शतकात मात्र अनेक राष्ट्रांनी कल्याणकारी राज्याची संकल्पना स्वीकारली; त्यामुळे सरकारी कार्याची व्याप्ती वाढली. त्यामुळे सरकारी खर्चात वाढ होत आहे. सरकारी खर्चाचा परिणाम उत्पादन, रोजगार, आर्थिक स्थैर्य, संपत्तीचे वितरण इत्यादी बाबींवर होतो. त्यामुळे हा खर्च वाढू लागला आहे. साहजिकच सार्वजनिक खर्चाचे महत्त्व वाढले आहे.

२.३ भारतीय करप्रणालीचा आढावा (Overview of the Indian Tax System)

भारतातील कर प्रणाली ही एक व्यापक आणि विस्तृत रचना आहे, जी केंद्र सरकार, राज्य सरकारे आणि स्थानिक स्वराज्य संस्थाद्वारे व्यवस्थापित केली जाते. भारतातील कर हे मुख्यत: दोन प्रकारामध्ये विभाजले जातात.

१) प्रत्यक्ष कर (Direct Taxes)

या करांचा भार हा थेटपणे किंवा प्रत्यक्षात कर दात्यांवर पडतो. म्हणजे जी व्यक्ती किंवा संस्था कर भरते; त्यावर त्याचा भार अथवा परिणाम होतो.

मुख्य प्रत्यक्ष कर

अ) **उत्पन्न कर (Income Tax) :** उत्पन्न कर हा व्यक्ती, अविभक्त हिंदू कुटुंब, कंपन्या, संस्था यांच्यावर त्यांच्या उत्पन्नानुसार आकारला जातो.

ब) **कार्पोरेट कर (Corporate Tax) :** हा कर कंपन्यांवर त्यांच्या नफ्याच्या प्रमाणात आकारला जातो.

क) **भांडवली नफा कर (Capital Gain Tax) :** हा कर मालमत्ता विक्रीवर झालेल्या नफ्यावर आकारला जातो.

ड) **आयकर अधिनियम, १९६१ :** हा प्रमुख कायदा आहे जो थेट करांचे नियमन करतो.

२) अप्रत्यक्ष कर (Indirect Taxes)

उत्पादक आणि वितरक जो कर सरकारला भरतो त्या करांचा भार अंतिम ग्राहकावर पडतो.

वस्तू व सेवा कर (GST-Goods & Service Tax) : वस्तू व सेवा कर २०१७ पासून लागू झाला. हा कर केंद्र आणि राज्य दोघांकडून वसूल केला जातो.

- **CGST** – केंद्र सरकारकडून वसूल केला जातो.
- **SGST** – संबंधित राज्यसरकारकडून वसूल केला जातो.

- **IGST** – राज्यांमधील व्यापारासाठी केंद्राकडून वसूल केला जातो.
- प्रत्यक्षात सर्व अप्रत्यक्ष कर (जसे व्हॅट, सेवाकर, उत्पादन शुल्क) GST मध्ये समाविष्ट करण्यात आले आहेत.

३) इतर कर प्रकार :

अ) कस्टम ड्युटी : हा कर आयात-निर्यात व्यवहारांवर आकारला जाते.

ब) स्टॅम्प ड्युटी आणि नोंदणी शुल्क : हा कर मालमत्ता खरेदी करताना राज्य सरकारद्वारे वसूल केला जातो.

क) स्थानिक कर (Local Taxes) : नगर पालिकांकडून मालमत्ता कर, व्यावसायिक कर इत्यादी आकारले जातात.

कर प्रणालीची वैशिष्ट्ये

- **प्रगतीशील कर (Progressive Taxation) :** उत्पन्न वाढले की कराचा दरही वाढतो.
- **स्वयं-अंकित प्रणाली (Self-Assessment) :** करदाते स्वत: आपले उत्पन्न व कर गणना (मोजतात) करतात.
- **TDS प्रणाली :** उत्पन्नाच्या स्रोतावरच कर कपात (Tax Deducted at Source) केली जाते.

थोडक्यात, भारतीय कर प्रणाली ही विविध पातळ्यांवर कार्यत असलेली आणि डिजिटल यंत्रणेद्वारे सुसज्ज होत चाललेली एक गुंतागुंतीची, पण विकसित होत असलेली प्रणाली आहे. सरकारकडून करदात्यांसाठी अनेक सवलती, सुलभता योजना आणि ऑनलाईन (आंतर जालावर) सेवासुद्धा उपलब्ध आहेत...

भारतात केंद्र सरकार आणि राज्य सरकार प्रत्यक्ष आणि अप्रत्यक्ष कर आकारतात, कारण त्यामुळे केंद्र आणि राज्य सरकारांना महसूल प्राप्त होतो.

केंद्रसरकारकडून आकारले जाणारे कर :

केंद्र सरकारच्या कर-महसुलाच्या बाबीत पुढील बाबींचा समावेश होतो-

(१) प्राप्तीकर (२) मालमत्तेवरील कर व भांडवली व्यवहारांवरील कर (३)वस्तूंवरील व सेवांवरील कर; तर करेतर महसुलात पुढील बाबींचा समावेश होतो.

१) राज्यवित्तीय व अन्य सेवा

२) व्याजाच्यारूपाने मिळणारे उत्पन्न

३) लाभांश व नफा

उत्पन्नावरील कर : केंद्र सरकार उत्पन्नावर कर बसविते. उत्पन्नावरील करांचे दोन प्रकार म्हणजे- १) वैयक्तिक प्राप्तीवरील वर आणि निगम कर (किंवा कंपन्यांना मिळणाऱ्या नफ्यावरील कर)

वैयक्तिक प्राप्ती/उत्पन्न : वैयक्तिक प्राप्तीकर केंद्र सरकार वैयक्तिक उत्पन्नावर बसविते. यापासून मिळणारे उत्पन्न केंद्र सरकार व घटकराज्य सरकारे यांच्यामध्ये विभागून दिला जातो. हा कर करक्षमता तत्त्वावर आधारलेला आहे; हा कर सर्व व्यक्तींवर बसविला जात नसून ज्या व्यक्तीची कर भरण्याची शक्ती जास्त असते अशा व्यक्तींकडून हा कर जास्त दराने वसूल केला जातो. ज्या व्यक्तीचे वार्षिक उत्पन्न १२ लाखांपेक्षा कमी असेल अशा व्यक्तीवर सध्या हा कर बसविला जात नाही. प्राप्तिकर हा प्रगतिशील स्वरूपाचा कर आहे. वाढत्या उत्पन्नाबरोबर प्राप्तिकराच्या दरात वाढ होत जाते.

सध्याचे २०२५-२६ च्या अंदाजपत्रकात कराची मर्यादा पुढीलप्रमाणे दिली आहे-

अ)	० ते ४ लाख	कर नाही.
ब)	४ ते ८ लाख	५ टक्के
क)	८ ते १२ लाख	१० टक्के
ड)	१२ ते १६ लाख	१५ टक्के
इ)	१६ ते २० लाख	२० टक्के
ई)	२० ते २४ लाख	२५ टक्के
उ)	२४ लाखापेक्षा जास्त	३० टक्के

ज्यांचे उत्पन्न १२ लाखाखाली आहे. त्यांना कर नाही. परंतु १२ लाखाच्या पुढे उत्पन्न असेल तर वरील कर आकारला जातो.

वैयक्तिक प्राप्तिकर लवचीक स्वरूपाचा आहे. वाढत्या औद्योगिकीकरणाबरोबर जसजशी अधिकाधिक प्रगती होत जाते तसतसे लोकांना अधिकाधिक उत्पन्न मिळून त्यावरील करापासून मिळणाऱ्या महसुलात सतत वाढ होत राहते. वैयक्तिक प्राप्तिकरापासून मिळणाऱ्या महसुलात सतत वाढ होत राहते. वैयक्तिक प्राप्तिकरापासून मिळणाऱ्या महसुलात १९५०-५१ ते २०१५-१६ या काळात सतत वाढ झाल्याचे दिसून येते. वैयक्तिक प्राप्तिकरांपासूनचे उत्पन्न १९५०-५१ मध्ये १४० कोटी रुपये होते. १९८०-८१ मध्ये १,५१० कोटी रुपये झाले तर २०१४-१५ च्या

अंदाजपत्रकानुसार २.८४ लाख कोटी रुपयांपर्यंत होईल. अलीकडच्या काळात प्राप्तीकराचा दर कमी करण्यात आला असूनही आणि कर माफ उत्पन्न वाढल्यामुळे करकक्षेबाहेर राहणाऱ्या लोकांची संख्या बरीच मोठी असूनही वैयक्तिक प्राप्तिकरापासून मिळणाऱ्या महसुलात वाढच होत आहे. तसेच या करापासून मिळणाऱ्या महसुलातील १९५०-५१ मध्ये १४० कोटी रुपयांतून ५० कोटी रुपये घटक राज्यांना दिला तर १९८०-८१ मध्ये १५१० कोटी रुपयांपैकी १००० कोटी रुपये घटक राज्यांना दिले गेले. हा हिस्सा ठरविण्याचा अधिकार फक्त वित्तआयोगाला आहे. ११ व्या वित्तआयोगाने १९९५ ते २००० या काळासाठी घटक राज्याचा हिस्सा ७७.५ टक्के निश्चित केला. २०२३-२४ मध्ये उत्पन्न कर १०४४७५७ कोटीपर्यंत वाढला.

पुढील तक्ता ३.१ वरून सरकारला मिळणाऱ्या करांचे स्वरूप समजू शकते.

तक्ता क्र. ३.१

प्राप्तिकरांपासून केंद्र सरकारचा महसूल

(कोटी रुपये)

बाब	**१९५०-५१**	**१९८०-८१**	**२००१-०२**	**२०१४-१५ (अंदाजपत्रकीय)**
१) प्राप्तिकर	१४०	१५१०	३२,०००	२,८४,२६६
वजा-राज्याचा हिस्सा	५०	१०००	-	-
प्राप्तिकरापासून निव्वळ महसूल	९०	५१०	३२०००	२,८४,२६६
२) निगमकर	४०	१३१०	३६६१०	४,५१,००५
प्राप्तिकरापासून निव्वळ महसूल	१३०	१८२०	६८६१०	७,३५,२७१

(Source - Indian Economy, Ruddar Datt & K.P.M. Sundharam 70th Edition p.943)

महामंडळ कर / निगम कर (Corporation Tax)

केंद्र सरकार कंपन्यांच्या उत्पन्नावर जो कर बसविते तोच 'निगमकर' किंवा 'महामंडळ कर' होय. हा कर उत्पादन संस्थांच्या नफ्यावर बसविला जातो. प्रामुख्याने कारखानदारी क्षेत्रातील या उत्पादन संस्थांना आपल्या नफ्यातून रक्कम केंद्र सरकारला

कर म्हणून द्यावी लागते. महामंडळ करापासून मिळणारे उत्पन्न १९५०-५१ ते २०१४-१५ या काळात रु. ४० कोटींवरून ४५१००५ कोटी रुपयांपर्यंत वाढले. १९५०-५१ पासून औद्योगिकीकरणाचा वेग वाढला त्यामुळे भारतातील वाढत्या औद्योगिकीकरणामुळे महामंडळ करापासून मिळणाऱ्या उत्पन्नात वाढ होत आहे.

२०१४-१५ मध्ये निगमकर ४.५१ लाख कोटीपर्यंत वाढला. तो २०२३-२४ मध्ये रु. ९११०५५ कोटी रु. वाढला.

मालमत्तेवरील कर : या करात इस्टेट ड्युटी, संपत्ती कर आणि देणगी कर यांचा समावेश होतो. केंद्र सरकारने महसूल मिळण्यासाठी या मार्गाचा अवलंब केला.

संपत्तीवरील कर (Wealth Tax) : हा संचित संपत्तीवरील कर असून तो चालू उत्पन्नातून भरावयाचा असतो. अडीच लाख रुपयांपेक्षा कमी संपत्ती करमाफ ठरविण्यात आली असून त्यापेक्षा अधिक संपत्तीवर कर घेतला जातो. या कराचा दर अत्यंत कमी म्हणजे ०.५ टक्के ते २ टक्के या मर्यादांमध्ये आहे. १९७०-७१ मध्ये या करापासून केंद्र सरकारला १५ कोटी रु. महसूल मिळाला, १९९४-९५ पासून या करात बदल केल्याने या करापासून मिळणारे उत्पन्न कमी होत आहे. १९९५-९६ मध्ये ७४ कोटी १९९७-९८ मध्ये १३० कोटी रु. नंतर मात्र वाढ झाली. २००९-१० मध्ये ४२५ कोटी रुपये (अपेक्षित) एवढे वाढलेले दिसते.

वस्तू व सेवांवरील कर (Taxes on Commodities and Services)

केंद्र सरकारच्या महसुली उत्पन्नाचे मार्ग या दृष्टीने वस्तूवरील व सेवांवरील कर अत्यंत महत्त्वाचे आहेत.

मध्यवर्ती उत्पादन कर : मध्यवर्ती उत्पादन कर देशात उत्पादन केल्या जाणाऱ्या वस्तूंवर बसविला जातो. लिकर, ड्रग इ. सारख्या ज्या वस्तूंच्या उत्पादनावर राज्यसरकार उत्पादन कर बसविते अशा वस्तूंवर मध्यवर्ती उत्पादन कर बसविला जात नाही. सुरुवातीला साखर, सुती कापड, तंबाखू, मोटार, स्पिरीट, काडेपेट्या, सिमेंट इ. वस्तूंवरील उत्पादन करापासून केंद्र सरकारला भरपूर उत्पन्न मिळाले. अलीकडील काळात मध्यवर्ती उत्पादन कराची कक्षा वाढविण्यात आली आहे. त्यामध्ये अनेक वस्तूंचा समावेश करण्यात आला आहे. सन १९५०-५१ ते २००१-०२ या काळात मध्यवर्ती उत्पादन करापासून मिळालेले स्थूल उत्पन्न ७० कोटींवरून ६८,५३० कोटी रुपयांपर्यंत वाढले. २००९-१० च्या अर्थसंकल्पात या करापासून १०६४७७ कोटी रुपयांपर्यंत कर मिळेल असा अंदाज करण्यात आला होता. दहाव्या वित्त आयोगाने केलेल्या शिफारशींनुसार मध्यवर्ती उत्पादन करापासून मिळणाऱ्या उत्पन्नापैकी ४७.५ टक्के रक्कम घटक राज्यांना द्यावयाची आहे.

जकाती (Custom Duties)

यामध्ये आयातीवरील व निर्यातीवरील करांचा समावेश होतो. निर्यातीवरील जकातींमुळे भारताचे आंतरराष्ट्रीय बाजारांमधील स्पर्धा सामर्थ्य कमी होत असल्याने सरकारने अनेक निर्यात जकाती रद्द केल्या आहेत.

आयात वस्तुंवरील जकातींपासून सरकारला मोठे उत्पन्न मिळते कारण लोखंड, पोलाद, रसायने, औषधे, खते, पेट्रोलियम वस्तू इत्यादींची फार मोठ्या प्रमाणावर आयात केली गेल्याने आयात जकातींपासून मिळणाऱ्या उत्पादनात मोठ्या प्रमाणात वाढ झाली आहे.

जकातींपासून १९८०-८१ मध्ये ३४१० कोटी रुपयांचे उत्पन्न मिळाले. २००१-०२ मध्ये, ४७,५४० कोटी रुपयांपर्यंत वाढ झाली. २००९-१० च्या अर्थसंकल्पात जकातींपासून ९८००० कोटी रु. महसूल मिळेल असा अंदाज करण्यात आला आहे; तर २०१४-१५ मध्ये २.०२ लाख कोटींपर्यंत जकाती पासूनचे उत्पन्न वाढले.

२०२३-२४ मध्ये वस्तू आणि सेवांवरील (GST) करामधून ९६२७०४ कोटी रुपये उत्पन्न प्राप्त झाले तर २०२५-२६च्या अंदाजपत्रानुसार त्यामध्ये ११४३३५५ कोटींपर्यंत वाढ होईल असा अंदाज व्यक्त केला आहे.

भारतीय कर रचनेत महसूल मिळवण्याचे तिसरे महत्त्वाचे मोठे साधन म्हणजे जकाती आणि मध्यवर्ती उत्पादन कर हे होय.

सेवाकर : १९९५-९६ पासून सरकारला सेवाकरांपासून मोठे उत्पन्न मिळत आहे. उत्पादन आणि विक्री सेवांवर कर लादला जातो. गेल्या काही दशकांत सेवा क्षेत्र जलद विस्तारत आहे. सेवा क्षेत्राचा स्थूल देशांतर्गत उत्पादनात हिस्सा वाढत आहे.

सरकार इलेक्ट्रिसिटी सेवा, टेलिफोन सेवा, ब्रोकरेज इ. सेवा करांपासून महसूल प्राप्त करत आहे. प्रत्येक वर्षी नवीन सेवांवर कर लावला जात आहे. आत्तापर्यंत ८१ सेवांवर सेवाकर लावला आहे. १९९४-९५ मध्ये सेवाकरांपासून ४०७ कोटी रु. उत्पन्न मिळाले. २००१-०२ मध्ये २६१० कोटी रुपयांपर्यंत उत्पन्न वाढले तर २००९-१० च्या अंदाजपत्रकात ६५००० कोटी रुपयांपर्यंत उत्पन्न वाढेल असा अंदाज केला आहे. २०१४-१५ मध्ये २.१६ लाख कोटींपर्यंत सेवाकर वाढला.

राज्य सरकारकडून आकारले जाणारे कर :

राज्य सरकारांना काही ठरावीक कर आकारण्याचा व जमा करण्याचा अधिकार भारतीय राज्यघटनेनुसार मिळालेला आहे. प्रत्येक राज्याला केंद्र सरकारने लावलेल्या व जमा केलेल्या करातील काही हिस्सा मिळत असतो. राज्यसरकार पुढील कर लावतात –

१) शेती उत्पन्नावरील कर : राज्य घटनेने शेती उत्पन्नावर कर लावण्याचा अधिकार राज्यसरकारांना दिलेला आहे. परंतु, अजूनही फारच कमी राज्ये या अधिकाराचा वापर करतात. १९८०-८१ पासून या कराच्यारूपाने मिळणाऱ्या उत्पन्नात वाढ होत आहे.

२) मालमत्ता व भांडवलावरील कर : यामध्ये मुख्यत: स्टॅम्प व नोंदणी शुल्क, जमीन महसूल, शहरातील अचल मालमत्तेवरील कर यांचा समावेश होतो.

३) व्यापार, व्यवसाय, रोजगार आणि कर : पंचवार्षिक योजनाकाळात भारताची झालेली प्रगती, वाढता व्यापार, व्यवसाय आणि वाढती रोजगार संधी यामुळे या मार्गाने जमा होणाऱ्या कराची रक्कम वाढत आहे.

या कराप्रमाणेच राज्य सरकारांना काही वस्तू व सेवांवर कर लावण्याचा अधिकार आहे; ते कर पुढीलप्रमाणे -

१) विक्री कर : यामध्ये मुख्यत: विक्रीकर, केंद्रीय विक्रीवरील काही हिस्सा, मोटार स्पिरीटवरील विक्रीकरण तसेच उसाच्या खरेदीवरील कर इत्यादींचा समावेश होतो.

२) वाहनांवरील कर : या करात अनेक सुधारणा झाल्या आहेत. वाहनांवरील कर हा राज्यसरकारचा अधिकार आहे.

३) राज्यसरकारचे करेतर उत्पन्न : करांखेरीज इतर काही मार्गांनी सुद्धा राज्यसरकारला उत्पन्न मिळते.

यामध्ये व्याजरूपाने मिळणारे उत्पन्न, राज्यसरकारच्या मालकीच्या उद्योग व व्यवसाय क्षेत्रातून मिळणारा लाभांश व नफा, तसेच राज्य सरकारकडून पुरविल्या जाणाऱ्या सामान्य, आर्थिक, सामाजिक, राज्यकोषीय सेवांपासून मिळणारे उत्पन्न इ. चा समावेश होतो. इतर करांपासून मिळणाऱ्या उत्पन्नाप्रमाणेच करेतर उत्पन्नातही वाढ झालेली आहे.

४) वीज कर : विजेवर आकारण्यात येणारे कर.

५) माल वाहतूक कर : माल वाहतूक व प्रवासी वाहतुकीवर कर.

६) कर महसुलातील हिस्सा : केंद्र सरकारच्या कर महसुलातील राज्यांना मिळणारा हिस्सा; हा हिस्सा ठरविण्याचा अधिकार राज्य घटनेने वित्त आयोगाला दिलेला आहे.

७) इतरेतर कर : करमणूककर, संपदाकर आणि इतर कर या सर्व करांच्या उत्पन्नात वाढ झालेली आहे.

अशा रीतीने राज्य सरकारांचे करउत्पन्न तसेच करेतर उत्पन्न या दोन्हीत वाढीची प्रवृत्ती दिसून येते.

प्रत्यक्ष आणि अप्रत्यक्ष कर (Direct and Indirect Taxes)

सरकारच्या उत्पन्नाचे अनेक स्रोत असले तरी कर हा महत्त्वाचा उत्पन्नाचा स्रोत आहे; कर अनेक प्रकारचे असतात. करांचे स्वरूप, उद्देश, रचना, करपद्धती इत्यादीनुसार करांचे वर्गीकरण करण्यात येते, तथापि, करांचे वर्गीकरण प्रत्यक्ष कर आणि अप्रत्यक्ष कर अशा दोन प्रकारात केले जाते. कराघात कोणावर पडतो व कराचा भार कोणाला सहन करावा लागतो, यावरून कराचे प्रत्यक्ष कर आणि अप्रत्यक्ष कर असे वर्गीकरण केले जाते.

तक्ता क्र. २.२

केंद्र सरकारच्या उत्पन्नातील प्रत्यक्ष व अप्रत्यक्ष करांची तुलना

(रु. कोटीत)

वर्ष	प्रत्यक्ष कर	अप्रत्यक्ष कर	एकूण कर उत्पन्न (स्थूल)
१९५०-५१	१७४ (४३)	२२७ (५७)	४०१
१९९०-९१	११,०३० (१६)	५७,४७० (८४)	६८,५००
२००१-०२	६९,२३० (३७)	१,२०,२७० (६३)	१,८९,५००
२००९-१० (अंदाजपत्रक)	३,७०,००० (५८)	२,७१,०७९ (४२)	६,४१,०७९
२०१४-१५	७,३६,२२१ (५४.०)	६,२८,३०३ (४६.०)	१,३६,४५२४ (१००.०)
२०२३-२४ (लाख कोटी)	२३.३७	२०.१८	४३.५५

(Source - Indian Economy, Ruddar Datt and Sundharam 70th Edition P. 946)

भारताचे २०२३-२४ मध्ये महसुली उत्पन्न (कराचे) (केंद्राचे निव्वळ) २३२७२५१ कोटी रुपये आणि करेतर उत्पन्न ४०१७८५ कोटी रुपये मिळाले. एकूण महसुली उत्पन्न २७२९०३६ कोटी रुपये प्राप्त झाले. तर २०२५-२६ च्या अंदाजपत्रकानुसार कर महसूल (केंद्राचे निव्वळ) २८३७४०९ कोटी रुपये आणि करेतर उत्पन्न ५८३००० कोटी रुपये असे एकूण महसूल प्राप्ती ३४२०४०९ कोटी रुपये अपेक्षित आहे.

२) भारतात कर वाढविणे महत्त्वाचे आहे व करापासून उत्पन्न वाढवायाचे असेल तर कर आकारणीचा पाया विस्तारला पाहिजे. जास्तीत जास्त लोकांना कर आकारणीच्या कक्षेत आणणे आवश्यक आहे. त्यासाठी साधी, सोपी व सुटसुटीत 'कर रचना' असावी. आधुनिक काळात कर हे उत्पन्नाचे साधन राहिलेले नसून आर्थिक व सामाजिक समता निर्माण करणे, साधन सामग्रीचे करवाटप करणे आणि प्रादेशिक विषमता कमी करणे याचे साधन बनले आहे; परंतु, ही साधने वापरतात, विविध कारणांसाठी दिलेल्या कर सवलती व काही ठिकाणी लावलेले जादा कर यामुळे आपली कररचना व कर कायदे आणखीनच गुंतागुंतीचे झालेले आहेत. हा दोष प्रत्यक्ष आणि अप्रत्यक्ष करात दिसून येतो. भारताची अर्थव्यवस्था व समाजव्यवस्था या दोन्हींच्या विकासास उपयोगी पडेल अशी कररचना भविष्यकाळात अपेक्षित आहे. त्यासाठी कररचना व संबंधित कायदे जास्तीत जास्त साधे व सोपे करणे गरजेचे आहे.

३) भारतातील कररचना ही भांडवलप्रधान तंत्राला पाठिंबा देणारी आहे. अनेक कर सवलती या भांडवलप्रधान तंत्राला मदत करणाऱ्या आहेत. उदा.- उद्योग स्थापनेच्या वेळी दिली जाणारी कर सूट; तसेच सुरुवातीला भांडवल गुंतवताना मिळणारी सवलत इ. मुख्यत: भांडवलप्रधान उद्योगातच मिळतात. वास्तविक पाहता बेकारी ही आपल्या देशात जुनी समस्या आहे. त्यासाठी श्रमप्रधान तंत्राला प्रोत्साहन देणे महत्त्वाचे आहे. प्रत्यक्षात मात्र श्रमप्रधान प्रकल्पांना मिळणाऱ्या कर सवलती कमी आहेत. केंद्र सरकारने अंदाजपत्रक सादर करताना रोजगार पुरविणाऱ्या प्रकल्पांकडे दुर्लक्षच केले आहे. भारतात रोजगार निर्मितीस अधिक महत्त्व देणे गरजेचे आहे. मात्र, करविषयक धोरणात या बाबींकडे दुर्लक्ष झाले आहे.

४) अप्रत्यक्ष करांच्या बाबतीत भारतात असमानता आढळते. या करांच्या बाबतीत करदर आणि व्याप्ती या दोन्हींबाबत प्रगतीशीलता आढळते. चैनीच्या वस्तूंवर मोठ्या दराने कर आकारणी केली जाते; तर जीवनावश्यक वस्तूंवर कर माफी अथवा कमी दराने कर आकारणी केली जाते; असे असूनसुद्धा या करांच्या बाबतीत कर चुकवेपणा होत असल्याचे दिसून येते; अप्रत्यक्ष कर जे जकाती व विक्रीकर या स्वरूपात ग्राहकांकडून गोळा केले जातात. तेथे उत्पादक अथवा विक्रेतेच एक तर कर बुडवितात, कमी जमा करतात अथवा हिशेबात घोटाळे करतात असे दिसून आले आहे.

५) आपली कर आकारणी ही गुंतवणुकीस प्रोत्साहन देते मात्र बचतीला मात्र तेवढे महत्त्व अथवा प्रोत्साहन देत नाही. वास्तविक पाहता बचत ही भांडवल संचयाची

पहिली पायरी आहे. लोकांनी जास्तीत जास्त बचत करावी यासाठी अधिक प्रोत्साहन देण्याची गरज आहे. प्रत्यक्षात बचतीला फारसे उत्तेजन दिले जात नाही; शिवाय वाढती किंमत पातळी आणि रुपयांची घसरती क्रयशक्ती यामुळे खर्च वाढून बचतीवर मर्यादा येते.

भारतात आर्थिक विकास होण्यासाठी भांडवल संचयाचा दर वाढविणे आवश्यक आहे. त्यासाठी कर रचनेने मदत करावी ही अपेक्षा आहे. भारतातील करपद्धती खर्चावर नियंत्रण ठेवण्यात आणि बचत गुतंवणुकीस प्रोत्साहन देण्यास फारशी यशस्वी झालेली नाही.

६) पुरेशा प्रमाणात कर जमा होणे ही कसोटी सध्याच्या काळात दिसून येते. गेल्या काही वर्षांत कर उत्पन्नात झपाट्याने वाढ होत आहे. गेल्या काही वर्षातील अंदाजपत्रकातील अंदाजाचा विचार करता करमहसुलात वाढ अपेक्षित होती. ही वाढ राष्ट्रीय उत्पन्नाच्या दरवाढीपेक्षा अधिक दराने अपेक्षित होती. गेल्या काही वर्षांत कररचनेत लवचिकता आलेली आहे. त्यामुळे करांचा पाया आणि करांचे दर या सर्वांत फरक झालेला दिसून येतो. कर महसुलात वाढ झालेली असूनसुद्धा सरकारला आपल्या वाढत्या खर्चासाठी कर्जे आणि तुटीचा अर्थभरणा यावर अवलंबून राहावे लागत आहे. करांचा पाया विस्तारणे व कर दर वाढविणे यावर मर्यादा असल्याने सरकारच्या करविषयक धोरणात कर महसूल वाढविण्यासाठी कर-दरांची फेर रचना आणि अप्रत्यक्ष करांचा विस्तार यावर भर दिलेला दिसतो; त्यामुळे कररचनेत असमानता दिसून येते.

७) भारतात करांच्या संदर्भातील गुंतागुंतीचे कायदे व त्यात सतत होणारे बदल त्यामुळे कररचनेत साधेपणा व निश्चितता या बाबी फारच कमी प्रमाणात आढळतात. कायद्यात असणाऱ्या पळवाटांमुळे करचुकवेपणा व करबुडवेपणा वाढीस लागलेला दिसतो. अलीकडच्या काळात तर बेनामी मालमत्ता असणे कायदेशीर होते; तसेच प्रशासन व्यवस्था कार्यक्षम व स्वच्छ नसल्याने कर बुडवेपणास वाव मिळतो. त्यामुळे कार्यक्षमता आणखीनच कमी झालेली दिसून येते तर व्यावहारिकपणा ही कर कसोटीसुद्धा अनेक करांच्या बाबतीत लागू होत नाही.

८) कर रचनेत पुरेशी नसणारी समानता अर्थव्यवस्थेच्या विविध क्षेत्रांमध्येही तशीच दिसते. तसेच विविध व्यक्तींच्या संदर्भातसुद्धा असमानता दिसते. व्यक्तींच्या बाबतीत कर विषमतेचे कारण म्हणजे करातील कायदेशीर प्रगतिशीलता व प्रत्यक्षातील परिणामकारक प्रगतिशीलता यातील फरक होय. कागदोपत्री आणि कायद्याने आपले प्रत्यक्षकर प्रगतिशील आहेत. म्हणजेच वाढत्या उत्पन्नावर वाढत्या दराने कराचे मात्र

प्रत्यक्षात वेगळेच चित्र दिसते. आकडे, हिशेब इत्यादीं बाबतीत आपल्याकडे आढळणाऱ्या उणिवांशी कर प्रशासनास जमवून घेता आलेले नाही. त्रुटी व संकल्पना स्पष्ट नसणे यामुळेही समस्या निर्माण होतात.

तसेच कर बुडविल्यानंतर राहिलेला पैसा हा उत्पादक कार्यासाठी न वापरता अनुत्पादक कामासाठी वापरला जातो; त्याचे परिणाम सर्व अर्थव्यवस्थेस भोगावे लागतात.

९) प्रत्यक्ष करांचे वाढत जाणारे वर्चस्व : भारताच्या एकूण कररचनेत अप्रत्यक्ष करांचे प्रमाण स्वातंत्र्यानंतर सुरुवातीस अधिक होते. मात्र, १९९०-९१ नंतर प्रत्यक्ष करांचे प्रमाण वाढत गेले. १९९०-९१ मध्ये प्रत्यक्ष करांचे प्रमाण १६% होते. २००१-०२ मध्ये ते ३७ टक्क्यांपर्यंत वाढले तर २००९-१० च्या अंदाजपत्रकात प्रत्यक्षकरांचे प्रमाण ५८ टक्क्यांपर्यंत वाढणार असल्याचे स्पष्ट केले आहे; म्हणजेच अप्रत्यक्ष करांपेक्षा प्रत्यक्ष करांच्या उत्पन्नात वाढ होताना दिसून येते.

१०) कर विषयक कायद्यात वारंवार होणारे बदल : भारतात कर दरामध्ये वारंवार बदल होतात. त्यामुळे अस्थैर्य निर्माण होते. भारतीय कर कायद्यात साधेपणा, सुटसुटीतपणा हे आवश्यक गुण आढळत नाहीत. प्रत्येक वर्षी सादर होणाऱ्या अंदाजपत्रकात करविषयक बदल केले जातात. त्यामुळे आणखीनच गुंतागुंत वाढत जाते.

११) निगम कराचे उच्च दर व वाढत जाणारे महत्त्व : १९९४-९५ पर्यंत निगम कराचे दर उच्च होते. मात्र, चेल्लय्या कमिटीने ४० टक्के कर कमी करण्याचे सुचविल्याने १९९४-९५ पासून करात घट केली. या करापासून उत्पन्न मात्र वाढत आहे. निगम कर/कंपनी कराचे उत्पन्न १९५०-५१ मध्ये ४० कोटी रुपये होते ते व्यक्तिगत एकूण उत्पन्नाच्या ३० टक्के होते. १९८०-८१ मध्ये १३१० कोटी रुपयांपर्यंत वाढले. २००१-०२ मध्ये ३६,६१० कोटी रुपयांपर्यंत वाढले; तर २००९-१० च्या अंदाजपत्रकात २,५६,७२५ कोटींपर्यंत वाढल्याचे दिसून येते. तसेच २०१४-१५ मध्ये निगमकर ४.५ लाख कोटींपर्यंत वाढला. २००१-०२ पासून व्यक्तिगत उत्पन्नापेक्षा निगमकराचे उत्पन्न अधिक झाले आहे. त्यामुळे निगमकर हा सर्वांत जास्त उत्पन्न देणारा कर समजला जातो.

१२) कर बुडवेपणा व काळा पैसा : भारतात संपत्ती कर भरणाऱ्यांची संख्या मर्यादित असून, भाववाढीच्या काळामध्ये संपत्तीचे मूल्य ठरविणे अवघड आहे. कर न भरलेल्या पैशांचे रूपांतर काळ्या पैशांत होते. काळ्या पैशांचा अंदाज

इतका मोठा आहे की, भारतात या काळ्या पैशांच्या जोरावर समांतर अर्थव्यवस्था चालू शकते; अशी टीका केली जाते. जुलै १९९१ मध्ये सरकारने काळ्या पैशांवर नियंत्रण ठेवण्यासाठी अनेक उपाय सुचविले आहेत. मात्र, कर बुडवेपणावर पूर्ण नियंत्रण नसल्याचे दिसून येते.

१९९१ नंतर भारतीय कर रचनेत डॉ. राजा जे. चेल्लय्या समितीनुसार सुधारणा केल्या; मात्र, त्यात काही त्रुटीसुद्धा दिसून येतात. त्या त्रुटी प्रत्यक्ष व अप्रत्यक्ष करासंदर्भात वरीलप्रमाणे स्पष्ट केल्या आहेतच. त्या इतर त्रुटी पुढीलप्रमाणे आहेत –

क) **कर महसुलातील त्रुटी :** अंदाजपत्रकामध्ये कर महसूल वाढविणे ही आवश्यक बाब मानली जाते. १९९१ नंतर कर सुधारणात मुख्यत: कराचे दर कमी करून कर महसूल वाढविण्यावर भर आहे; पण आता ही वाढ मुख्यत: देशाच्या आर्थिक विकासावर अवलबूंन आहे; म्हणजे कर महसूल वाढविण्यापेक्षा इतर उद्दिष्टांवरच नव्या धोरणाने भर दिलेला आहे.

ड) **कर महसूल जमा करण्यातील त्रुटी** : नव्या कर धोरणाने करांचे दर कमी केले; मात्र, कर उत्पन्न किंवा महसूल वाढविण्यासाठी परिणामकारक उपाय सुचविले नाहीत.

इ) **भाववाढीवर नियंत्रण नाही :** नव्या कर धोरणात भाववाढीकडे पूर्णपणे दुर्लक्ष झालेले दिसते. प्रत्यक्ष कर रचनेवर आणि विशेषत: प्राप्तीकरावर भाववाढीचे विपरीत परिणाम होताना दिसतात. कर आकारणीसाठी उत्पन्नाचे केलेले टप्पे, करात दिल्या जाणाऱ्या सवलती या बाबी भाववाढीमुळे निष्प्रभ होतात. भाववाढ लक्षात घेऊन सरकारने करमुक्त उत्पन्नाचा टप्पा व इतर सवलती शास्त्रीय पद्धतीने ठरविल्या पाहिजेत.

१९९०-९१ नंतर झालेल्या कर सुधारणा चांगल्या व विधायक असल्या तरी त्या परिपूर्ण होण्यासाठी वरील त्रुटी दूर झाल्या पाहिजेत.

२.४ वस्तू आणि सेवा कर – संकल्पना आणि वैशिष्ट्ये : भारतात जीएसटीची गरज (Goods and Service Tax - Concept and Characteristics, Need for GST in India)

अर्थ आणि संकल्पना

'वस्तू व सेवा कर' हा पूर्वीच्या अनेक केंद्र व राज्याच्या अप्रत्यक्ष कराच्या ऐवजी देशात येणारा एकच अप्रत्यक्ष कर आहे. उत्पादनाचे रूपांतर पुरवठ्यात होते त्या पुरवठ्यावर हा कर आकारला जातो.

'प्रत्येक टप्प्यावर मूल्यवर्धनावर हा कर आकारला जातो. परंतु प्रत्येक पुढच्या

टप्प्यावर पूर्वीच्या टप्प्यावर आकारलेल्या करासाठी सूट आहे. या पद्धतीत करभार अंतिम ग्राहकाने भरावा अशी अपेक्षा आहे.'

१९०५मध्ये कॅनडा देशाने प्रायोगिक तत्त्वावर जीएसटी आकारण्याचा प्रयत्न केला. तर १९५४मध्ये फ्रान्स या देशाने जीएसटीची अंमलबजावणी सुरू केली. सध्या जगात १६० देशांनी जीएसटीची अंमलबजावणी केलेली आहे. भारतात १ जुलै २०१७ पासून जीएसटीची अंमलबजावणी झालेली आहे. यामध्ये १२०० वस्तू व ५०० सेवांचा समावेश केलेला आहे.

भारतात स्वातंत्र्यानंतर सर्वांत मोठी कर सुधारणा म्हणून 'वस्तू व सेवा कर' ही करप्रणाली ओळखली जाते. एक (अप्रत्यक्ष) कर, एक देश व एक बाजारपेठ अशी वस्तू व सेवा कराची अंमलबजावणी सुरू झाली.

वस्तू व सेवा कराचे संक्षिप्त नाव 'जीएसटी' (Goods and Service Tax) असे इंग्रजी नाव आहे. जीएसटी (GST) हा वस्तू किंवा सेवा खरेदीसाठी ग्राहकांवर लादलेला कर आहे.

वस्तू व सेवा कर (GST) म्हणजे हा एक गंतव्यस्थान आधारित वस्तू आणि सेवा यांच्या उपभोग्यावरील कर आहे. यामध्ये निर्मिती/उत्पादनापासून ते अंतिम उपभोगापर्यंत प्रत्येक टप्प्यावर कर आकारणी करण्याचे प्रस्तावित केले आहे. मागील टप्प्यांवर अदा केलेल्या कराची जमा रक्कम समायोजित करता येईल. सारांश, केवळ वर्धित मूल्यावर कर आकारला जाईल आणि अंतिम उपभोक्ता/ग्राहकाला कराचे ओझे सहन करावे लागेल.

'जीएसटी'पूर्वी दोन प्रकारचे कर, ग्राहकांवर लादले जात होते. प्रत्यक्ष कर आणि अप्रत्यक्ष कर.

प्रत्यक्ष करामध्ये ग्राहकांवरती आयकर, मालमत्ता कर, गिफ्ट कर, संपत्ती कर, महानगरपालिका कर, वारसा कर इत्यादींचा करात समावेश होता. तर अप्रत्यक्ष करात एकूण ३२ प्रकारचे कर समाविष्ट होते जसे उत्पादन शुल्क, विक्री कर, कस्टम शुल्क कर, व्हॅट इत्यादी. सर्व कर रद्द करून एकामध्ये विलीन केले गेले तो एकच कर म्हणजे 'जीएसटी' होय.

हा कर वस्तू आणि सेवांवर लावला जातो. त्याचे सर्वांत मोठे वैशिष्ट्य म्हणजे कोणत्याही एखाद्या वस्तूवरील त्याचा दर संपूर्ण देशात एक समान असेल. म्हणजेच देशाच्या कोणत्याही भागातील ग्राहकांना त्या वस्तूवर समान कर भरावा लागेल.

वस्तू व सेवाकराची (जीएसटी) वैशिष्ट्ये (Characteristics of Good & Service Tax)

वस्तू व सेवा कराची वैशिष्ट्ये : सर्वसाधारणपणे वस्तू व सेवा कराची वैशिष्ट्ये पुढीलप्रमाणे सांगता येतात–

१) वस्तू व सेवा कर देशपातळीवर सार्वत्रिक व एकजिनसी आहे.

२) वस्तू व सेवा कर एकाचवेळी बहुस्तरीय परंतु सहगामी आहे.

३) वस्तू व सेवा कर स्वीकारल्यामुळे कर महसूल घटल्यास केंद्र सरकार घटकराज्यांना वार्षिक १४ टक्के वृद्धीदर गृहीत धरून पहिली पाच वर्षे घटत्या प्रमाणात नुकसान भरपाई देणार आहे.

४) वस्तू व सेवा कर पूर्णपणे मूल्याधारित आहे. (Advalorem).

५) वस्तू व सेवा कराच्या रचनेत आदान कर प्रतिपूर्ती (ITC) व वर्धितमूल्य तत्त्वाचा वापर केला आहे.

६) वस्तू व सेवा कराची वसुली व्यवहाराच्या पातळीलाच म्हणजेच टॅक्स कलेक्टेड ॲट सोर्स (TCS) अशी आहे.

७) वस्तू व सेवा करामुळे केंद्र सरकारचे आठ आणि राज्य सरकारचे नऊ अप्रत्यक्ष कर रद्द होतात.

८) वस्तू व सेवा कराची दर रचना पुरोगामी, बहुस्तरीय आहे. महत्त्वाच्या अत्यावश्यक वस्तू / सेवा करमुक्त आहेत.

९) या कर व्यवस्थेत चुकवेगिरी, किमान कर चुकविणाऱ्यांची आपोआप प्रसिद्धी व काळी यादी होण्याची सोय आहे.

'जीएसटी' कराचे सर्वांत महत्त्वाचे वैशिष्ट्ये म्हणजे कोणत्याही एखाद्या वस्तूवरील त्याचा दर संपूर्ण देशात एक समान असेल. म्हणजेच देशाच्या कोणत्याही भागतील ग्राहकांना त्या वस्तूवर समान कर भरावा लागेल.

भारतातील वस्तू व सेवा कर (जीएसटी) ची गरज (Need for GST in India)

देशात एक मोठ्या करात सुधारणा करण्याची गरज होती. त्यासाठी 'वस्तू व सेवा कर' (जीएसटी) हा कर अपेक्षित होता. राज्याच्या एकत्रित अर्थव्यवस्थेसाठी आणि देशाच्या एकूणच आर्थिक वृद्धीसाठी त्याची गरज होती. भारतात केंद्र आणि राज्य शासनांना वस्तू व सेवा कर (जीएसटी) उत्पादित, निर्मित वस्तूंसाठी लावण्यासाठी महत्त्वाचा होता.

जीएसटीला देशातील सर्वांत मोठी कर सुधारणा म्हणून पाहिले जाते. यामुळे देशातील अर्थव्यवस्था एकत्र येण्याने देशाची एकूण आर्थिक वाढ सुधारेल अशी अपेक्षा आहे.

व्हॅट दर आणि कायदे हे राज्यानुसार वेगवेगळे होते. गुंतवणूकदारांना आकर्षित करण्यासाठी राज्ये करांच्या दरात कपात करत होती त्यामुळे केंद्र व राज्यांच्या महसुलात घट होत होती.

जीएसटी विविध उद्योगांमध्ये पसरलेल्या सर्व राज्यांमध्ये समान कर कायदे आणत होती. पूर्वनिर्धारित आणि पूर्व मंजूर झालेल्या सूत्राच्या आधारे कर केंद्र सरकार आणि राज्य सरकार यांच्यात विभागले जाईल.

याशिवाय जीएसटीमुळे देशभरात वस्तू आणि सेवा एकसमानपणे ऑफर देण्यास सोईचे होईल. कारण यांत कोणताही अतिरिक्त राज्य कर आकारला जाणार नाही. या सर्व बाबींवरून वस्तू व सेवा कराची गरज दिसून येत होती. त्यामुळे भारत सरकारने या कराची अंमलबजावणी १ जुलै २०१७ पासून सुरू केली. 'वस्तू व सेवा कर' (जीएसटी) हा एकच अप्रत्यक्ष कर लागू करण्यात आला. देशभरात एकसमान करप्रणाली असावी असा उद्देश होता. त्यानुसार केंद्र आणि राज्य सरकारद्वारे त्यापूर्वी लागू असलेले अनेक अप्रत्यक्ष कर रद्द करून ही करप्रणाली भारतात लागू केली गेली. जीएसटी लागू करण्यासाठी भारताच्या राज्यघटनेत १२२ वी घटनादुरुस्ती करून नवीन कायदे करण्यात आले. 'गुड्स ॲन्ड सर्व्हिसेस काउन्सिल' ही मध्यवर्ती वैधानिक संस्था जीएसटीचे नियमन करते. केंद्रीय अर्थमंत्री हे या काउन्सिलचे प्रमुख आहेत.

जीएसटी लागू करण्यासाठी ३० जून २०१७ च्या रात्री संसदेचे विशेष अधिवेशन झाले. त्यात राष्ट्रपतींनी मध्यरात्रीच्या सुमारास जीएसटी लागू झाल्याची अधिकृत घोषणा केली. सर्व वस्तू आणि सेवा यांची विक्री, हस्तांतर वस्तूविनिमय, भाड्याने देणे किंवा आयात व्यवहारांवर जीएसटी लागू करण्यात येईल असे प्रसार माध्यमातून यापूर्वीच स्पष्ट करण्यात आले होते.

जीएसटी अंतर्गत १ जुलै २०१७ पासून ० टक्के, ५ टक्के, १२ टक्के, १८ टक्के आणि २८ टक्के असे कर दर ठरविण्यात आलेले आहेत.

२०११ साली माजी पंतप्रधान डॉ. मनमोहन सिंग यांनी सर्वांत आधी 'वस्तू व सेवा' कराचा प्रस्ताव लोकसभेत सादर केला व २०१७ साली पंतप्रधान नरेंद्र मोदी यांच्या काळात त्याची अंमलबजावणी झाली. जीएसटीचे फायदे पुढीलप्रमाणे आहेत-

१) जीएसटी लागू झाल्यानंतर कोणत्याही व्यक्तीला त्याच्या खरेदी, विक्री आणि सेवांसाठी लागणारा कर एक समान असेल.

२) आपण कोणत्याही राज्यात असल्यास, हा कर एक समान असेल.

३) जीएसटीपूर्वी त्या व्यक्तीवर विक्रीकर, व्हॅटकर, करमणूक कर, केंद्रीय विक्रीकर यासारख्या २० टक्क्याहून अधिक कर आकारला जात असे, आणि या करांचे

मूल्य केले तर ३० ते ३५ टक्के इतका कर असायचा. जीएसटी नंतर तोच कर फक्त १८ टक्के झाला. थोडक्यात, कर कमी आकारले जाणार होते त्यामुळे जीएसटीची गरज होती.

४) प्रत्येक ठिकाणी समान कर असल्याने कोणतीही कंपनी आपले पैसे भारतात गुंतवू शकते. परिणामी, परदेशी कंपन्या आकर्षित होतील. या सर्व बाबींचा विचार करता जीएसटीची गरज होती.

५) २०२३-२४ मध्ये वस्तू व सेवांवरील कर यापासून ९६२७०४ कोटी रुपये महसुली उपन्न मिळाले आहे.

तक्ता २.३

भारतातील महसूल प्राप्ती **(लाख कोटी रु.)**

वर्ष	महसूल उत्पन्न	भांडवली उपन्न	एकूण उत्पन्न
२०२३-२४	२७.३	१७.१	४४.४
२०२४-२५	३०.९	१६.३	४६.१२
२०२५-२६	३४.२	१६.४	५०.६

२.४ भारतातील सार्वजनिक खर्चाची दिशा आणि रचना (Trends & Composition of Public Expenditure in India)

सार्वजनिक खर्च म्हणजे सरकारकडून जो विविध क्षेत्रासाठी जसे की, शिक्षण, आरोग्य संरक्षण पायाभूत सुविधा इत्यादींसाठी केला जातो. हा खर्च दोन प्रकारात विभागला जातो.

१) महसुली खर्च (Revenue Expenditure) : सरकारचा चालू खर्च म्हणजे महसुली खर्च होय. यात सरकारी प्रशासनावरील खर्चाचा समावेश होतो. जसे दैनंदिन खर्च, पगार, अनुदाने उदा. संरक्षण, रेल्वे, पोस्ट, टेलिफोन इत्यादी सारख्या सार्वजनिक बाबींवर होणारा खर्च होय. तसेच राज्याला देण्यात येणारी अनुदाने यांचा समावेश होतो.

२) भांडवली खर्च (Capital Expenditure) : मालमत्ता निर्मिती यामध्ये गुंतवणूक. तसेच भांडवली व्यवहारांचा समावेश होतो. सरकारचा भांडवली व्यवहारावरील खर्च म्हणजे भांडवली खर्च होय. उदा. रस्ते, पूल, धरणे, सरकारच्या इमारती, अवजड यंत्रे, सार्वजनिक उद्योगांना दिलेली कर्जे, राज्ये व केंद्रशासित प्रदेशांना दिलेली कर्जे इत्यादी यांचा समावेश होतो.

अ) भारतातील सार्वजनिक खर्चाची दिशा / प्रवृत्ती :

जर्मन अर्थशास्त्रज्ञ प्रो. ॲडॉल्फ वॅगनर यांनी एकोणिसाव्या शतकाच्या उत्तरार्धात संशोधनाद्वारे असे स्पष्ट केले की, सरकारच्या चालू कार्यात वाढ होत आहे आणि नवीन विस्तृत कार्ये स्वीकारली जात आहेत कारण सरकारला पूर्वनिश्चित अशी सामाजिक व आर्थिक उद्दिष्ट्ये साध्य करावाची असतात; त्यामुळे सरकारी खर्चात उत्तरोत्तर अधिक वाढ होत जाते. तसेच पिकॉक व प्रा. वाइजमन यांनी १८९१ ते १९५५ या काळातील ब्रिटिश सरकारच्या खर्चाचा आढावा घेतला त्यांना असे दिसून आले की, काही अस्वस्थतेमुळे सरकारी खर्चात एकदम वाढ होते. उदा. दुष्काळात सरकारी खर्च वाढतो परंतु युद्ध संपले तरी खर्चाची पातळी उतरत नाही. प्रा. मसग्रेव्ह यांच्या मते, सध्याच्या काळात सरकारी खर्चात वाढ होणे अपरिहार्य आहे कारण सरकारला विविध कार्ये पार पाडणे आवश्यक असते. उदा.साधनसामग्रीचे वाटप, पुनर्वाटपाची कार्ये, अर्थव्यवस्थेस स्थैर्य निर्माण करणे व व्यापार, उद्योग विषयक कार्ये इ. करावी लागतात.

भारताच्या बाबतीतसुद्धा अशा प्रवृत्ती दिसून येतात. मुख्यत: स्वातंत्र्य मिळाल्यानंतर भारताने पंचवार्षिक योजनांद्वारे आर्थिक विकास वेगाने करण्याचे धोरण स्वीकारले. विकासाच्या विविध योजनांमळे सार्वजनिक खर्च मोठ्या प्रमाणात वाढला; तसेच त्यामध्ये सतत वाढ होत आहे १९६२ आणि१९६५ च्या युद्धात सार्वनिक खर्चात वाढ झाली. भारताच्या सार्वजनिक खर्चाच्या प्रवृत्ती पुढीलप्रमाणे दिसून येतात.

१) **सतत वाढणारा खर्च :** भारतात सार्वजनिक खर्च वर्षानुवर्ष वाढत आहे. याचे मुख्य कारण म्हणजे वाढती लोकसंख्या व त्यामुळे होणारे शहरीकरण, कल्याणकारी योजनांची वाढ इत्यादी होय.

२) **कल्याणकारी योजनांवर भर :** महात्मा गांधी राष्ट्रीय ग्रामीण रोजगार हमी योजना (MGNREGA), अन्न सुरक्षा योजना, आरोग्य योजना (आयुष्यमान भारत) यांवर मोठ्या प्रमाणावर खर्च केला जातो.

३) **संरक्षण खर्च वाढ :** भारताच्या संरक्षण खर्चात सातत्याने वाढ झाली आहे. विशेषत: ही वाढ सीमावर्ती तणावामुळे झाली आहे.

४) **पायाभूत सुविधा विकासावर लक्ष :** रस्ते, रेल्वे, बंदरे, स्मार्ट सिटी, मेट्रो, रस्त्यावरील उन्नत मार्ग यासारख्या प्रकल्पांवर भांडवली खर्च वाढत आहे.

५) **राज्य व केंद्र सरकारांचा वाटा :** राज्य सरकारांचा खर्चसुद्धा मोठ्या प्रमाणात वाढत आहे. तसेच केंद्र सरकार विविध योजनांसाठी अनुदान देत असल्याने ही वाढ होते.

अ) **महसुली खर्चात जलद वाढ :** भारताच्या महसुली खर्चात मोठ्या प्रमाणात वाढ होताना दिसून येते. सन १९५०-५१ ते सन २०१२-१३ या काळात केंद्र सरकारचा महसुली खर्च रु. ३५० कोटीवरून रु. १२,८६,१०९ कोटींपर्यंत इतका प्रचंड वाढला. महसुली खर्च वाढण्याच्या बाबी म्हणजे संरक्षण सिद्धता, शिक्षण, आरोग्य, प्रशासनाचा विस्तार, आंतरराष्ट्रीय वचनबद्धता, भाववाढ विविध संस्थांचे कामकाज इत्यादी होय. या संदर्भात सरकारचा महसुली खर्च वेगाने वाढत आहे.

ब) **विकासेतर खर्चात वाढ :** भारताचा विकासेतर खर्च अजूनही वाढताना दिसून येतो. त्यामध्ये संरक्षण, प्रशासनावरील खर्च, कर्जसेवा, व्याज देणे, पेन्शन व इतर निवृत्तीलाभ व राज्यांना दिलेली अनुदाने इत्यादींवरील खर्च सतत वाढत राहिल्याने विकासेतर खर्च उच्च पातळीला राहिला. २००५-०६ च्या दरम्यान एकूण सार्वजनिक खर्चापैकी ४५% विकासेतर खर्च होता.

क) **योजनेतर खर्चात वाढ :** अलीकडे भारत सरकारच्या योजनांच्या खर्चात मोठ्या प्रमाणात वाढ झाली आहे, ते पुढील तक्त्यावरून दिसून येते.

ड) **वित्तीय तूट/कर्जाचा बोजा :** विकासासाठी अनेकदा भारताला तुटीच्या अर्थभरण्याचा आधार घ्यावा लागतो. याउलट कर्जाच्या व्याजाचा खर्च आणि विकासेतर खर्चाचा मोठा भाग आहे.

इ) **सामाजिक क्षेत्र खर्च :** शिक्षण, आरोग्य सेवा, निर्मिती योजना आणि दारिद्र्य निर्मूलन योजना या साामजिक क्षेत्रात खर्च वाढलेला आहे. भारताच्या शिक्षण क्षेत्राची प्रगती झाली आहे. सन २०२३-२४ मध्ये शिक्षणासाठी १.१२ लाख कोटी वाट्याला आले. त्यामध्ये आरोग्यावर १३% वाढ होऊन ८९,१५५ कोटी रुपयेपर्यंत खर्चात वाढ झाली.

तक्ता क्र २.३

केंद्र सरकारचा निवडक योजनेतर खर्च (रु.कोटी)

बाबी	१९८५-८६ (प्रत्यक्ष)	१९९०-९१ (प्रत्यक्ष)	२०१४-१५ अंदाजपत्रक
१) व्याज देणी	७५००	२१५००	४,२७,०११
२) संरक्षण	७०००	१०८७०	१,३४,४१२
३) अर्थसाहाय्य	४९००	१२१६०	२,६०,६५८
४) सामान्य आर्थिक आणि सामाजिक सेवा	२०६०	६८५०	२,९२,५२८
एकूण	**२४,४६०**	**५०,३८०**	**११,१४,६०९**

(Source - Indian Economy - Gaurav Datt and Ashwini Mahajan 70th Eition 2015)

वरील एकत्रित खर्च योजनेतर खर्चाच्या ८०% राहिला. व्याजाची देणी, संरक्षणावरील खर्च, अर्थसाहाय्य, सामान्यआर्थिक व सामाजिक सेवा इत्यादींचा त्यात समावेश होतो; वरील तक्त्यावरून योजनेतर खर्चाच्या संदर्भात पुढील निष्कर्ष निघतात-

१) सार्वजनिक कर्जावरील व्याजासाठी खर्च वाढला. सन १९८५-८६ मध्ये रु. ७५०० कोटींवरून सन १९९०-९१ मध्ये रु.२१५०० कोटींपर्यंत गेल्याने, सार्वजनिक खर्च वाढला तर २०१४-१५ च्या अंदाजपत्रकानुसार व्याजावरील खर्च रु. ४,२७,०११ कोटींपर्यंत प्रचंड वाढला.

२) संरक्षणावरील खर्च वेगाने वाढत आहे, भारतीय उपखंडात तणाव वाढल्याने युद्ध साहित्यात खर्च वाढला. सन १९८५-८६ मध्ये रु. ७००० कोटी संरक्षणावरील खर्च २०१४-१५ पर्यंत १,३४,४१२ कोटी रुपयांपर्यंत तर २०२५-२६ पर्यंत ४,९१७३२ कोटी रुपयांपर्यंत वाढला.

३) खते, अन्न, निर्यात प्रोत्साहन इ. वरील अर्थसाहाय्यामधील खर्च सतत वाढत गेल्याने योजनेतर खर्चात वाढ झाली. सन १९८५-८६ मध्ये हा खर्च रुपये ४९०० कोटींवरून २०१४-१५ पर्यंत २,६०,६५८ कोटींपर्यंत वाढला. शेती आणि संबंधित घटकांवर १,७१४३७ कोटी रुपये २०२५-२६ मध्ये खर्च वाढला. २०२५-२६ च्या अंदाजपत्रकानुसार एक रुपयातील २० पैसे म्हणजे २०% रक्कम व्याजावर खर्च होणार आहे. संरक्षणावर ८%, महत्त्वाच्या अनुदानावर ८%, पेन्शनवर ४%, इतर खर्चांवर ८%, केंद्रीय योजनांवर ८%, वित्त आयोग आणि इतर हस्तांतरण ८%

असा वाढला. तसेच राज्याच्या कराचा हिस्सा व शुल्क २२% आणि केंद्रीय क्षेत्रीय योजनांवर १६% खर्च होणार आहे.

४) कर वसुली; निवृत्ती वेतन, पोलीस, महागाई भत्त्यात वाढ इ. मध्ये सुधारित वेतन आयोगानुसार वाढ होत गेल्याने सेवांवरील खर्च वाढला. प्रशासकीय खर्चात मोठ्या प्रमाणात वाढ झाली. सन १९८५-८६ मध्ये रुपये २०६० कोटींवरून सन २०१४-१५ पर्यंत रुपये २,९२,५२८ कोटींपर्यंत प्रचंड वाढ झाली.

अशा रीतीने संरक्षण, व्याज, सेवा, अर्थसाहाय्य इत्यादींवरील खर्चात मोठ्या प्रमाणात वाढ झाली. या खर्चावर सरकारला नियंत्रण ठेवण्यात यश आले नाही.

४) व्याजावरील खर्च मोठ्या प्रमाणात वाढला :

भारताच्या एकूण सार्वजनिक खर्चातील व्याजावरील खर्चाचे प्रमाण १९५०-५१ मध्ये ११% होते. १९८५-८६ मध्ये ते२०% झाले तर २०१४-१५ मध्ये ते२३.८% अपेक्षित होते. व्याजावरील खर्च २०१४-१५ मध्ये रुपये ४,२७,०११ कोटींपर्यंत वाढला आहे. कर्जसेवा हा विकासेतर खर्चाचा भाग असला तरी त्याचा संबंध देशाच्या विकासाशी जोडला जातो; अलीकडच्या काळात आपला महसुली खर्च भागविण्यासाठीसुद्धा सरकारला कर्ज उभारणी करावी लागते; कर्जावरील व्याजाचे देणे वाढत आहे. भारत सरकारचे कर्ज १९५०-५१ मध्ये रु.२८६० कोटी होते ते मार्च २०१५ मध्ये ६१,३२,९४४ कोटींपर्यंत पोहोचले.

५) आर्थिक विकास आणि कल्याणकारी राज्याचे उद्दिष्ट यामुळे सार्वजनिक खर्चात वाढ :

आर्थिक नियोजन काळात विकासावर आणि कल्याणकारी राज्याच्या स्थापनेवर भर दिला गेल्याने सार्वजनिक खर्च वाढत आहेत. संरक्षणावरील खर्चात मोठ्या प्रमाणात वाढ झाली. महसुली आणि भांडवली खात्यावरील एकूण संरक्षण खर्च वाढला.

सन १९५०-५१ ते २०१४-१५ (अंदाजपत्रक) या काळात काही कारणाने योजनेत्तर संरक्षणावरील एकूण खर्च रुपये १६० कोटींवरून रु.२,२९,००० कोटींपर्यंत वाढला.

भारतातील सार्वजनिक खर्च (Public Expenditure in India)

महसुली खर्च आणि भांडवली खर्च असे भारताच्या सार्वजनिक खर्चाच्या बाबतीत म्हणता येते. सरकारच्या खर्चात खूप मोठ्या प्रमाणात वाढ होताना दिसून येते.

तक्ता क्र. २.४ : केंद्र सरकारचा खर्च (कोटी रुपये)

वर्ष	महसुली खर्च	भांडवली खर्च	एकूण खर्च
१९५०-५१	३५०	१८०	५३०
१९८०-८१	१४,५४०	९,६३०	२४,१७०
२००१-०२	३,०१,६१०	६०,८४०	३,६२,४५०
२०१४-१५	१५,६८,१११	२,२६,७८१	१७,९४,८९२
२०१७-१८	१८,७८,८३५	२,६३,१४०	२१,४१,९७५
२०१९-२० (लाख कोटी)	१७.३९	३.३६	२०.७५
२०२०-२१	२३.१८	४.३९	२७.५७
२०२१-२२	२१.१९	५.५४	२६.७३
२०२३-२४	३४.०९	१२.०५	४६.१४
२०२५-२६ (अंदाजपत्रक)	३९.०४	१५.०५	५४.०९

(Source : Indian Economy - Gaurav Datt and Mahajan S. Chand and Co. New Delhi 72th Revised Edition 2018. Pg. 987, Interim Budget 2019-20).

(टीप : २०१९-२० ते २०२१-२२ खर्च लाख कोटी रु.)

वरील तक्त्यावरून असे दिसून येते की केंद्र सरकारचा महसुली, भांडवली खर्च मोठ्या प्रमाणात वाढला आहे. महसुली खर्च १९८०-८१ मध्ये १४५४० कोटी रुपये होता तो २०२१-२२ पर्यंत २१.१९ लाख कोटीपर्यंत वाढला. भांडवली खर्च याच काळात ९६३० कोटी रुपयांवरून ५.५४ लाख कोटीपर्यंत वाढला. सरकारचा एकूण अर्थसंकल्पित खर्च २०२३-२४ मध्ये ४६.१४ लाख कोटी रुपये एवढा झाला आहे, आणि २०२५-२६ मध्ये ५४.९ लाख कोटी रुपये खर्च अपेक्षिला आहे.

केंद्र सरकारच्या खर्चाची १९८७-८८ पूर्वी नागरी खर्च, संरक्षण खर्च आणि अनुदाने अशी विभागणी केली जात असे. त्यावेळी सरकार विकास खर्च, संरक्षण खर्च व इतर खर्च अशीसुद्धा विभागणी करत असे. विकास खर्चात सामाजिक सेवा, सामान्य सेवा, आर्थिक सेवा व राज्य आणि केंद्रशासित प्रदेशांची अनुदाने इत्यादींचा समावेश केला जात असे तर संरक्षण खर्चात सैन्य दले, निवृत्त सैनिकांची पेन्शन इ. तसेच इतर खर्चात कर, वसुली शुल्क, व्याज, पेन्शन, प्रशासकीय सेवा राज्यांची

अनुदाने, इत्यादींचा समावेश केला जात असे. संरक्षण खर्च आणि इतर खर्चाला 'विकासेतर खर्च' म्हटले जात होते.

१९८७-८८ नंतर सार्वजनिक क्षेत्राचे वर्गीकरण महसुली खर्च आणि भांडवली खर्च असे केले जाते. महसुली खर्च दैनंदिन कामकाजासाठी उदा. पगार, पेन्शन, व्याज इत्यादी तर भांडवली खर्च हा विकासासाठी असतो. भांडवली खर्चातील वाढ ही अधिक उत्पादक मानली जाते.

ब) भारतातील सार्वजनिक खर्चाची रचना :

सार्वजनिक क्षेत्रातील रचनेत शिक्षण, आरोग्य, संरक्षण, कृषी व ग्रामीण विकास, पायाभूत सुविधा, सामाजिक न्याय व कल्याण इ. विभाग असून ते महसुली खर्च आणि भांडवली खर्चाच्या प्रकारात येतात.

भारतातील सार्वजनिक खर्चाची रचना मुख्यत: दोन भागांमध्ये विभागली जाते.

१) महसुली खर्च : हा असा खर्च आहे ज्यातून मदतीची तयारी होत नाही अथवा कोणत्याही जबाबदारीची परतफेड होत नाही.

राज्य सरकार दैनंदिन कामकाजाचा खर्च, वेतन, पेन्शन राखणे, कर्ज व्याज भरणे, योजनांची तरतूद (सबसिडी) आणि कायदा आणि सुव्यवस्था राखण्यासाठी खर्च करत असते.

महसुली खर्च हा सामान्यत: अनुत्पादक मानला जातो कारण तो उत्पादन विश्लेषण करत नाही. परंतु सामाजिक सेवांवरील खर्च जसे की शिक्षण, आरोग्य इ. महसुली खर्च हा दीर्घकालीन विकासासाठी महत्त्वाचा असतो.

२) भांडवली खर्च : हा खर्च असा आहे की, सरकारच्या दृष्टीने प्रोत्साहनपर आहे जसे पूल, इमारत इ. यंत्र सामग्री तयार करणे किंवा जबाबदारी कमी करणे उदा. कर्जाची परतफेड. यामध्ये विद्यमान पायाभूत सुविधांचा विकास, लाभार्थी राज्य, लाभार्थी आणि वित्तीय संस्थांना दिलेली भांडवली कर्जे यांचा समावेश होतो.

भांडवली खर्च हा उत्पादक आणि विकासात्मक मानला जातो कारण तो आर्थिक उत्पादन क्षमता वाढवतो आणि भविष्यातील विकासाला चालना देतो.

इतर वर्गीकरण :

सार्वजनिक खर्चाचे आणखी वर्गीकरण केले जाते ज्यामधून त्याचे स्वरूप आणि उद्दिष्टे स्पष्ट होतात.

विकासात्मक खर्च : हा खर्च देशाच्या आर्थिक आणि सामाजिक विकासाला

चालना देतो. जसे की शिक्षण, आरोग्य, पायाभूत सुविधा, कृषी विकास, औद्योगिक विकास इत्यादी.

बिगर–विकासात्मक खर्च : हा खर्च देशाच्या विकासात आवश्यक तो मोबदला देत नाही. यामध्ये महत्त्वाची व संरक्षणात्मक कार्ये अंतर्भूत असतात. जसे की व्याज भरणे, संरक्षण प्रशासन, पेन्शन, अनुदाने इत्यादी.

उत्पादक खर्च : या खर्चामधून उत्पादन क्षमता वाढवली जाते.

अनुत्पादक खर्च : या खर्चामध्ये उत्पादन क्षमता नाही जसे की प्रशासक, न्याय इत्यादी.

भारतातील सार्वजनिक खर्चाचा उद्देश हा देश चालविण्यासाठी आणि विकासासाठी केला जातो.

खर्चाच्या रचनेमध्ये विकासात्मक आणि बिगर विकासात्मक अशा दोन्ही प्रकारच्या खर्चाचे मिश्रण असते. अलीकडे पायाभूत सुविधा आणि सामाजिक क्षेत्रावरील भांडवली खर्चावर अधिक लक्ष केंद्रित केले जाते. तूट कमी करणे आणि कर्जाचा बोजा नियंत्रित करणे हे सरकारच्या पुढील प्रमुख आव्हान आहे.

खर्चातील अलीकडील बदल :

- डिजिटलायझेशन व डिजिटल इंडिया योजनेवरील खर्च वाढला आहे.
- हर घर जल, उज्वला योजना, PMAV यासारख्या ग्रामीण व शहरी विकास योजनांवर भर दिल्याने खर्चात वाढ झाली आहे.
- ग्रीन एनर्जी व पर्यावरणीय योजनांवरचा खर्च वाढत आहे.

थोडक्यात / निष्कर्ष : भारतातील सार्वजनिक खर्चात सातत्याने वाढ होत आहे. सरकार विकासात्मक, कल्याणकारी आणि संरक्षणात्मक हेतूंनी खर्च करत आहे. खर्चाची रचना हळूहळू भांडवली खर्चाकडे झुकत आहे, जे दीर्घकालीन विकासासाठी आवश्यक आहे.

खर्चाची रचना (लाख कोटी रुपये)

बाब	२०१८-१९	२०२०-२१	२०२३-२४	२०२५-२६ अंदाजपत्रक
इतर अनुदान/कर्ज	०.८८	१.९२	३.३६	३.७५
वित्त आयोग ग्रँट	०.९४	१.८४	१.४९	१.३३
केंद्र सरकारद्वारे योजलेल्या योजना	२.९६	३.८४	४.४५	५.४२
इतर केंद्र क्षेत्रावरील खर्च	६.७७	७.९८	१३.२२	१५.२६
मध्यवर्ती क्षेत्र योजना	६.३८	१३.५७	१४.२३	१६.२२
केंद्र सरकारचा पारंपारिक खर्च	५.२१	५.९४	७.६९	८.६८
एकूण	**२३.१५**	**३५.१०**	**४४.४३**	**५०.६५**

संदर्भ - अंदाजपत्रक सारांश - २०२५-२६

२.५ सार्वजनिक कर्ज (Public Debt)

आपली आर्थिक गरज पूर्ण करण्यासाठी सरकारद्वारे कर्ज घेतले जाते, अशा कर्जास 'सार्वजनिक कर्ज' म्हटले जाते. सरकार वेगवेगळ्या मार्गाने उत्पन्न मिळवत असते आणि ते उत्पन्न सार्वजनिक कार्यासाठी वापरले जाते. या सार्वजनिक पैशांचा सरकार विश्वस्त असल्याने काटकसरीने पैसा खर्च करून लोकांना महत्तम लाभ देण्याची जबाबदारी सरकारची असते. सरकारने आपल्या उपन्नानुसारच आपला खर्च भागविला पाहिजे हे प्राचीन काळापासूनचे तत्त्व आहे. व्यक्तीने उत्पन्नापेक्षा अधिक खर्च केला तर व्यक्ती कर्जबाजारी होतात. व्यक्तीने अनुत्पादक कार्यासाठी तो खर्च केला तर व्यक्तीच्या कर्जबाजारीपणात वाढ होते. तसेच कर्जाची परतफेड न केल्याने भारतातील व महाराष्ट्रातील अनेक शेतकऱ्यांनी आत्महत्या केल्या आहेत. सरकारने खर्च आणि उत्पन्नाचे संतुलन साधणे महत्त्वाचे आहे. नुसतेच कर्ज घेऊन खर्च करू नये. कर्ज हे प्रतिष्ठेचे नसते. सामाजिक विकास व देशाचा आर्थिक विकास करताना आपले उत्पन्न विचारात घेऊन खर्च करावा असे सनातनवादी अर्थशास्त्रज्ञांचे मत होते.

आधुनिक काळात जगातील बहुतेक देश 'कल्याणकारी राज्ये' म्हणून ओळखण्यात येतात. भारतानेसुद्धा कल्याणकारी राज्याची संकल्पना स्वीकारली, त्यामुळे

उत्पन्नाच्या वाढीपेक्षा खर्चात फार जलद वाढ होत आहे. त्यामुळे तुटीच्या अंदाजपत्रकाचे सतत साहाय्य घेणे भाग पडते. अंदाजपत्रकातील तूट भरून काढण्यासाठी प्रचलित करात वाढ करून अथवा नवीन कर लादून उत्पन्नात वाढ करणे किंवा देशांतर्गत अथवा परकीय राष्ट्राकडून कर्ज घेणे हे दोन पर्याय उपलब्ध असतात. करांच्या माध्यमातून पैसा उभा करण्यास मर्यादा येतात; कारण करांचे प्रमाण जास्त वाढल्यास त्याचा अर्थव्यवस्थेवर अनिष्ट परिणाम होतो. तसेच लोकांकडून प्रतिकारही वाढत जातो; म्हणून सरकारला कर्ज उभारणे हा एकमेव पर्याय अत्यंत सोईचा ठरतो. त्याचा मोठ्या प्रमाणावर अवलंब केला जातो.

२.५.१ सार्वजनिक कर्जाचे प्रकार (Types of Public Debt)

आधुनिक काळात सरकारे विविध प्रकारांची कर्ज उभारतात. त्यामुळे कर्जाच्या स्वरूपातील, रचनेत, कालावधी व उद्देश इत्यादींबाबत भिन्नता दिसून येते. त्यानुसार सार्वजनिक कर्जाचे पुढील प्रकार दिसून येतात.

१) देशांतर्गत आणि देशाबाहेरील कर्जे (Internal and External Debts)

जेव्हा सरकार देशातील व्यक्ती, वित्तीय आणि अन्य संस्था यांच्याकडून घेतलेले कर्ज देशी किंवा 'अंतर्गत कर्ज' होय. ही कर्जे त्याच देशातील पैशांत उभारली जातात. ही कर्जे देशाच्या चलनात परत करावयाची असतात. उदा. भारत सरकारने उभारलेले कर्ज अंतर्गत असेल तर ते रुपयातच दिले व घेतले जाते. हे कर्ज देशातील व्यक्ती, खासगी संस्था, विविध उद्योग, वित्तीय संस्था, बँका, सामाजिक संस्था यांच्याकडून घेतले जाते. सरकारने आत्तापर्यंत किती कर्जे घेतली त्याची परतफेड कशी केली, याचाही परिणाम अंतर्गत कर्जाच्या उपलब्धतेवर होत असतो. अंतर्गत कर्ज देशाला फायदेशीर असते. देशातील पैसा देशातच राहतो राष्ट्रीय उत्पन्नावर विपरीत परिणाम होत नाही.

दुसऱ्या देशातील नागरिकांकडून परकीय सरकारकडून, परकीय वित्तीय संस्थांकडून, व आंतरराष्ट्रीय वित्तीय संस्थाकडून (उदा. जागतिक बँक, जागतिक नाणेनिधी, आशियायी विकास बँक इ.) काढलेल्या कर्जाला परकीय अथवा 'बाह्य कर्जे' म्हणतात. ही कर्जे दुसऱ्या देशातील चलनात उपलब्ध होतात. उदा. भारताने अमेरिकेकडून कर्ज घेतले तर ते अमेरिकन डॉलरमध्ये मिळते. देशाच्या आर्थिक विकासासाठी, परकीय देशातून प्रगततंत्रज्ञान वा यंत्रसामुग्री इ. आयात करण्यासाठी परकीय चलनाची गरज असते. परकीय कर्जाची परतफेड परकीय चलनात करावी लागते. परकीय कर्जामुळे देशातील खरेदी शक्ती वाढते. परकीय कर्जाचे तोटेसुद्धा

लक्षात घ्यावे लागतात. परकीय कर्जाची परतफेड व्याजासह केली जाते, तेव्हा देशातील पैसा परदेशात जातो म्हणजेच देशातील लोकांची खरेदी शक्ती तेवढी कमी होते. परकीय कर्जाची परतफेड वेळेवर केली नाही तर पुन्हा कर्ज मिळण्याची शक्यता कमी असते. परदेशातील कर्ज अशाश्वत असतात. दोन देशातील संबंध बिघडले तर अनिश्चितता अधिक प्रमाणात राहते.

२) उत्पादक आणि अनुत्पादक कर्जे (Productive and Unproductive Debts)

ज्या कर्जाचा उपयोग उत्पादक कार्यासाठी केला जातो. त्याला 'उत्पादक कर्ज' म्हणतात. सार्वजनिक कर्ज जेव्हा विद्युत निर्मिती, रेल्वे बांधणी, रस्ते, जलसिंचन योजना, उद्योगधंदे इ. कार्यासाठी उपलब्ध केले जाते. त्याला 'उत्पादक कर्ज' म्हणतात. अशा प्रकारच्या कर्जामुळे भावी काळात सरकारच्या उत्पन्नात मोठी वाढ होते व त्यातून मुद्दल व व्याज भागविणे सहज शक्य होते; अशा कर्जाचा बोजा सर्वसामान्य जनतेस जाणवत नाही; त्याच्या परतफेडीची व्यवस्था परस्पर केली जाते.

अनुत्पादक स्वरूपाची कर्जे म्हणजे ज्या कर्जातून वस्तू व सेवा यांचे उत्पादन होत नाही. दिवसेंदिवस त्यांचा बोजा वाढत जातो हा भार समाजाला सहन करावा लागतो; अशा प्रकारचे कर्ज युद्धासाठी, नैसर्गिक आपत्तींसाठी उदा. दुष्काळ, महापूर, अंदाजपत्रकीय तूट भरून काढणे इत्यादींसाठी उपलब्ध केले जाते. अनुत्पादक कर्जे देशांतर्गत उत्पादन क्षमतेत वाढ घडवून आणत नाहीत. या प्रकारच्या कर्जाचा उपयोग सरकार तत्कालीन संकट निवारणासाठी करते. या कर्जाच्या परतफेडीची निश्चित योजना सरकारजवळ नसते.

येथे 'उत्पादक' हा शब्द संकुचित अर्थाने घेतलेला आहे परंतु व्यापक अर्थाने 'उत्पादक' शब्द वापरला तर अनेक सरकारी खर्चांचा समावेश यामध्ये करावा लागेल. सरकारने जर लोकांच्या हितासाठी प्रकल्पांवर खर्च केला असेल आणि यातून परतफेडीएवढे उत्पन्न झाले नाही तर कसोटी लावू नये, उदा. रस्ते बांधणी, सिंचन योजना, पाणी पिण्याच्या पुरवठा, वीजपुरवठा केंद्रे, पाणलोट क्षेत्र विकास कार्यक्रम इ. प्रकल्पासाठी घेतलेले कर्ज समाजाच्या कल्याणासाठी करणे अपेक्षित असते त्यातून मोबदल्याची अपेक्षा न ठेवता हे कर्ज व्यापक अर्थाने उत्पादकच ठरेल.

प्रत्यक्षपणे उत्पादकता न वाढवू शकणारे काही प्रकल्पसुद्धा व्यापक अर्थाने मनोरंजन इ. या सेवांसाठी केलेला भांडवली खर्च ज्या कर्जाच्या रकमेतून केला जातो ती कर्जे सुद्धा उत्पादकच आहेत. इमारती, हॉस्पिटल्स, मनोरंजन केंद्रे हे भांडवली प्रकल्प एकदा उभे राहिले की, अनेक वर्ष सेवा देतात. सरकारला जो खर्च प्रत्यक्षपणे

व अप्रत्यक्षपणे उत्पादनाला मदत करतो आणि जो सामाजिकदृष्ट्या फायदेशीर आहे तो उत्पादकच मानला पाहिजे.

युद्धकर्ज सुद्धा उत्पादकच समजले पाहिजे; युद्ध सज्जतेसाठी करावयाच्या खर्चाला काढलेले कर्ज याचे समर्थन याच मुद्द्याचा आधारे करता येते समाजाचे संरक्षण करून सामाजिक व आर्थिक व्यवहार सुरळीतपणे पार पाडण्यास साहाय्य होते तसेच देशातील लोकांचे संरक्षण करणे हे सरकारचे कर्तव्य असते. देशाच्या संरक्षणाची सतत तयारी ठेवण्यासाठी संरक्षणावर खर्च केल्यास तो अनावश्यक ठरणार नाही व त्यासाठी काढलेले कर्जसुद्धा अनुत्पादक ठरणार नाही.

या सर्व विश्लेषणावरून असे स्पष्ट होते की, 'उत्पादक' हा शब्द लवचीक अतिव्यापक अर्थाने वापरला पाहिजे.

३) अल्पकालीन आणि दीर्घकालीन कर्जे (Short Term and Long Term Loans)

अल्पकालीन कर्जाची अगदी थोड्या कालावधीत परतफेड करावी लागते. उदा. राजकोषपत्रे किंवा ट्रेजरी बिल्स ही फक्त ९० दिवसांच्या मुदतीची म्हणजे परतफेडीची असतात; अशी कर्जे देण्यासंदर्भात गुंतवणुकदारांनासुद्धा फारशी जोखीम पत्करावी लागत नाही; अशा कर्जावरील व्याजदर अर्थातच कमी असतो.

दीर्घकालीन कर्जे ही कित्येक वर्षे मुदतीची असतात. नावाप्रमाणे १०-१५ वर्षांच्या मुदतीची त्याची ठरलेल्या दीर्घ कालावधीनंतर व्याजासह परतफेड केली जाते. मुदत जास्त असल्याने सरकारला त्यावर व्याजही जास्त आकर्षक दराने द्यावे लागते. गरजेप्रमाणे सरकार मध्यम मुदतीची कर्जेसुद्धा घेते. त्यांचे व्याजदर मध्यम असतात. उदा. आरोग्य, शिक्षण, पाणीपुरवठा इत्यादींसाठी या सर्व कर्जाचा उपयोग केला जातो.

सरकार बाजारातील व्याजाचा दर अनुकूल असेल तेव्हाच परतफेडीचा निर्णय घेते, ही कर्जे ताबडतोब परत करण्याची काळजी सरकारला करावी लागत नाही. तसेच सरकारला या कर्जाची परतफेड आपल्या सोयीनुसार करता येते तसेच ही कर्जे प्रदीर्घकालीन करता येतात. ही बाब सरकारच्या दृष्टीने सोयीची असते.

४) ऐच्छिक व सक्तीची कर्जे (Voluntary and Compulsory Loans)

कर्जदात्यांनी स्वेच्छेने दिलेली कर्जे ऐच्छिक कर्जे असतात. जेव्हा सरकार शासकीय उपयोगासाठी विशिष्ट दराने कर्जरोखे विकण्याची तयारी दर्शविते, तेव्हा

लोक स्वखुषीने ती विकत घेतात; अशा कर्जाला 'ऐच्छिक कर्ज' असे म्हणतात. भारतात संमिश्र स्वरूपाची अर्थव्यवस्था आहे; त्यामुळे शासकीय कर्जरोखे-विक्री योजनांना चांगला प्रतिसाद मिळतो.

युद्धकाळ किंवा अन्य प्रकारचे आर्थिक संकट यांना तोंड देण्यासाठी पुरेसा पैसा उपलब्ध नसेल तर सक्तीने कर्ज उभारणी करावी लागते, ही कर्जे सक्तीचा वापर करून लोकांकडून प्राप्त केली जातात. तेव्हा त्यांना 'सक्तीची कर्जे' असे म्हणतात; जेव्हा ऐच्छिक कर्जावर अपेक्षेप्रमाणे पैसा गोळा होत नाही तेव्हा सरकार लोकांवर सक्ती करते.

५) निश्चित काळासाठी व अनिश्चित काळासाठी घेतलेली कर्जे (Redeemable and Irredeemable Debts)

सरकार जेव्हा कर्जे उभारताना ती विशिष्ट काळानंतर परत करण्याची हमी देते तेव्हा ती निश्चित काळासाठी घेतलेली (redeemable debts) कर्जे असतात. परतफेडीची व्यवस्था सरकारला करावी लागते. या कर्जाचा कालावधी साधारणपणे पाच वर्षांचा असतो आणि व्याजाचा दरही फार जास्त नसतो.

सरकार जेव्हा कर्जावरील व्याज देण्याची हमी देते व सरकारला शक्य होईल तेव्हा ते कर्ज परत मिळेल अशा अटींवर कर्ज घेते तेव्हा ते अनिश्चित काळासाठी असते. (irredeemable debt) सरकारने कर्जाची परतफेड करण्यासाठी कोणतेही अभिवचन दिलेले नसते.

निश्चित काळासाठी व अनिश्चित काळासाठी केलेले हे वर्गीकरण याला प्रत्यक्ष व्यवहारात फारसे महत्त्व नाही कारण सरकारला कधीकधी स्थायी कर्जे अधिक दराने घ्यावी लागतात; तर अस्थायी कर्जे कमी दराने घ्यावी लागतात. म्हणजेच सरकारला जशी परिस्थिती असेल तसा व्यवहार सरकारला करावा लागतो. गरज असते तेव्हा कर्ज घेतले जाते ते जास्त दराचे असो की मग ते स्थायी अथवा अस्थायी असो सरकारला जेव्हा अत्यंत कर्जाची गरज असते तेव्हा ते तशा स्वरूपाचे व्यवहार करते.

२.५.२ सार्वजनिक कर्जाचे स्रोत (Sources of Public Debt.)

जेव्हा सरकार देशातील व्यक्ती, वित्तीय आणि अन्य संस्था यांच्याकडून कर्ज उभारते तेव्हा त्या कर्जाला 'अंतर्गत कर्ज' असे म्हणतात. याउलट, जेव्हा सरकार परकीय नागरिकांकडून परकीय वित्तीय संस्थांकडून व आंतरराष्ट्रीय वित्तीय संस्थांकडून आणि परकीय सरकारकडून कर्ज उभारते तेव्हा त्याला 'बाह्य कर्ज' असे म्हणतात.

देशातील सरकार दोन मार्गाने कर्ज उभारते. ते पुढीलप्रमाणे आहेत. –

१) अंतर्गत कर्ज उभारणीचे मार्ग

अ) अल्पबचती किंवा देशातील नागरिक : देशातील लोक जी बचत करतात त्या बचतीतून सरकारला अंतर्गत कर्ज उपलब्ध होते. सरकार बचत योजनेतूनही कर्ज उभारते. उदा. पोस्टातील बचत खाती, राष्ट्रीय बचत प्रमाणपत्रे, भविष्य निर्वाह निधी इत्यादींद्वारे अंतर्गत कर्जे उभी केली जातात. तसेच सरकार कर्जरोख्यांची विक्री करते. सरकारी रोख्यांच्या खरेदी–विक्रीकरता लोक येत असल्याने त्यांचे हस्तांतरण होऊ शकते; अशा रीतीने सरकार देशातील लोकांकडून विविध मार्गाने कर्ज उभारते.

ब) बाजार कर्ज : हे कर्ज मुख्यत: व्यक्ती आणि संस्थांकडून उभारले जाते. उदा. व्यापारी बँका, आयुर्विमा महामंडळ, युनिट ट्रस्ट ऑफ इंडिया इत्यादी. सार्वजनिक कर्जातील फारच थोडा हिस्सा हा या व्यक्तींकडून उभारला जातो आणि बहुतेक कर्ज हे संस्थांकडूनच उभारले जाते; एकूण सार्वजनिक कर्जात बाजार कर्जाचा हिस्सा वाढतच आहे.

क) वित्तीय संस्थांकडून उभारलेली मुदत कर्जे : या मार्गाने उभारण्यात येणारे कर्ज गेल्या काही वर्षांत सातत्याने वाढत आहे. यात अल्प, मध्यम व दीर्घ मुदतीच्या कर्जांचा समावेश होतो. विमा कंपन्या, विश्वस्त संस्था या सरकारी कर्जरोख्यांची खरेदी करतात.

ड) मध्यवर्ती बँकांकडून घेण्यात येणारी कर्जे : तुटीच्या अर्थभरण्यासाठी विविध मार्गांनी वित्त पुरवठा उभारला जातो; त्यांपैकी एक महत्त्वाचा मार्ग म्हणजे मध्यवर्ती बँकेकडून घेतले जाणारे कर्ज होय.

सरकारी खर्चाची बिले मध्यवर्ती बँकेकडून पाठविली जातात. ज्यांना सरकारने पैसे द्यावयाचे असतात. त्यांच्या नावे इतर बँकात खाती उघडली जातात. त्या बँकांकडे स्वत:चे पैसे व इतर ठेवी असतात. तसेच मध्यवर्ती बँकेकडे इतर बँकांच्या ठेवा असतात. ज्या बँकांमध्ये खाते उघडले असेल तेथे सरकारच्या वतीने पतनिर्मितीच्याद्वारे खातेदारांना पैसे देतात. या मार्गानेसुद्धा अंतर्गत कर्ज उभारणी करता येते.

इ) बँकेतर वित्तीय संस्था : विमाकंपन्या, संघटित बचत बँका, विश्वस्त संस्था या संस्था सरकारी कर्जरोख्यांची खरेदी करतात. सरकारची आर्थिक पात्रता, विश्वसनीयता, पैसे परत मिळण्याची खात्री यामुळे सरकारी रोख्यात गुंतवणूक केली जाते. या मार्गाने अंतर्गत कर्ज उभारणी केली जाते.

ई) **व्यापारी बँका :** व्यापारी बँका पतनिर्मितीच्या प्रक्रियेतून सरकारी कर्ज रोख्यांची खरेदी करतात. त्यामुळे सरकारला कर्ज उपलब्ध होते तसेच व्यापारी बँकांकडून पैसे उसने घेणे इत्यादी प्रकारे कर्ज घेतले जाते.

उ) **कर्ज उभारणी :** राखीव निधी व ठेवींच्या स्वरूपातील कर्ज उभारणी.

२) बाह्य कर्ज उभारणीचे मार्ग

सरकारने देशाबाहेरून कर्ज उभारणी केल्यास त्यास परकीय कर्ज किंवा बाह्य कर्ज असे म्हणतात; ते पुढील मार्गाने उभारता येते –

अ) **परकीय नागरिक :** परकीय नागरिकांकडून विविध प्रकारे सरकार बाह्य कर्ज घेते. सरकारी रोख्यांची विक्री परकीय नागरिकांना केली जाते त्यातून बाह्य कर्जाची उभारणी केली जाते.

ब) **परकीय सरकार आणि परकीय वित्तीय संस्था :** परकीय सरकारकडून कर्ज मिळविले जाते; तसेच परकीय वित्तीय संस्थांकडूनसुद्धा कर्ज मिळविले जाते. हे कर्ज तंत्रज्ञान अथवा परकीय चलन अथवा वस्तूंच्या स्वरूपात प्राप्त केले जाते.

क) **आंतरराष्ट्रीय वित्तीय संस्था :** जागतिक बँक, आंतरराष्ट्रीय नाणेनिधी, आशियायी विकास बँक, आंतरराष्ट्रीय वित्तीय महामंडळ इत्यादींद्वारे सरकार बाह्य कर्ज मिळविते. या कर्जाचा उपयोग आर्थिक विकासाच्या कार्यक्रमासाठी केला जातो.

बाह्य कर्ज हे युद्ध खर्च, युद्धसाहित्य, आधुनिक तंत्रज्ञान, विकास कार्यक्रम व प्रकल्प, व्यवहारातील देणी–घेणी इत्यादींसाठी घेतले जाते.

भारताला देशांतर्गत कर्जाप्रमाणे बाह्य कर्जावरसुद्धा अवलंबून राहावे लागते. विविध प्रकल्पांसाठी यंत्रसामग्री, त्यांचे सुटे भाग, तांत्रिक ज्ञान व कौशल्य उपलब्ध करून देण्याच्या दृष्टीने भारताला परकीय कर्जावर अवलंबून राहावे लागते; कारण भारताला आपला निर्यात व्यापार वाढवून वरील विकासोन्मुख साधनसामग्री खरेदी करण्यासाठी आवश्यक असलेले परकीय चलन मिळविणे दुरापास्त झाले. भारताने केलेल्या एकूण आयातीची किंमत देशाने केलेल्या निर्यात वस्तूंच्या किमतीपेक्षा नेहमी आधिक्य राहिले. त्यामुळे विकासासाठी आवश्यक असलेले परकीय चलन परकीय कर्जाद्वारे मिळवावे लागले. वेळोवेळी काढलेले हे परकीय कर्ज कराराप्रमाणे चलनात फेडावे लागते.

३) देशांतर्गत कर्ज व बाह्य कर्ज यातील फरक किंवा भेद

देशांतर्गत कर्ज आणि बाह्य कर्ज यातील फरक पुढीलप्रमाणे सांगता येतो–

अ) देशांतर्गत कर्ज हे वर्तुळाकार प्रवाहासारखे असते; कारण समाजातील एका गटाकडून पैसा कर्जरूपाने सरकारकडून घेतला जातो व दुसऱ्या गटासाठी तो खर्च केला जातो. त्यामुळे एकूण राष्ट्रीय उत्पन्नात फरक पडत नाही. तसेच दोन्ही कर्ज उभारणीची उद्दिष्टे वेगवेगळी असतात. मात्र, बाह्य कर्जाचा राष्ट्रीय उत्पन्नावर परिणाम होतो. बाह्य कर्जाचा योग्य वापर केल्यास राष्ट्रीय उत्पन्नात वाढ घडून येते.

ब) बाह्य कर्जात एखादा देश जेव्हा दुसऱ्या देशाकडून कर्ज उभारतो तेव्हा त्या कर्जाचे व्याज दिले जात असताना 'ऋणको' देशातील संपत्ती 'धनको' देशाकडे पाठविली जाते. व्याज दर जेवढा जास्त असेल तेवढा ऋणको देशांवर कर्जाचा जास्त भार पडतो.

देशांतर्गत कर्जाबाबत मात्र ही समस्या निर्माण होत नाही; कारण व्याज देताना व कर्जफेड करताना देशातील संपत्ती देशातच राहते.

क) देशांतर्गत कर्ज उभारणी व अशा कर्जाची परतफेड याचे देशातील एकूण उत्पादनावर परिणाम होत नाही. परंतु उत्पादनावर अप्रत्यक्ष परिणाम मात्र होऊ शकतात. व्याजाचा बोजा वाढत जातो.

ड) अंतर्गत कर्जाचे फारसे दुष्परिणाम नसतात; मात्र, बाह्य कर्ज घेताना अनेक अटी लादल्या जातात. त्याचे दुष्परिणाम कर्ज घेणाऱ्या देशाला भोगावे लागतात. काही वेळा राजकीय स्वातंत्र्य धोक्यात येऊ शकते; तसे अंतर्गत कर्जाबाबत घडत नाही.

इ) अंतर्गत आणि बाह्य दोन्ही कर्जे उत्पादक व अनुत्पादक स्वरूपाची असू शकतात. उत्पादक कर्जामुळे उत्पादन व संपत्तीत वाढ होते. परतफेड करणे सोयीचे जाते. मात्र, अनुत्पादक कारणासाठी घेतलेल्या कर्जामुळे उत्पादनात भर पडत नाही. हे कर्ज परतफेड करताना अडचणीचे होते.

सार्वजनिक कर्जाचे महत्त्व (Importance of Public Debt.)

सार्वजनिक कर्जाचे महत्त्व व त्याचे उद्देश पुढीलप्रमाणे स्पष्ट करता येतात–

१) **विकासासाठी खर्च :** सरकार विविध क्षेत्रांच्या विकासासाठी खर्च करते जसे शेती व शेतीशी संलग्न क्षेत्र, उद्योग क्षेत्र, सेवा क्षेत्र, वाहतूक दळणवळण इत्यादी. परंतु हा खर्च अपुरा पडतो व अशा वेळी सार्वजनिक कर्जे घ्यावी लागतात.

२) **सार्वजनिक क्षेत्रावरील खर्च :** मोठे व अवजड उद्योग तसेच पायाभूत सुविधांसाठी मोठ्या प्रमाणात गुंतवणूक करावी लागते व त्यासाठी कर्जे घेतली जातात.

३) **संरक्षण खर्च :** देशाच्या सीमेवर आतंकवाद असेल, शीत युद्ध सुरू झाले असेल अशा वेळी सरकारचा खर्च वाढतो. त्यामुळे सार्वजनिक कर्ज काढण्याशिवाय पर्याय रहात नाही.

४) **आर्थिक स्थैर्य :** व्यापारचक्राच्या काळात जसे मंदीच्या काळात उत्पन्न, रोजगार व मागणीत वाढ करण्यासाठी कर्ज घेऊन खर्च केला जातो; तर तेजीच्या काळात चलनवाढ नियंत्रणात ठेवण्यासाठी लोकांकडून कर्जे घेतली जातात. त्यामुळे आर्थिक स्थैर्य प्राप्त होण्याला मदत होते.

५) **सामाजिक सेवा :** जसे सामाजिक सुरक्षिततेचा वाढता खर्च, जलसिंचन, शिक्षण, आरोग्य इत्यादी गरजा भागविण्यासाठी कर्जे घेतली जातात.

६) **आंतरराष्ट्रीय संबंध :** धनकोदेश आणि ऋणकोदेशात सार्वजनिक कर्जाद्वारे सहकार्य, सद्‌भावना निर्माण होते.

७) **प्रशासकीय खर्च :** शासकीय अधिकाऱ्यांचे पगार, भत्ते, निवृत्तीवेतन इत्यादी महसुली उत्पन्नातून भागविणे सरकारला शक्य होत नाही त्यामुळे सार्वजनिक कर्जे घेतली जातात.

कर्ज : २०२३-२४ मध्ये महसुली खात्यावरील व्याज देणी आणि सेवांवरील खर्च यासंदर्भात ११०२६५०.१८ कोटी रुपये कर्ज देणे होते. तर २०२५-२६ अंदाजपत्रकानुसार ते कर्ज १३१५८३७.९८ कोटी रुपयापर्यंत वाढले आहे.

भांडवली खात्यावरील भारत सरकारच्या कर्जाची स्थिती

(कोटी रु.)

	३१ मार्च २०२५	**३१ मार्च २०२६**
अंतर्गत कर्ज आणि इतर देणी	१७५५५९८८.६०	१९०१४८५२
बाह्य कर्ज	६,१८,२९५.७६	६६३९२०.६७
एकूण	**१८१७४२८४.३६**	**१९६७८७७२.६२**

२.५.३ सार्वजनिक तूट व्यापक/समग्र आर्थिक परिणाम (Macroeconomic Implications)

सार्वजनिक तूट म्हणजे सरकारच्या एकूण खर्चापेक्षा सरकारी उत्पन्न कमी असणे. थोडक्यात, सरकारला आपले खर्च भागविण्यासाठी बाहेरून कर्ज घ्यावे लागते, तेव्हा सार्वजनिक तूट निर्माण होते. या तुटीचे अर्थव्यवस्थेवर विविध व्यापक आर्थिक (Macroeconomic) परिणाम होतात.

सार्वजनिक तुटीचे व्यापक आर्थिक परिणाम :

१) महागाई : जेव्हा सरकार तुटीची भरपाई करण्यासाठी नवीन नोटा छापणे (अर्थभरणा – deficit financing) करते, तेव्हा अर्थव्यवस्थेत पैशाचा पुरवठा वाढतो. यामुळे वस्तू आणि सेवांची मागणी वाढते, परंतु पुरवठा तितका वाढत नाही. परिणामी, वस्तू आणि सेवांच्या किंमती वाढतात आणि महागाई निर्माण होते.

तुटीमुळे सरकारला जास्त कर्ज घ्यावे लागते, ज्यामुळे बाजारात कर्जाची मागणी वाढते. यामुळे व्याजदर वाढतात, ज्यामुळे कंपन्यांना कर्ज घेणे महाग होते आणि उत्पादन खर्च वाढतो. परिणामी किंमती वाढतात.

२) व्याजदरात वाढ : सरकारला जेव्हा तूट भरून काढण्यासाठी मोठ्या प्रमाणावर कर्ज घ्यावे लागते, तेव्हा ते बाजारातून मोठ्या प्रमाणात पैसा उचलते. यामुळे बाजारात पैशाची कमतरता निर्माण होते आणि व्याजदर वाढतात.

उच्च व्याजदरांमुळे खाजगी क्षेत्रातील गुंतवणूक कमी होते, कारण उद्योगांना कर्ज घेणे महाग होते. याला 'crowding out effect' असेही म्हणतात. अशा वेळी सरकारी कर्ज खाजगी गुंतवणूकीला बाजारातून बाहेर ढकलते.

३) खाजगी गुंतवणुकीवर परिणाम : वर नमूद केल्याप्रमाणे, वाढलेल्या व्याजदरामुळे खाजगी कंपन्या आणि उद्योगांसाठी कर्ज घेणे अधिक महाग होते. यामुळे ते नवीन प्रकल्प सुरू करणे किंवा सध्याच्या व्यवसायाचा विस्तार करणे टाळतात. याचा परिणाम एकूण उत्पादन आणि रोजगार निर्मितीवर होतो. आणि दीर्घकालीन विकासास धोका निर्माण होतो.

४) सार्वजनिक गुंतवणुकीत वाढ : सार्वजनिक तूट म्हणजे चालू वर्षातील सरकारचा अतिरिक्त खर्च. ही अतिरिक्त तूट भरून काढण्यासाठी सरकार कर्ज घेते ज्यामुळे एकूण सार्वजनिक कर्ज वाढते.

वाढत्या सार्वजनिक कर्जाचा अर्थ असा होती की, भविष्यात सरकारला या

कर्जावर व्याज द्यावे लागते आणि त्याची परतफेड करावी लागते. यामुळे भविष्यातील पिढ्यांवर करांचा बोजा वाढू शकतो किंवा सरकारी सेवांसाठी उपलब्ध संसाधने कमी होऊ शकतात.

५) आर्थिक वाढीवर परिणाम : सार्वजनिक तूट जर जास्त असेल आणि ती अनुत्पादक खर्चावर (उदा. सबसिडी) खर्च केली जात असेल तर त्याचा आर्थिक वाढीवर नकारात्मक परिणाम होऊ शकतो. यामुळे भांडवल निर्मिती कमी होते आणि दीर्घकालीन विकासाला खीळ बसते.

परंतु जर सार्वजनिक तूट पायाभूत सुविधा उदा. रस्ते, पूल, ऊर्जा प्रकल्प किंवा शिक्षण आणि आरोग्य यासारख्या उत्पादक क्षेत्रांवर खर्च केली जात असेल, तर ती दीर्घ काळात आर्थिक वाढीस मदत करू शकते.

६) चलन विनिमय दरावर परिणाम : सरकारला परदेशातून जर कर्ज घ्यावे लागले तर देशाच्या परकीय कर्जात वाढ होते. यामुळे परकीय चलनाच्या मागणीतही वाढ होते. यातून देखील देशाच्या चलनाचे अवमूल्यन होऊ शकते.

चलनाच्या अवमूल्यनामुळे आयात महाग होते आणि निर्यात स्वस्त होते याचा व्यापार संतुलनावर परिणाम होतो.

७) आंतरराष्ट्रीय पत आणि गुंतवणूक : अधिक आणि अनियंत्रित सार्वजनिक तूट एखाद्या देशाच्या आंतरराष्ट्रीय पतमानांकन (Credit Rating) कमी करू शकते. यामुळे परदेशी गुंतवणुकीचा विश्वास कमी होतो आणि त्यांना त्या देशात गुंतवणूक करणे जोखमीचे वाटते. यामुळे थेट परदेशी गुंतवणूक (FDI) कमी होऊ शकते.

जास्त तूट ही अर्थव्यवस्थेच्या अस्थिरतेचं लक्षण मानले जाते. यामुळे विदेशी गुंतवणूकदार देशात गुंतवणूक करण्यास घाबरू शकतात. याचा परिणाम रुपयाच्या मूल्यात घट व पर्यायाने गुंतवणुकीत घट होते.

८) भविष्यातील कारभार वाढण्याची शक्यता : सतत तूट राहिल्यास सरकारवर कर्जाचा भार वाढतो. हे कर्ज फेडण्यासाठी भविष्यात कर वाढवावे लागतात. याचा सामान्य जनतेवर परिणाम होतो.

९) सामाजिक क्षेत्रावर परिणाम : सरकारला तूट कमी करण्यासाठी खर्चात कपात करावी लागते, ज्यामुळे शिक्षण, आरोग्य व गरिबांसाठीच्या याजेना प्रभावित होतात.

थोडक्यात, सार्वजनिक तूट ही काही वेळा आर्थिक गती वाढविण्यासाठी असू

शकते, विशेषत: मंदीच्या काळात. परंतु जर ती दीर्घकालीन टिकली, तर तिचे नकारात्मक परिणाम देशाच्या आर्थिक आरोग्यावर होऊ शकतात. यासाठी देशाचा खर्च व देशाचे उत्पन्न यामध्ये योग्य समतोल राखणे गरजेचे आहे.

सार्वजनिक तुटीचे व्यवस्थापन करणे हे कोणत्याही सरकारसाठी एक महत्त्वाचे आर्थिक आव्हान असते. तुटीचा योग्य वापर केल्यास आर्थिक विकासाला गती मिळू शकते. परंतु जर ती अनियंत्रित झाली तर त्याचे गंभीर नकारात्मक परिणमा अर्थव्यवस्थेवर होऊ शकतात.

२.५.४ वित्तीय किंवा आर्थिक शाश्वतता (Fiscal Sustainability)

वित्तीय / राजकोषीय / आर्थिक शाश्वतता म्हणजे सरकारने घेतलेले विविध प्रकारचे कर्ज, त्याचे व्याज आणि सरकारी खर्च याचा दीर्घकालीन दृष्टिकोनातून अर्थव्यवस्थेवर बोजा न आणता आर्थिक भार चालवणे. म्हणजेच सरकारची आर्थिक धोरणे अशी असावीत की, भविष्यात सरकार दिवाळखोरीत न जाता देशाचा खर्च आणि कर्जाचे व्यवस्थापन करू शकेल.

वित्तीय / राजकोषीय शाश्वतता म्हणजे सरकारचा आर्थिक खर्च आणि उत्पन्न यामध्ये दीर्घकालीन संतुलन राखणे. म्हणजेच सरकार आपल्या आर्थिक धोरणाद्वारे देशावर जास्त आर्थिक बोजा न आणता, तसेच पुढच्या पिढ्यांवर कर्जाचा भार न आणता आपल्या जबाबदाऱ्या पार पाडत आहे की नाही हे पाहणे.

सरकारला विविध सामाजिक आणि विकास कामांसाठी पैसा खर्च करावा लागतो - जसे आरोग्य, शिक्षण, पायाभूत सुविधा, सुरक्षा इत्यादी. परंतु हा खर्च करताना सरकार जे उत्पन्न (कर, महसूल, इतर स्रोत) मिळवते, त्याचा निट विचार करूनच निर्णय घेणे आवश्यक असते. जर उत्पन्नाच्या तुलनेत खूप खर्च वाढला तर सरकारला कर्ज घ्यावे लागते. हेच कर्ज जर सतत वाढत राहिले तर देशाची आर्थिक स्थिती अस्थिर होऊ शकते. म्हणूनच खर्च आणि उत्पन्न यामध्ये संतुलन ठेवणे म्हणजे वित्तीय शाश्वतता होय.

वित्तीय शाश्वततेच्या मुख्य बाबी :

१) सरकारी उत्पन्न आणि खर्च यामध्ये समतोल ठेवणे : यामध्ये सरकारमार्फत जितका खर्च केला जातो तितके किंवा त्याहून अधिक उत्पन्न मिळवणे आवश्यक असते. अनावश्यक योजना, सबसिडी आणि अकार्यक्षम खर्च कमी करणे.

२) कर्जाचे प्रमाण नियंत्रित ठेवणे : GDP च्या तुलनेत सरकारचे कर्ज

खूप वाढल्यास देशाच्या अर्थव्यवस्थेवर परिणाम होतो. देशाच्या GDP च्या तुलनेत कर्जाचे प्रमाण कमी ठेवणे व व्याजाचा खर्च कमी करावा लागतो.

३) दीर्घकालीन आर्थिक धोरणे : सध्याचे निर्णय भविष्यात सरकारसाठी अडचणीचे ठरू नयेत, याची काळजी घेणे. पेन्शन, आरोग्य सेवा यासारख्या दीर्घकालीन खर्चांचा विचार करून नियोजन करणे. हवामान बदल, वृद्ध लोकसंख्या इत्यादींसारख्या भविष्यातील आव्हानांना सामोरे जाण्यासाठी योजना तयार करणे.

४) भविष्यातील पिढ्यांवर बोजा टाळणे : सध्याचा खर्च पुढील पिढ्यांच्या खांद्यावर टाकणे. अराजकोषीय खर्च शाश्वततेच्या विरोधात जातो. जर एखादे सरकार निवडणुकीपूर्वी मोठ्या प्रमाणात कर्ज घेऊन लोकांना सवलती देत असेल, पण त्याचे उत्पन्न वाढवण्याचे कोणतेही साधन नसेल तर ही परिस्थिती वित्तीय अश्वाततेकडे घेऊन जाते.

वित्तीय अशाश्वततेचे परिणाम : कर्जफेडीसाठी नवीन कर्ज घ्यावे लागते. व्याजाचे दर वाढतात जे आर्थिक वाढीला अडथळा ठरते, यामुळे सामाजिक सेवा कमी केल्या जातात. भविष्यातील पिढ्यांवर मोठा आर्थिक बोजा टाकला जातो, देशाचे पतमानांकन घसरते.

उदा. भारत सरकार अनेक वेळा आर्थिक धोरणे घेत असते जसे की, करात सूट देणे, जनतेला अनुदाने देणे आणि विविध सामाजिक योजना जाहीर करणे. परंतु याच वेळी सरकारने उत्पन्नाचे स्रोत मजबूत केले नाही तर देशाच्या GDP च्या तुलनेत तूट (Fiscal Deficit) वाढू शकते. हीच तूट टिकवण्यासाठी कर्ज घेण्याची गरज भासते. अशा स्थितीत वित्तीय शाश्वतता धोक्यात येते.

म्हणूनच सरकारने जरी सामाजिक कल्याणासाठी खर्च केला तरी तो शाश्वत आणि संतुलित असावा अशी अपेक्षा असते.

वित्तीय/राजकोषीय शाश्वतता ही देशाच्या आर्थिक आरोग्यासाठी अत्यंत महत्त्वाची संकल्पना आहे. सरकारच्या खर्च व उत्पन्न यामध्ये योग्य तालमेल, कर्जाचे योग्य व्यवस्थापन आणि दीर्घकालीन दृष्टिकोन हे या संकल्पनेचे मुख्य आधारस्तंभ आहेत. जर सरकारने हे संतुलन राखले, तरच देशाची अर्थव्यवस्था मजबूत, स्थिर आणि भविष्यात टिकणारी ठरते.

२.६ शासकीय अंदाजपत्रक : प्रकार आणि प्रक्रिया (Government Budgeting : Types & Process)

अर्थसंकल्प हे वित्तीय प्रशासनाचे हे एक महत्त्वाचे साधन आहे, ज्यामुळे

राज्याचे सर्व आर्थिक व्यवहार निमंत्रित केले जातात. आगामी आर्थिक वर्षातील अपेक्षित प्राप्ती आणि नियोजित खर्चाचे वित्तीय विवरण म्हणजे अंदाजपत्रक होय. भारतात १ एप्रिल ते ३१ मार्च या कालावधीचे एक आर्थिक वर्ष असते. भारतीय राज्यघटनेच्या कलम ११२ अंतर्गत शासकीय अंदाजपत्रकाची तरतूद आहे. भारत सरकारच्या प्रत्येक अंदाजपत्रकात सात अंदाजपत्रकीय दस्तऐवजांद्वारे सार्वजनिक वित्त व्यवहारांच्या तपशीलाचे वर्णन केले जाते.

अंदाजपत्रक हा शब्द (Budget) या फ्रेंच भाषेतील (Bougette) पासून आला आहे. याचा अर्थ पिशवी किंवा पाकीट असा होतो. ज्यात सरकारच्या आर्थिक धोरणांविषयीचा तपशील असतो. या सर्व आर्थिक योजना किंवा वित्तीय धोरणे सरकारी महसूल आणि सरकारी खर्चाच्या स्वरूपात असतात.

महसूली व भांडवली अंदाजपत्रक : अंदाजपत्रकातील तरतुदींचे महसुली व भांडवली अंदाजपत्रक असे वर्गीकरण केले जाते.

१) महसुली अंदाजपत्रक : महसुली अंदाजपत्रकात महसुली उत्पन्न आणि महसुली खर्चाचा समावेश होतो. महसुली प्राप्तीचे विभाजन कर आणि करेतर उत्पन्नात होते. कर उत्पन्नात उत्पन्नकर, कंपनी कर इत्यादी करांचा समावेश होतो. महसुली खर्चामध्ये करेतर उत्पन्नातील कर्जावरील व्याज, गुंतवणुकीवरील लाभांश राज्यांना दिलेली अनुदाने व सहाय्य इत्यादींचा समावेश होतो.

२) भांडवली अंदाजपत्रक : भांडवली अंदाजपत्रकात भांडवली उत्पन्न व भांडवली खर्च मांडलेले असतात. शासनाचे भांडवली उत्पन्न म्हणजे मध्यवर्ती बँका आणि लोकांकडून घेतलेली कर्जे, सार्वजनिक क्षेत्रातील उद्योगाच्या समभागाची विक्री करून मिळालेले उत्पन्न, विदेशी शासन आणि संस्थाकडून मिळालेली कर्जे, विशेष ठेवी इत्यादी बाबींचा यात समावेश होतो.

भांडवली खर्चात शासनाच्या विकास प्रकल्पातील खर्च, गुंतवणूका, राज्य शासन, शासकीय कंपन्या, महामंडळे आणि इतर घटकांना दिलेली कर्जे इत्यादींचा समावेश होतो.

याशिवाय सामाजिक आणि सामुदायिक विकासावरील खर्च, संरक्षण आणि सर्वसाधारण सेवांवरील खर्च इत्यादींचा यात समावेश होतो.

अ) अंदाजपत्रकाचे प्रकार :

सार्वजनिक खर्च आणि उत्पन्नाच्या अंदाजपत्रकीय तरतुदी निरनिराळ्या पातळीत असणे गरजेचे असते. त्यानुसार शासकीय अंदाजपत्रकाचे तीन प्रकार पडतात.

१) समतोल अंदाजपत्रक
२) शिलकीचे अंदाजपत्रक
३) तुटीचे अंदाजपत्रक

१) समतोल अंदाजपत्रक : जेव्हा सरकारचे अंदाजित महसुली उत्पन्न व अंदाजित महसुली खर्च दोन्ही सारखे असतात तेव्हा त्या अर्थसंकल्पास समतोल अंदाजपत्रक असे म्हणतात. म्हणजेच सरकारी महसूल = सरकारी खर्च

डाल्टन यांच्या मते, 'विशिष्ट काळात खर्चापेक्षा प्राप्ती किंवा उत्पन्न किंवा महसूल कमी पडत नाही तो समतोल अर्थसंकल्प होय.'

"A balance budget is that, over a period of time, revenue does not fall short of expenditure."

थोडक्यात, जेव्हा सरकारचा महसूल आणि खर्च समान असतो तेव्हा त्या अर्थसंकल्पास 'समतोल अर्थसंकल्प' असे म्हणतात.

जे. बी. से., रिकार्ड आणि ॲडम स्मिथ इत्यादी सनातनवादी अर्थतज्ज्ञांनी समतोल अर्थसंकल्पाचे समर्थन केलेले आहे. समतोल अर्थसंकल्पामुळे वित्तीय स्थिरता साधता येते तसेच अनावश्यक सरकारी खर्चाला आळा बसतो.

समतोल अंदाजपत्रकाच्या बाजूने मांडलेला युक्तिवाद

समतोल अंदाजपत्रकाचे समर्थन करताना ॲडम स्मिथ, जे. बी., से, इत्यादी सनातनवादी अर्थशास्त्रज्ञांनी पुढीलप्रमाणे युक्तिवाद केला आहे.

१) सनातनवादी अर्थतज्ञ यांच्या मते, सरकारचा अर्थव्यवस्थेतील हस्तक्षेप कमी असावा यासाठी समतोल अंदाजपत्रक असावे. म्हणजेच त्यांनी निरहस्तक्षेप धरणाचे समर्थन केले आहे.
२) कमीतकमी खर्च आणि तो भरून काढण्यासाठी कराच्या साह्याने उत्पन्न मिळवणारी वित्तीय व्यवस्था चांगली असते, असे 'से' यांचे मत होते त्यामुळे समतोल अंदाजपत्रकाचे त्यांनी समर्थन केले आहे.
३) सनातनवादी अर्थशास्त्रज्ञांचा अनुत्पादक सरकारी खर्च भरून काढण्यासाठी कर्ज काढण्याला विरोध होता कारण असे कर्ज परत करताना भावी पिढीवर त्याचा बोजा पडतो.
४) ॲडम स्मिथ समतोल अर्थसंकल्पाचे समर्थन करतात कारण त्यांच्या मते, तुटीचा अर्थसंकल्प सरकार किंवा देशावरील अनुत्पादक कर्जात वाढ करतात.
५) ए.पी. लर्नर यांच्या मते अर्थव्यवस्थेचे कार्य सुरळीत चालण्यासाठी वित्तीय

स्थिरता आवश्यक असते. समतोल अर्थसंकल्प अनावश्यक खर्च टाळून वित्तीय स्थिरता साधण्यासाठी सहाय्यभूत ठरतो.

समतोल अर्थसंकल्पाच्या विरुद्ध युक्तिवाद

१) समतोल अर्थसंकल्पात कर आणि सरकारी खर्चात अपेक्षित बदल करणे शक्य नसते; त्यामुळे अर्थसंकल्पात ताठरता येते.

२) सरकारी खर्चात वाढ झाल्यास अंदाजपत्रकात तूट निर्माण होऊ शकते. त्यामुळे समतोल अंदाजपत्रकात आर्थिक विकासासाठी विविध प्रकल्पांवर खर्च करताना मर्यादा पडतात.

३) कल्याणकारी राज्य संकल्पना अस्तित्वात आणण्यासाठी सामाजिक कल्याणावर अधिक खर्च करावा लागतो; त्यामुळे अर्थसंकल्पात तूट निर्माण होते. समतोल अर्थसंकल्पामुळे सामाजिक कल्याणावर मर्यादा पडतात.

४) केन्सच्या मते, आर्थिक मंदीत प्रभावी मागणीत वाढ होण्यासाठी तुटीच्या अंदाज पत्रकाद्वारे सरकारने अधिक खर्च करण्याची गरज असते त्यामुळे समतोल अंदाजपत्रक उपयुक्त नसते.

अशा प्रकारे समतोल अंदाजपत्रकावर अनेक मर्यादा पडत असल्याचे दिसून येते.

२) शिलकीचे अंदाजपत्रक (Surplus Budget)

ज्या अंदाजपत्रकात सरकारचे अंदाजे महसुली उत्पन्न हे सरकारच्या महसुली खर्चापेक्षा जास्त असते तेव्हा त्याला शिलकीचे अंदाजपत्रक असे म्हणतात. अपेक्षित सरकारी प्राप्ती > अंदाजित सरकारी खर्च. आर्थिक तेजीच्या काळात शिलकीचे अंदाजपत्रक उपयुक्त ठरू शकते.

शिलकीच्या अर्थसंकल्पाचे समर्थन सनातनवादी किंवा अभिजात पंथीय विचारवंतांनी केले होते. सरकार आपल्या उत्पन्नाच्या साधनातूच भविष्यकालीन अडचणींसाठीच्या खर्चाची तरतूद करून ठेवत असते. शिलकी अर्थसंकल्पामुळे सरकारला सार्वजनिक कर्जाची परतफेड करण्यासाठी हातभार लागतो. शिलकीचा अर्थसंकल्प उत्पन्न व खर्च यांचा मेळ घालण्यावर अधिक भर देतो. वास्तविक अर्थसंकल्प हे विविध आर्थिक व सामाजिक उद्दिष्ट साध्य करण्याचे साधन आहे यावर भर देणे आवश्यक आहे. आधुनिक काळात सरकारकडून सहसा शिलकी अर्थसंकल्प मांडला जात नाही. कारण, त्यामुळे देशाच्या अर्थव्यवस्थेच्या सर्वांगीण व आर्थिक विकासावर मर्यादा निर्माण होतात.

शिलकी अर्थसंकल्पाचे फायदे

१) सरकारला आपल्या उत्पन्नातून खर्च पूर्ण करावा लागतो. त्यामुळे उत्पन्नाचा योग्य वापर करण्याची आर्थिक शिस्त लागते.

२) कमी खर्चात सरकारी खर्च भागवला जाऊन आर्थिक कार्यक्षमता साध्य होते.

३) खर्चावर प्रभावी नियंत्रण ठेवून खर्चाचा प्राधान्यक्रम ठरविल्यामुळे आवश्यक तेथेच खर्च होतो.

४) सरकारचा खर्च कमी असल्यामुळे खाजगी क्षेत्राच्या विस्ताराला संधी मिळते.

५) शिलकी अर्थसंकल्पामुळे भविष्यकालीन अडचणींबाबत तरतूद करता येते.

६) शिलकी अर्थसंकल्पामुळे विकासात्मक, लाभदायक प्रकल्प हाती घेता येतात.

शिलकी अंदाजपत्रकाचे दोष/तोटे

१) मर्यादित खर्चामुळे विकासाची उद्दिष्टे साध्य करता येत नाहीत.

२) शिलकी अर्थसंकल्प हे विकसनशील देशांचे आर्थिक विकासाचे साध्य नाही.

३) कल्याणकारी राज्याची संकल्पना साध्य होत नाही.

४) शिलकी अर्थसंकल्प आर्थिक आणीबाणीच्या काळात उपयोगी ठरत नाही.

५) शिलकी अर्थसंकल्पात उत्पन्न व खर्चाचा मेळ घालण्यावर भर दिल्यामुळे आर्थिक व सामाजिक उद्दिष्टे साध्य होत नाहीत.

३) तुटीचे अर्थसंकल्प (Deficit Budget)

जेव्हा सरकारच्या अंदाजित उत्पन्नापेक्षा अंदाजित खर्च जास्त असतो, तेव्हा त्या अर्थसंकल्पास तुटीचे अंदाजपत्रक म्हणतात.

अपेक्षित सरकारी प्राप्ती < अंदाजित सरकारी खर्च = तुटीचे अंदाजपत्रक.

जेव्हा अर्थसंकल्पात सरकारचे एकूण उत्पन्न कमी व एकूण खर्च जास्त असतो, तेव्हा त्यास तुटीचा अर्थसंकल्प म्हणतात. देशातील एकूण खर्च आवश्यकतेपेक्षा कमी असेल व त्यात वाढ करावयाची असेल तर सरकारकडून तुटीच्या अर्थसंकल्पाचे धोरण अवलंबिले जाते. अर्थसंकल्पात दाखविलेल्या जादा खर्चामुळे अर्थव्यवस्थेतील उत्पन्न पातळी, मागणी, उत्पादन आणि रोजगार यामध्ये वाढ घडून येते. मंदीच्या काळात सरकारी खर्चाचा वाढीमुळे प्रभावी मागणी वाढून आर्थिक मंदीचे प्रमाण अधिक प्रभावीपणे नियंत्रित करणे शक्य होते.

विकसनशील देशात उपलब्ध असलेली नैसर्गिक साधन सामग्री आणि मनुष्यबळ यांचा वापर करून उत्पादन वाढविणे आणि देशाचा आर्थिक विकास घडवून आणण्यासाठी वित्तीय साधनसामग्री महत्त्वाची असते. त्यासाठी गुंतवणुकीत मोठा खर्च दाखवून

अंदाजपत्रकात तूट निर्माण करणे ही आधुनिक अर्थव्यवस्थेतील पद्धत बनली आहे. आधुनिक काळात तुटीचे अंदाजपत्रक हे शासनाचे सर्वसाधारणपणे राबवले जाणारे धोरण आहे.

भारतासारख्या विकसनशील देशांनी आर्थिक विकासासाठी तुटीच्या अंदाजपत्रकाचा मार्ग सातत्याने अनुसरला आहे.

थोडक्यात, तुटीच्या अर्थसंकल्पात सरकारचे उत्पन्न खर्चापेक्षा कमी असते म्हणजेच खर्च उत्पन्नापेक्षा अधिक असतो.

तुटीच्या अर्थसंकल्पाचे फायदे

१) आर्थिक विकासास चालना मिळते.
२) तुटीच्या अर्थसंकल्पामुळे अर्थव्यवस्थेत भाव वाढ होते.
३) भाव वाढ घडून आल्याने उत्पादकांच्या फायद्यात वाढ होते.
४) उत्पादनवाढीस चालना मिळते.
५) अर्थव्यवस्थेत मनुष्यबळ व नैसर्गिक साधन सामग्रीचा अधिक वापर होऊन बेरोजगारीत घट होते.
६) मंदीच्या काळात सरकारने खर्चात वाढ केल्यास मंदीला आळा बसतो.
७) तुटीच्या अर्थसंकल्पामुळे उत्पन्न व रोजगारात वाढ घडून येते.

केन्स यांनी मंदीच्या काळात तुटीचा अर्थसंकल्प सादर करावा असे मत प्रभावीपणे मांडले आहे.

तुटीच्या अर्थसंकल्पाच्या मर्यादा / दोष :

१) उत्पादक वर्गाचे उत्पन्न वाढल्याने विषमता वाढते.
२) तुटीच्या अर्थसंकल्पामुळे ठरावीक वर्गाचे उत्पन्न वाढून चैनीच्या वस्तूंची मागणी वाढते व उत्पादन संरचना बिघडते.
३) तुटीच्या अंदाजपत्रकातून भाववाढीचा धोका निर्माण होतो.
४) टंचाई निर्माण होऊन उत्पादन वाढीपेक्षा साठेबाजीत वाढ होते.
५) खर्चावर नियंत्रण राहत नाही.

याशिवाय अंदाजपत्रकाचे पुढील प्रकार सांगता येतात.

कार्यात्मक अर्थसंकल्प/फलनिष्पत्ती अर्थसंकल्प (Outcome Budget)

सरकारचे उत्पन्न व खर्च ही साधने असून ती विशिष्ट सामाजिक उद्दिष्टांसाठी वापरणे म्हणजे कार्यात्मक अर्थसंकल्प होय.

भारताच्या इतिहासात सर्वप्रथम पी. चिदंबरम यांनी सन २००५–२००६ या वर्षांसाठी फलनिष्पत्ती अर्थसंकल्प सादर केला. गुंतवणूक खर्चापासून होणारे परिणामांना आधार बनवून बजेट तयार केले जाते तेव्हा त्याला 'कार्यात्मक/निष्पादन अर्थसंकल्प' असे म्हणतात. या अर्थसंकल्पात सामान्य अर्थसंकल्पाद्वारे प्रत्येक मंत्रालय/विभाग/संस्थांना वाटावयाच्या योजनानिहाय/प्रकल्पनिहाय वित्तीय साधनांबरोबर त्यांनी साध्य करावयाच्या फलनिष्पत्तींचा किंवा परिणामांचा (Outcome) समावेश असतो.

शून्याधिष्टीत/शून्याधारित अर्थसंकल्प

मागील वर्षाच्या खर्चाचा आधार न घेता किंवा मागील वर्षाच्या खर्चाचा आधार शून्य समजून तयार केलेला अर्थसंकल्प म्हणजे शून्याधिष्टीत किंवा शून्याधारित अर्थसंकल्प होय.

शून्याधारित अर्थसंकल्पात दरवर्षी नव्याने विचार करून जमा व खर्चाचे अंदाज करणे तसेच खर्चाची योजना तयार करताना प्रत्येक बाबीवरील खर्च आणि त्यापासून सामाजिक लाभ यांचा हिशोब मांडला जातो.

पीटर पिहर यांना या अर्थसंकल्पाचे प्रवर्तक मानले जाते. भारतात महाराष्ट्र राज्याने १ एप्रिल १९८६ रोजी शून्याधारित अर्थसंकल्प सादर केला. त्या वेळी महाराष्ट्राचे मुख्यमंत्री शंकरराव चव्हाण, वित्तमंत्री सुशीलकुमार शिंदे व वित्त राज्यमंत्री श्रीकांत जिचकर होते. २००१ मध्ये आंध्र प्रदेशात शून्याधारित अर्थसंकल्प मांडण्यात आला.

शून्याधारित अर्थसंकल्पाचे फायदे

१) शून्याधारित अर्थसंकल्पामुळे विविध योजनांमध्ये प्राधान्य क्रम ठरविण्यास मदत होते.

२) प्रत्येक विभागाची कार्यक्षमता वाढते. प्रत्येक विभागाला संसाधनाची मागणी करता येते.

३) अर्थसंकल्पातील उद्दिष्ट पूर्ण करण्यासाठी आवश्यक असणाऱ्या प्रकल्पांना अर्थपुरवठा केला जातो.

४) शून्याधारित अर्थसंकल्पामुळे फायदेशीर आणि कमी महत्त्वाचे कार्य ओळखता येते, त्यामुळे आर्थिक विकासावर भर देता येतो तसेच पर्यायी उपयोगी घटकांचा अभ्यास करता येतो.

५) प्रदान घटक उत्पन्नाशी संबंधित नसतात त्या ठिकाणी शून्याधारित अर्थसंकल्प अधिक उपयुक्त ठरते.

६) शून्याधारित अर्थसंकल्पामुळे उपलब्ध साधनसामग्रीचा पुरेपूर वापर करता येतो. तसेच प्राधान्यक्रमाची यादी करून त्या प्राधान्यक्रमाची अंमलबजावणी करता येते.
७) शून्याधारित अंदाजपत्रकामुळे विभागीय अथवा संघटनात्मक उद्दिष्टांनी अर्थसंकल्प जोडला जातो.

शून्याधारित अर्थसंकल्पाचे तोटे किंवा मर्यादा

१) या अर्थसंकल्पामध्ये लवचीकतेचा अभाव असतो. त्यामुळे बदलांना सामावून घेणे शक्य होत नाही.
२) आर्थिकेत्तर प्रकरणामध्ये फायदा-तोटा असे विश्लेषण प्रत्येक वेळेस शक्य नाही.
३) शून्याधारित अंदाजपत्रक तयार करण्यास आणि त्याची अंमलबजावणी करण्यासाठी वेळ आणि पैसा खर्च होतो.

अंदाजपत्रकाचे आर्थिक वर्गीकरण

अर्थव्यवस्थेला नियंत्रित करण्याचे एक धोरणात्मक साधन म्हणून जेव्हा अर्थसंकल्पाचा विचार होतो, तेव्हा अर्थसंकल्पाचे वर्गीकरण आर्थिक कार्यात्मक गटात केले जाणे उपयोगाचे ठरते. अर्थव्यवस्थेच्या आर्थिक वर्गीकरणामध्ये खर्चाचे वर्गीकरण, विविध विभागांवर होणारा खर्च उदा. वेतन, रोजगार, जमा आणि बाजारातून उचललेला पैसा असे वर्गीकरण केले जाते; त्यास अर्थसंकल्पाचे 'आर्थिक वर्गीकरण' म्हटले जाते.

या पद्धतीच्या वर्गीकरणामुळे बचत निर्मिती, गुंतवणूक, उपभोग, आर्थिक मालमत्तांची निर्मिती, आर्थिक देणी जी संपूर्ण अर्थव्यवस्थेमध्ये विखुरलेली असतात. या सर्वांची एकत्रित आर्थिक माहिती आर्थिक वर्गीकरणामुळे प्राप्त होते. कार्यात्मक वर्गीकरणामध्ये/वित्तव्यवस्थेमध्ये शासनाकडून पार पाडल्या जाणाऱ्या विविध सेवांचा समावेश होतो. यामध्ये आर्थिक सेवा, सामाजिक सेवा, संरक्षण सेवा इत्यादीचा समावेश होतो. आर्थिक व कार्यात्मक वित्तव्यवस्थेमध्ये शासनाचे विविध विभाग व संस्थांमध्ये भांडवल गोळा होणाऱ्या क्रियांचा समावेश होतो.

आर्थिक वर्गीकरण

आर्थिक वित्तव्यवस्थेत अर्थसंकल्प हा सहा खात्यांमध्ये विभागला जातो. तो पुढीलप्रमाणे आहे -

खाते क्र. १ : शासकीय प्रशासनामधील वस्तू व सेवाचा विनिमय आणि

देवाणघेवाण जी चालू खात्यावर केली जाते. या खात्यामध्ये शासकीय प्रशासनावरील होणारा खर्च हा दोन विभागांत वाटला जातो. (१) प्रशासनावर होणारा उपभोग खर्च (२) दुसऱ्या घटकांकडून उपभोगासाठी होणारा खर्च.

खाते क्र. २ : वस्तू सेवा आणि हस्तांतरण यामध्ये झालेली देवाण-घेवाण व्यापारीदृष्ट्या अखत्यारित असलेले विभागीय चालू खाते होय.

या खात्यामध्ये होणारी देवाणघेवाण ही वस्तू व सेवांची संपूर्ण अर्थव्यवस्थेत होणारी विक्री यांचा समावेश होतो म्हणून यामधील खर्च हा वस्तू व सेवांच्या किमतीमध्ये गणला जातो. या खात्यातील घटक हे खाते क्र. १ सारखेच असतात.

खाते क्र. ३ : वस्तू सेवा या हस्तांतरणामधील देवाणघेवाण ही शासनाच्या भांडवली खात्यांवर आणि शासकीय प्रशासनाचा व्यापारी विभाग, अशा संयुक्त खात्यांतर्गत येते.

या खात्यात शासनाच्या आणि अंगीकृत व्यापारी विभागांद्वारे भांडवलाचा खर्च आणि भौतिक साधनसंपत्ती जी अस्तित्वात आहे, यांचा समावेश होतो.

खाते क्र. ४ : वित्तीय संपदेमधील बदल शासकीय प्रशासनाचे भांडवली खाते व्यावसायिक अंगीकृत विभागात येते. या खात्यात संपूर्ण अर्थव्यवस्थेमध्ये आर्थिक मालमत्तेच्या व्यवहारासंबंधी झालेली देवाणघेवाण यांचा समावेश होतो. यामध्ये शेअर्स व कर्जामध्ये केलेल्या गुंतवणुकींचा उल्लेख असतो.

खाते क्र. ५ : वित्तीय जबाबदाऱ्यामध्ये झालेले बदल शासकीय प्रशासनाचे आणि अंगीकृत व्यवसायी भांडवली खाते तसेच केंद्रशासनाचे कर्ज खाते व खाते क्र. ३ आणि ४ मध्ये निर्माण झालेल्या तुटीचा समावेश केला जातो.

खाते क्र. ६ : शासकीय प्रशासनाचे व अगीकृत व्यावसायिक विभागाचे रोखी व समेटाचे (Reconciliation) खाते यांचा समावेश होतो. हे सर्व समावेशक असे समेटाचे खाते आहे. यामध्ये एकूण स्थितीचा खाते क्रमांक ३, ४ आणि ५ यांच्या संदर्भात आढावा घेतला जातो ज्याद्वारे केंद्र सरकारच्या देवाणघेवाणीचा परिणाम दर्शविला जातो.

कार्यात्मक वर्गीकरण/वित्त : कार्यात्मक वर्गीकरणामध्ये अर्थसंकल्पीय व्यवहारांच्या उद्दिष्टानुसार खर्चाचा समावेश होतो. उदा. संरक्षण, शिक्षण, आरोग्य इत्यादी. मात्र 'जमा' यामध्ये वापरली जात नाही. शासकीय खर्चाच्या कार्यात्मक विभागात पुढील बाबी येतात.

१) **सर्वसाधारण सेवा :** यामध्ये नागरी आणि संरक्षण विषयक खर्चाचा समावेश होत नाही. यामध्ये सर्वसाधारण प्रशासन कर संकलन, पोलीस, चलन आणि

टांकसाळ, परकीय घटना, संरक्षण इत्यादींचा समावेश होतो.

२) **आर्थिक सेवा :** देशांमध्ये आर्थिक क्रियांना चालना देणाऱ्या शासकीय खर्चाचा समावेश यामध्ये होतो. उदा. : कृषी, उद्योग, वाहतूक आणि दळणवळण इत्यादी.

३) **इतर :** जे घटक इतर कोणत्याही विभागात येत नाही ते या गटात समाविष्ट केले जातात यामध्ये व्याजदर, निवृत्तीवेतन, अन्नविषयक अनुदाने, राज्य सरकारला दिला जाणारा संविधानिक निधी यांचा समावेश होतो.

ब) शासनाच्या अंदाजपत्रकाची अथवा अर्थसंकल्पीय प्रक्रीया (Government Budgeting - Process)

सरकारच्या अंदाजपत्रकाची / अर्थसंकल्पाची प्रक्रिया (Government Budgeting - Process) ही एक नियोजित प्रक्रिया आहे. याद्वारे सरकार आपले आर्थिक धोरण आखते, महसूल गोळा करते आणि खर्चाचे नियोजन करते.

१) **अंदाजपत्रक तयार करणे :** प्रत्येक मंत्रालय विभाग हा त्यांचा संभाव्य खर्च आणि उत्पन्नाचा अंदाज तयार करतो. हे सर्व प्रस्ताव अर्थमंत्रालयाकडे पाठवले जातात. अर्थमंत्रालय या सर्व प्रस्तावांचे परीक्षण करते आणि ते एकत्रित करून मसुदा तयार करते.

२) **कॅबिनेट मंजुरी :** तयार केलेल्या अर्थसंकल्प मसुद्याला केंद्रीय मंत्रीमंडळाची मंजुरी मिळते. यानंतर अर्थमंत्री संसदेत (लोकसभा) अर्थसंकल्प सादर करतात.

३) **अर्थसंकल्प सादरीकरण :** अर्थमंत्री १ फेब्रुवारी रोजी अर्थसंकल्प लोकसभेत सादर करतात. यात महसुली प्राप्ती, खर्च, करधोरण, नव्या योजना, वित्तीय तूट (Fiscal deficit) यांचा उल्लेख असतो.

४) **अर्थसंकल्पावर चर्चा :** संसदेत विविध पक्ष व खासदार अर्थसंकल्पावर चर्चा करतात. आभार प्रस्ताव, मान्यतेनुसार मागण्या (Demand for Grants) इत्यादी मुद्दे मांडले जातात.

५) **मतदान व मंजुरी :** संसदेमध्ये प्रत्येक मंत्रालयाच्या खर्चासाठी मते घेतली जातात. काही वेळा 'गिलोटीन' प्रक्रियाद्वारे वेळे अभावी काही मागण्या एकत्र मंजूर केल्या जातात.

६) **वित्तविधेयक मंजुरी :** कर धोरणे लागू करण्यासाठी संसदेत वित्त विधेयक मांडले जाते. हे विधेयक मंजूर झाल्यावरच नवीन कर किंवा बदल लागू होतात.

७) **अंमलबजावणी :** मंजूर झालेल्या बजेटनुसार विविध योजना व खर्च कार्यान्वित केले जातात. नियंत्रक व महालेखापाल (CAG) खर्चावर देखरेख करतो.

८) **पुनरावलोकन आणि लेखापरीक्षण :** वर्षाच्या अखेरीस अर्थखात्याचे व्यवहार (CAG) कडून तपासले जातात. संसदेसमोर वार्षिक लेखापरीक्षण अहवाल मांडला जातो.

थोडक्यात, सरकारची अर्थसंकल्प प्रक्रिया ही एक नियोजनबद्ध तपासणी आणि मंजुरीची प्रक्रिया आहे, जी लोकांच्या कल्याणासाठी निधी कसा खर्च करायचा हे ठरवते. या प्रक्रियेत पारदर्शकता आणि उत्तरदायित्व महत्त्वाचे असते.

विस्तृत स्वरूपात अर्थसंकल्पीय प्रक्रिया :

अर्थसंकल्पीय प्रक्रिया ही विस्तृत स्वरूपात पुढीलप्रमाणे सांगता येते.

सरकारचे उत्पन्न व खर्च या बाबतची माहिती देणारे दस्तऐवज किंवा विवरणपत्र म्हणजेच 'अर्थसंकल्प' होय. अर्थसंकल्पात पूर्ण झालेल्या आर्थिक वर्षाचा महसूल किंवा उत्पन्न व खर्च दर्शविलेला असतो. तसेच चालू वर्षाचे उत्पन्न व खर्चाचा अंदाज घेऊन पुढील आर्थिक वर्षासाठी मिळणाऱ्या उत्पन्नाचा व कराव्या लागणाऱ्या खर्चाचा अंदाज दर्शविलेला असतो.

दरवर्षी अर्थ मंत्रालयाकडून मे महिन्याच्या अखेरीस किंवा जून महिन्याच्या सुरुवातीस सर्व मंत्रालयाकडे एक विशिष्ट फॉर्म पाठवला जातो. त्यामध्ये त्या त्या खात्यांमध्ये जी जी कामे चालू आहेत त्यावर प्रत्यक्ष झालेला खर्च व पुढे होऊ शकणारा अपेक्षित खर्च, या संबंधीची माहिती व पुढील वर्षासाठी अंदाजे रक्कम भरून तो परत पाठवला जातो. आधीच्या वर्षाचे वास्तविक; चालू वर्षासाठी मंजूर झालेले अंदाज; वर्षाचे सुधारीत अंदाज; पुढील वर्षासाठीच्या अर्थसंकल्पीय अंदाज, अशी सर्व माहिती एकत्र झाल्यावर नोव्हेंबर महिन्याच्या अखेरीस किंवा डिसेंबर महिन्यामध्ये अर्थमंत्री व पंतप्रधान यांची दीर्घ बैठक होते. त्यामध्ये देशांतर्गत आकडेवारी व अन्य बाह्य आंतरराष्ट्रीय आकडेवारी आणि देशाची एकूण राजकीय सामाजिक परिस्थिती इत्यादी विषयांवर सांगोपांग चर्चा होऊन अर्थसंकल्प विषयक सर्वसामान्य धोरण निश्चित होते. डिसेंबर व जानेवारी महिन्यामध्ये निरनिराळ्या सामाजिक, आर्थिक घटक पक्षांशी चर्चा व विचार विनिमय होऊन ग्राहक संघटना, शेतकरी संघटना, तंत्रज्ञ, विचारवंत, अर्थतज्ज्ञ अशा सर्वांना चर्चेला बोलावून त्यांच्याशी गट चर्चा केली जाते, तसेच लेखी निवेदने स्विकारली जातात. या सर्व गोष्टींची पूर्तता जानेवारी अखेरपर्यंत करून फेब्रुवारी महिन्यामध्ये संसदेत अर्थसंकल्प सादर केला जातो.

अर्थसंकल्पावर मतदान

अर्थसंकल्पावर चर्चा घडवून आणल्यानंतर अर्थसंकल्पावर मतदान केले जाते. राज्यसभा व लोकसभा या दोन्ही सभागृहात अर्थसंकल्प संमत झाल्यानंतर राष्ट्रपतींकडे सहीसाठी जातो. राष्ट्रपतींच्या सहीनंतर अर्थसंकल्प स्वीकृत मानला जातो. मतदानाच्या सोयीसाठी अंदाजपत्रकात दोन प्रकारचे खर्च स्वतंत्रपणे दाखविले जातात.

१) मतदानास योग्य बाबी

यात वेगवेगळ्या मंत्रालयाकडून आलेल्या अनुदानाच्या मागण्या असतात. याला लोकसभेची मान्यता आवश्यक असते. त्यावर चर्चा करून नंतर मतदान घेतले जाते आणि जी मागणी मंजूर होते तिला 'अनुदान' म्हणतात.

२) मतादानाची गरज नसलेल्या बाबी

अ) राष्ट्रपतींचे वेतन, भत्ते, कार्यालयीन खर्च.

ब) लोकसभा व राज्यसभेच्या सभापती, उपसभापती यांचा वेतन व भत्ते यावरील खर्च.

क) सर्वोच्च न्यायालयाच्या न्यायाधीशांचे वेतन, भत्ते व निवृत्ती वेतन.

ड) राज्यघटना अथवा संसदेद्वारे जाहीर इतर खर्च.

ई) भारताचा महालेखापाल व हिशोब तपासणीस यांच्या वेतन व भत्त्याचा खर्च.

आपल्या घटनेच्या ११२ व्या कलमात अर्थसंकल्पाला 'वार्षिक वित्तीय विवरण' (Annual Financial Statement) असे म्हटले आहे. अर्थसंकल्पात मागील वर्षाच्या व चालू वर्षाच्या वार्षिक हिशोबांचा आढावा आणि आगामी वर्षाचा खर्च आणि उत्पादनाचा अंदाज असतो. अर्थसंकल्प सादर होण्यापूर्वी अर्थमंत्र्यांचे लोकसभेत भाषण होते. ठरलेल्या दिवशी व निश्चित वेळेला अर्थमंत्री संसदीय कामकाज मंत्र्यांसाबत अर्थसंकल्प सादर करण्यासाठी संसदेत प्रवेश करतात. अर्थसंकल्पीय भाषण अत्यंत महत्त्वाचे असते. त्यामुळे अर्थव्यवस्थेच्या परिस्थितीचा आढावा समजतो.

अर्थसंकल्पावर दोन्ही सभागृहात चर्चा होते. अर्थसंकल्पावर चर्चा घडवून आणल्यानंतर राज्यसभा व लोकसभा या दोन्ही सभागृहात संमंत (Pass) झाल्यानंतर तो राष्ट्रपतींकडे सहीसाठी जातो. राष्ट्रपतीच्या सहीनंतर अर्थसंकल्प स्वीकृत मानला जातो.

अर्थसंकल्पाची अंमलबजावणी करणे

अर्थसंकल्पाची अंमलबजावणी करताना करांची वसुली, अर्थसंकल्पातील तरतुदींनुसार खर्च, हिशेब तपासणी इत्यादी कार्ये पूर्ण करावी लागतात. वित्तविधेयक

मंजूर झाल्यानंतर कर व इतर उत्पन्न गोळा करण्याचा अधिकार अर्थमंत्रालयास प्राप्त होतो. यात केंद्रीय महसूल मंडळ असते; त्यात विविध विभाग असतात. ते आपआपल्या क्षेत्रांतील कर एकत्रित करतात. विनियोग विधेयक पास झाल्यावर स्वीकृत खर्च करण्याचा अधिकार सरकारला मिळतो. आर्थिक वर्ष संपण्यापूर्वी अनुदानाचा वापर होणे आवश्यक असते. प्रत्येक राज्यात लेखापाल व केंद्रात महालेखापाल परीक्षक यांची नियुक्ती केली जाते. सर्व देणी सरकारी कोषागाराद्वारा रिझर्व्ह बँकेवर अथवा स्टेट बँकेवर धनादेश/चेक काढून दिले जातात.

लिंगाधिष्टीत/लिंगाधारित अर्थसंकल्प अर्थ आणि महत्त्व (Gender Budget - Meaning & Importance)

लिंगाधिष्टीत किंवा लिंगाधारित अर्थसंकल्पाची संकल्पना सर्वप्रथम ऑस्ट्रेलिया या देशात स्वीकारण्यात आली. अर्थसंकल्पात महिलांसाठी स्वतंत्र वित्तीय तरतूदी केल्या जातात तेव्हा त्यास लिंगाधिष्टीत किंवा लिंगाधारित अर्थसंकल्प असे म्हणतात.

'लिंगाधारित अर्थसंकल्प' म्हणजे असा अर्थसंकल्प की जो समाजातील लिंगभाव संरचना विचारात घेतो आणि लिंगभाव समानता साध्य करण्यासाठीची धोरणे व कार्यक्रमाची अंमलबजावणी करण्यासाठी पैशाची वाटणी करतो.

स्त्रिया व लहान मुले यांच्यासाठी काय करता येईल यासाठी केलेल्या तरतुदी स्पष्ट करण्यासाठी; लिंगाधारित अर्थसंकल्पाची स्वतंत्र कागदपत्रे अर्थसंकल्पासोबत सादर केली जातात. लिंगाधारित अर्थसंकल्पात स्त्री व पुरुष समानता साध्य करण्याच्या दृष्टीने आखण्यात आलेल्या धोरणांचा समावेश होतो. लिंगाधारित केंद्रीय अर्थसंकल्प स्त्रिया, मुली व मुले यांच्यासाठी विशेष योजना तयार करून स्त्री समानता व सबलीकरणास प्रोत्साहन देण्याबाबत उपाययोजना किंवा तरतुदी केल्या जातात.

(अंदाजपत्रक २०२५-२६ सारांशरूपाने तक्ता क्र. २.७ मध्ये दिलेले आहे.)

२.७ भारतातील वित्तीय / राजकोषीय धोरण (Fiscal Policy in India)

राजकोषीय अथवा वित्तीय धोरण म्हणजे सरकार आपल्या उत्पन्न आणि खर्चाचा उपयोग करून देशाच्या अर्थव्यवस्थेवर परिणाम घडवून आणते. हे धोरण मुख्यत: कर आणि सरकारी खर्च याद्वारे राबविले जाते.

भारतातील वित्तीय / राजकोषीय धोरणाची प्रमुख उद्दिष्टे

१) अर्थव्यवस्थेची स्थिरता राखणे.
२) आर्थिक विकासाचा दर वाढविणे.
३) दारिद्र्य आणि बेरोजगारी कमी करणे.

४) समाजातील आर्थिक विषमता कमी करणे.

५) मूलभूत सेवा जसे की आरोग्य, शिक्षण व पायाभूत सुविधा यांचा विकास करणे.

भारतासह विकसनशील देशांबाबत राजकोषीय धोरणाची उद्दिष्टे पुढीलप्रमाणे सांगता येतात –

१) बचत, गुंतवणूक व भांडवल निर्मितीचा वेग वाढविणे : प्रत्यक्ष व सुप्त उपभोगात कपात करून बचतीचा दर वाढविणे महत्त्वाचे असते; कारण आर्थिक विकासाचा वेग वाढविण्यासाठी भांडवल निर्मिती करणे आवश्यक ठरते.

२) गुंतवणुकीचा ओघ वाढविणे : गुंतवणुकीचा ओघ अनुत्पादक कार्याकडून सामाजिकदृष्ट्या उपयुक्त कार्याकडे वळविणे.

३) प्रेरक व पूरक अशी भूमिका : आर्थिक विकासाच्या प्रक्रियेला प्रेरक व पूरक अशी भूमिका स्वीकारणे.

४) विषमता कमी करणे : श्रीमंत वर्गावर अधिक कर बसवणे; उदा. उत्पन्नकर, संपत्तीकर, खर्चकर, मालमत्ताकर, नफाकर इत्यादी तसेच चैनीच्या वस्तुंवर अप्रत्यक्ष कर अधिक बसविणे तर लोकांच्या आवश्यक उपभोग्य वस्तूंना करातून सूट देणे अथवा कमी कर आकारणे. तसेच गरज पडल्यास गरिबांसाठी उपभोग्य वस्तूंना आर्थिक मदत करणे; अशा रीतीने आर्थिक विषमता कमी होण्यास मदत होते.

५) राहणीमान उंचावणे : लोकांचे राहणीमान उंचावण्यासाठी विशेषत: गरीब लोकांसाठी कमी भावात घरे देणे, रोजगार हमी योजना राबविणे, स्वस्तात वैद्यकीय सुविधा; मोफत शिक्षण, पिकांसाठी व पशुंसाठी विमा योजना राबविणे इत्यादींद्वारे राहणीमानात वाढ करणे. तसेच जीवनावश्यक वस्तू स्वस्तात उपलब्ध करून देणे आवश्यक ठरते.

राजकोषीय धोरणाचे मुख्य प्रकार :

१) विस्तारित राजकोषीय धोरण : आर्थिक मंदीच्या काळात सरकार खर्च वाढवते आणि कर कमी करते. यामुळे मागणी वाढते आणि अर्थव्यवस्थेला चालना मिळते.

२) संकुचित राजकोषीय धोरण : महागाई नियंत्रणात आणण्यासाठी सरकार खर्च कमी करते आणि कर वाढविते.

भारतातील राजकोषीय धोरणातील घटक :

१) सरकारी उत्पन्न : यामध्ये प्रत्यक्ष कर – उदा. उत्पन्न कर, कंपनी कर, अप्रत्यक्ष कर – उदा. वस्तू व सेवा कर (GST) अशंत: इंधन कर यांचा समावेश होतो.

२) सरकारी खर्च : प्रशासकीय खर्च, संरक्षण, पायाभूत सुविधा, सामाजिक कल्याण इत्यादी.

३) सार्वजनिक कर्ज

४) गुंतवणूक आणि निर्गुंतवणूक धोरण

भारताचे राजकोषीय धोरण हे अर्थ मंत्रालय ठरवते. केंद्रीय अर्थसंकल्प हा राजकोषीय धोरणांचा एक महत्त्वाचा भाग आहे.

नियोजन आयोग व आता निती आयोग (NITI Aayog) सुद्धा धोरण रचनेत सहभागी असतात.

योजना (उदाहरणार्थ)

(१) प्रधानमंत्री गरीब कल्याण योजना (२) मनरेगा (MGNREGA) (३) स्मार्ट सिटी योजना (४) राष्ट्रीय आरोग्य अभियान

२०१७ मध्ये केंद्र सरकारने देशात एकच कर आकारणी वस्तू व सेवाकर (जीएसटी) धोरण लागू केले. त्या आगोदर राजकोषीय / वित्तीय धोरणात मुख्यत: महसूल – रचना, अथवा कर आकारणी, सार्वजनिक खर्च, तुटीचा अर्थभरणा, सार्वजनिक कर्ज या बाबींचा समावेश होतो. या साधनांद्वारे राजकोषीय धोरणाची उद्दिष्टे गाठण्याचा प्रयत्न केला जातो. उदा. आर्थिक स्थैर्य, पूर्ण रोजगार, आर्थिक विकासाचा उच्च दर गाठणे, सामाजिक–आर्थिक विकास इत्यादी भारताच्या राजकोषीय धोरणाचा पुढीलप्रमाणे आढावा घेता येतो–

महसूल अथवा कर रचना : राजकोषीय धोरणाचा हा महत्त्वाचा भाग आहे. करविषयक धोरण उदार स्वरूपाचे असेल तर लोकांजवळ प्रत्यक्ष पैसा उपलब्ध होतो. प्रत्यक्ष कर पद्धतीने उत्पन्नाचा काही भाग घेतला जातो; तर काही कर अप्रत्यक्ष स्वरूपाचे असतात. प्रत्यक्ष आणि अप्रत्यक्ष करांचे प्रमाण काय असावे, याचा विचार करविषयक धोरणात असतो. करांचे दूरगामी कसे परिणाम होतात हे लक्षात घेऊन करविषयक धोरण सरकार आखते. यामुळे शासनाला उत्पन्नाचा स्रोत निर्माण होतो. भारतात प्रत्यक्ष आणि अप्रत्यक्ष कर आकारला जातो. या करांमुळे सरकारला निश्चित स्वरूपाचे उत्पन्न मिळते. या करांमध्ये दिल्या जाणाऱ्या सवलतींमुळे उद्योजकांना प्रोत्साहन मिळते तसेच योग्य अशा गुंतवणुकीमध्ये वाढ करता येते. देशातील मागासलेल्या भागांना प्रगती करण्यास संधी निर्माण होते. कर आकारणी धोरणामुळे उत्पन्नातील विषमता आणि प्रादेशिक असमतोलावर उपाययोजना करता येतात. तसेच आर्थिक

आणि इतर उत्पादन साधने खासगी मालकीकडून सरकारकडे हस्तांतरित करता येतात. त्याचप्रमाणे सार्वजनिक क्षेत्रात गुंतवणूक करून आर्थिक विकासाला गती देता येते. भारतात त्या दृष्टीने प्रयत्न झाले. गेल्या काही वर्षांत भारताने कररचनेत सुधारणा घडवून आणल्या. नव्या आर्थिक धोरणाबरोबर या सुधारणांचे श्रेय कर सुधारणा समितीस जाते. ही समिती १९९१ साली स्थापन झाली. त्याचे अध्यक्ष डॉ. राजा जे. चेल्लय्या हे होते. त्यांनी समितीचा पहिला अहवाल फेब्रुवारी १९९२मध्ये तर अंतिम अहवाल जानेवारी १९९३मध्ये सादर केला. कर महसूल अधिक कार्यक्षम आणि लाभ पद्धतीने जमा केला जावा हे मुख्य उद्दिष्ट डोळ्यांसमोर ठेवले. समितीने प्रत्यक्ष व अप्रत्यक्ष करात काही महत्त्वाचे बदल सूचविले.

डॉ. चेल्लय्या समितीने कररचनेत काही बदल केलेले आहेत. त्यांपैकी काही महत्त्वाचे बदल पुढीलप्रमाणे आहेत –

१) महसूल लवचीकतेत सुधारणा : भारतीय कररचनेची पुनर्रचना घडवून आणण्याचे मुख्य उद्दिष्ट म्हणजे कर महसुलाची लवचीकता वाढविणे हे होय. एखाद्या देशाचे स्थूल राष्ट्रीय उत्पादन वाढू लागते. त्याबरोबर सरकारचा कर महसूल वाढीस लागतो. कररचनेत अंगभूत लवचीकता असेल तर सरकारला फार प्रयत्न न करता देशाच्या आर्थिक वाढीबरोबर कर महसूल वाढत जातो. त्यालाच कर महसुलातील 'अंतर्गत लवचीकता' म्हणतात. परंतु भारतीय कररचनेत अशी लवचीकता कमी होती त्यामुळे राष्ट्रीय उत्पन्न वाढीच्या मानाने कर महसूल वाढत नव्हता. यासाठी समितीने दोन उपाय सुचविले ते म्हणजे – (१) करांचे दर कमी करणे. (२) कर आकारणीचा पाया रुंदावणे; म्हणजेच जास्तीतजास्त लोकांना करांच्या कक्षेत आणणे. जुन्या कर रचनेत उलट परिस्थिती होती ती म्हणजे कर दर जास्त होते व करांचा पाया अरुंद होता. नव्या धोरणांमुळे छोटे दुकानदार, व्यावसायिक, अल्प उत्पन्न असणाऱ्या व्यक्तीला कर–कक्षेत आणण्यात आले. १९९४–९५च्या अंदाजपत्रकानुसार टेलिफोनची बिले, आयुर्विमा खेरीजचे इतर विमा योजना इत्यादींवर सेवाकर आकारण्यात आला. प्रत्यक्ष करांचे दरही कमी करण्यात आले. अप्रत्यक्ष करांच्या बाबतीतही मोठ्या प्रमाणात कमी केलेले दर खूपच परिणामकारक ठरलेले आहेत. उदा. आयात शुल्क, उत्पादन शुल्क इत्यादींमध्ये झालेली घट हे बदल भूतकालीन कररचनेशी तुलना करता खूपच धाडसाचे होते.

प्रत्यक्ष करांचे दर कमी केल्यामुळे उत्पादन वाढीस प्रोत्साहन मिळेल अशी आशा केली. अप्रत्यक्ष करांचे दर कमी केल्याने वस्तूंच्या किमती कमी होतील व त्याचा परिणाम म्हणून विक्री वाढेल व आयातीतील अडथळे दूर होतील अशी अपेक्षा केली. नव्या कर आकारणीमुळे कर बुडवेपणास आळा बसेल व एकंदरीतच करांचा

पाया विस्तारेल व स्थूल राष्ट्रीय उत्पन्न वाढीबरोबरच कर महसूल वाढेल अशी अपेक्षा केली.

२) विकासास प्रोत्साहन : नव्या करविषयक धोरणात आर्थिक वाढीस महत्त्व दिले आहे.

अ) टिकाऊ, उपभोग्य वस्तू तसेच इलेक्ट्रॉनिक वस्तूंच्या उद्योग क्षेत्रातील मंदी कमी करण्यासाठी उत्पादन शुल्क मोठ्या प्रमाणात कमी करण्यात आले.

उदा. टिव्ही., फ्रिज इत्यादी उत्पादनांकडे श्रीमंतांची उत्पादने म्हणून कर आकारण्याचे साधन म्हणून पाहिले जात असे. परंतु नव्या कर धोरणात हा दृष्टिकोन बदलला.

ब) मागासलेल्या भागात नवा कारखाना उभा केला तर पहिली पाच वर्षे करामध्ये सूट देण्यात येईल; म्हणजेच कर आकारणी केली जाणार नाही. ऊर्जा क्षेत्रासाठीसुद्धा ही सवलत देण्यात आली. तसेच,

क) अर्थव्यवस्थेचा विकास होण्यासाठी प्रकल्प, कच्चा माल, भांडवली वस्तूंच्या आयातीवरील शुल्क कमी करण्यात आले. भारतीय अर्थव्यवस्था खुली करून ती अधिक बाजाराभिमुख करण्यासाठी सरकारने नवे आर्थिक धोरण स्वीकारले. या धोरणास पाठिंबा देण्यासाठी वरील करविषयक सुधारणा करण्यात आल्या. आर्थिक विकासाच्या दृष्टीने त्याचे परिणाम होतात; ते म्हणजे - (१) देशात व देशाबाहेर स्पर्धा वाढीस लागेल. (२) देशात प्रत्यक्ष गुंतवणुकीत वाढ होईल. (३) भारतात उपलब्ध असणाऱ्या श्रमशक्तीचा व नैसर्गिक साधनसामग्रीचा जास्तीतजास्त वापर केला जाईल अशी गुंतवणूक होईल.

सरकारचे नवे करधोरण अनेक बाबतीत चांगले आहे. करांचे दर पूर्वीसारखे जास्त राहिलेले नाहीत; त्यामुळे लोकांना अधिक काम करण्यास, अधिक उत्पन्न मिळविण्यास, अधिक खर्च करण्यास प्रोत्साहन मिळाले आहे. टिकाऊ, उपभोग्य वस्तूंवरील उत्पादन शुल्क कमी केल्यामुळे किंमत कमी होऊन अशा वस्तूंच्या मागणीत वाढ झाली. निर्यातीस प्रोत्साहन, वस्तू व सेवांच्या पुरवठ्यातील वाढ व आर्थिक वाढीस उत्तेजन मिळाले, असे फायदे अथवा जमेच्या बाजू आहेत. मात्र, कर - धोरणात पुढील त्रुटी अथवा दोष राहून गेलेले दिसतात-

१) कर महसुलात त्रुटी : १९९१ नंतर झालेल्या कर सुधारणात मुख्यत: करांचे दर कमी करून कर महसूल वाढविण्यावर भर देण्यात आला; पण सध्या ही वाढ मुख्यत: देशाच्या आर्थिक विकासावर अवलंबून आहे. म्हणजे, कर महसूल वाढविण्यापेक्षा इतर उद्दिष्टांवरच भर दिलेला दिसून येतो.

२) कर जमा करण्यात त्रुटी : करांचे दर कमी केले, परंतु उत्पन्न अथवा

महसूल वाढविण्यावर परिणामकारक उपाय सुचविले नाहीत. उदा. प्राप्तीकर जमा करण्याबाबतच्या त्रुटी. सध्या प्राप्तीकर भरणाऱ्यांची संख्या अतिशय कमी आहे. १९९०मध्ये एकूण चालू महसुली उत्पन्नाच्या १५.४ टक्के उत्पन्न प्राप्तीकर, नफ्यावरील कर व भांडवली नफा कराच्या उत्पन्नातून जमा झाले. हेच प्रमाण अमेरिकेत ५१.६ टक्के, कॅनडात ५३.७ टक्के, जपानमध्ये ७१.२ टक्के तर इंग्लंडमध्ये ४०.३ टक्के होते. यावरून भारतात एकूण महसूल प्राप्तीकर व संलग्न कराचा हिस्सा अतिशय कमी आहे, हे स्पष्ट होते. त्यासाठी अनेक अप्रत्यक्ष कर रद्द करून त्याऐवजी एकच अप्रत्यक्ष कर 'व्हॅट' लावण्याचे योजले. १९९१ नंतर भारतात कर सुधारणा झाल्या तरी त्यात त्रुटी दिसून येतात. १ जुलै २०१७ पासून वस्तू व सेवाकर (GST) लागू करण्यात आला.

३) भाववाढ आटोक्यात नाही : भाववाढीवर नियंत्रण ठेवणे हेसुद्धा कर आकारणीचे उद्दिष्ट असते. नव्या करधोरणात भाववाढीकडे पूर्णपणे दुर्लक्ष झालेले आहे. प्रत्यक्ष कररचनेवर व विशेषत: प्राप्ती करावर भाववाढीचे विपरीत परिणाम होताना दिसून येतात. कर आकारणीसाठी उत्पन्नाचे केलेले टप्पे, करात दिल्या जाणाऱ्या सवलती या बाबी भाववाढीमुळे निष्प्रभ होतात.

थोडक्यात, भारतीय लोकांचे दरडोई उत्पन्न कमी असल्याने प्राप्तीकरदात्यांची संख्या कमी आहे. त्यामुळे प्राप्तीकर, संपत्तीकर, नफ्यावरील कर इत्यादी प्रत्यक्ष करांच्या स्वरूपात पुरेशा प्रमाणात सरकारला उत्पन्न मिळत नाही. वाढत्या लोकसंख्येच्या सामाजिक गरजा भागविण्यासाठी व कल्याणकारी योजना राबविण्यासाठी मोठ्या प्रमाणात खर्च करावा लागतो. त्यामुळे उत्पन्न मिळविण्याच्या दृष्टीने प्रत्यक्ष करापेक्षा अप्रत्यक्ष करांना अधिक महत्त्व द्यावे लागते. देशाचा जलद आर्थिक विकास करण्यासाठी लागणारा पैसा जमा करण्यासाठी जास्तीतजास्त लोकांना करकक्षेत आणण्यासाठी प्रत्यक्ष व अप्रत्यक्ष करांना सारखेच महत्त्व दिले जाते. मात्र, प्रत्यक्ष करांपेक्षा अप्रत्यक्ष करांना कररचनेत अधिक महत्त्वाचे स्थान देण्यात आले.

४) सार्वजनिक खर्च : राजकोषीय धोरणाचे हे एक महत्त्वाचे साधन आहे. सध्या या साधनाला अधिक महत्त्व दिले जाते. राज्यांची सरकारे आधुनिक काळात वार्षिक राष्ट्रीय उत्पन्नांपैकी जवळ जवळ १/४ उत्पन्न खर्च करीत असतात. सार्वजनिक खर्च दोन कारणांसाठी केला जातो–

अ) सार्वजनिक कल्याणकारी योजना कार्यवाहीत आणणे. उदा. रस्ते, पूल, विद्युत पुरवठा, धरणे, कालवे, आरोग्य, शिक्षण, अन्यायव्यवस्था, अंतर्गत सुरक्षा, अत्यावश्यक सेवा, दूरध्वनी, दूरसंचार, टपाल व तार इत्यादी अशा रीतीने हे क्षेत्र खूपच व्यापक आहे; त्यावरचा खर्चसुद्धा मोठा असतो.

ब) शासकीय प्रशासन चालविण्यासाठी शासकीय ऑफिस व त्यावरील कर्मचारी यावरील खर्च, पगार, वेतन, भत्ते, सानुग्रह अनुदान इत्यादीविषयक धोरण ठरवून त्याप्रमाणे प्रत्येक वर्षी अंदाजपत्रकात तरतूद केली जाते.

१९८७-८८ पासून एकूण सार्वजनिक खर्चाचे दोन गटांत वर्गीकरण करण्यात येते- १) योजना खर्च, २) योजनेतर खर्च.

जमा केलेला महसुलाचे (उत्पन्न) निरनिराळ्या क्षेत्रांत योग्य वाटप केल्यास त्या क्षेत्रातील वाढ होऊन आर्थिक विकास होण्यास मदत होते. आर्थिक विकासाचे उद्दिष्ट गाठण्यासाठी खर्चाची गुणवत्ता वाढवावी लागते; म्हणजेच खर्चामुळे सामाजिक व्यवसायांसह राजकोषीय असमतोलात सुधारणा झाली पाहिजे. तसेच योजनेतर खर्चापेक्षा योजना खर्च वाढवून खर्चाची काटकसर करता आली पाहिजे. त्यामुळे विकासेतर खर्च कमी होऊन विकास खर्चात वाढ होते. परिणामी, विकासाला चालना मिळते.

योजना खर्च : पंचवार्षिक योजना काळातील नव्याने प्रस्तावित केलेल्या विकासाच्या योजना किंवा प्रकल्पांवर उदा. शेती, उद्योग, ऊर्जा, दळणवळण, वाहतूक, ग्रामीण विकास, शिक्षण, आरोग्य इत्यादींवर केलेला भांडवली व महसुली खर्च म्हणजे 'योजना खर्च' होय. हा खर्च उत्पादन क्षेत्रांची उत्पादकता वाढविणारी गुंतवणूकच असते.

योजनेतर खर्च : हासुद्धा महसुली व भांडवली असतो. महसुली योजनेतर खर्चात व्याज, निवृत्तीवेतन, अनुदाने, संरक्षण, वित्तआयोगाकडून राज्याला दिला जाणारा कर महसुलातील हिस्सा, टांकसाळ, अगोदरच्या पंचवार्षिक योजनाकाळात अपूर्ण राहिलेल्या योजना किंवा प्रकल्पांवरील चालू पंचवार्षिक योजनेत केलेला खर्च आणि योजनाकाळात पूर्ण झालेल्या योजना प्रकल्पांच्या परीक्षणांवरील खर्च यांचा समावेश होतो. भांडवली खात्यावरील योजनेतर खर्चात प्रामुख्याने केंद्र सरकारने राज्य आणि केंद्रशासित प्रदेशांना व इतर देशांना दिलेली कर्जे यांचा समावेश असतो. थोडक्यात, योजना खर्च, उत्पादनक्षमता वाढविणारा अथवा मालमत्ता निर्माण करणारा असतो; तर योजनेतर खर्च फक्त वाढलेल्या उत्पादनक्षमतेची किंवा निर्माण केलेल्या मालमत्तेचे परीक्षण करणाराच असतो किंवा सरकारचा दैनंदिन आर्थिक व्यवहार अखंडपणे चालू राहण्यासाठी असतो. योजनेतर खर्चात मोठ्या प्रमाणावर वाढ म्हणजे आर्थिक संकट ओढवून घेणेच असते. म्हणून, योजना खर्च जास्त करणे फायदेशीर असल्यामुळे त्यात सातत्याने वाढ कशी होईल यासाठी प्रयत्न केला जाणे आवश्यक असते. १९९१ पासूनचा विचार करता भारत सरकारला योजना खर्चापेक्षा योजनेतर खर्चच जास्त करावा लागला आहे. त्यामुळे खर्चाची गुणवत्ता किती ढासळलेली आहे हे दिसून येते. १९९१-९२मध्ये योजनेतर खर्च एकूण खर्चाच्या ७२ टक्के होता.

तो १९९८–९९मध्ये ७६ टक्क्यांपर्यंत वाढला मात्र २००३–०४मध्ये कमी होऊन ७४ टक्के झाला. कमी न होणारा हा योजनेतर खर्च वाढण्यास केंद्र सरकारच्या महसुली शिलकीतील प्रचंड घसरण बऱ्याच प्रमाणात जबाबदार आहे, असेच म्हणावे लागते. चालू खात्यावरील जमा केलेल्या स्वतःच्या महसुलापेक्षा त्याच खात्यावरील योजनेतर खर्च कमी केला गेल्यास महसुली शिल्लक निर्माण होते. ही शिल्लक नेहमी लाभदायक असते; कारण तिचा उपयोग योजना खर्च किंवा उत्पादनक्षमता वाढविणाऱ्या योजनांमध्ये गुंतवणूक करण्यासाठी सहजपणे करता येऊ शकतो. परंतु चालू खात्यावरील महसुलापेक्षा त्याच खात्यावरील योजनेतर खर्च जास्त केल्यास महसुली शिलकीत घट होऊन मोठ्या प्रमाणावर तूटही निर्माण होऊ शकते. असे होणे म्हणजे स्वतःच्या महसुली मिळकतीपेक्षा जास्तीचा खर्च करणे होय. नेमके हेच केंद्र सरकारच्या महसुली शिलकीच्या संदर्भात गेल्या काही वर्षांपासून घडत आहे. १९९१–९२ यावर्षी केंद्र सरकारने चालू खात्यावरील स्वतःच्या महसुली मिळकतीपेक्षा जास्तीचे रुपये ६०९२ कोटी योजनेतर बाबींवर खर्च केले. १९९८–९९मध्ये रुपये ३६४९२ कोटी २०००–०१मध्ये रुपये ४६५३१ कोटी आणि २००१–०२मध्ये रुपये ५५७९२ कोटी रुपये एवढे अधिक खर्च केले. २००२–०३मध्ये मात्र थोडे कमी म्हणजे रुपये ४९,८७७ कोटी रुपये खर्च केले. या तेरा वर्षांत हा खर्च साडेआठ पटींपेक्षा अधिक वाढलेला आहे. हा खर्च व्याज, संरक्षण, अर्थसाहाय्य, प्रशासन, राज्यांना दिली जाणारी अनुदाने, इत्यादींवरील अनुत्पादक खर्च भागविण्यासाठीच केला आहे. या तेरा वर्षांत केंद्र सरकारने व्याजापोटी दरवर्षी एकूण खर्चाच्या सरासरी २८ टक्के संरक्षणावर, १४.६ टक्के अर्थसाहाय्यासाठी ८.६ टक्के खर्च केला. एकूण खर्चाच्या ५१ टक्के खर्च तर या तीन बाबींवर झालेला आहे. उत्पादनाची क्षमता वाढविणारी गुंतवणूकच कमी झाली आहे, हे स्पष्ट होते. १९९१–९२ यावर्षी एकूण खर्चाच्या फक्त २८ टक्के खर्च उत्पादन क्षमता वाढविण्यासाठी केला. १९९३–९४ यावर्षीपर्यंत हा ३०.८ टक्क्यांपर्यंत वाढला. परंतु नंतरच्या काळात तो ३० टक्क्यांपर्यंत कधीच वाढला नाही. १९९१ ते २००३ या काळात हा खर्च एकूण खर्चाच्या सरासरी फक्त २७ टक्केच झाला. यामुळे शेती, ग्रामीण विकास, शिक्षण, आरोग्य यांसारख्या मूलभूत सोयी उपलब्ध करण्यासाठी होणाऱ्या खर्चावर दुर्दैवाने बराच मोठा फटका बसला आहे. आजही शेती व्यवसायावर अवलंबून असणारी बरीच लोकसंख्या ग्रामीण भागात राहात आहे. अशा वेळी ग्रामीण विकासाबरोबरच शेती व संलग्न सेवा, जलसिंचनांच्या सोयी उपलब्ध करण्यासाठी जास्त खर्च करण्याची आवश्यकता असताना १९९१ ते २००३ पर्यंत भारत सरकारने सरासरी अनुक्रमे २.५ टक्के आणि १.२ टक्के एवढाच खर्च केला. एवढेच नव्हे तर शिक्षण आणि आरोग्य यांसारख्या मूलभूत आणि अत्यावश्यक सोयी उपलब्ध करून

देण्याची सरकारची जबाबदारी असूनही अनुक्रमे सरासरी फक्त १.३ टक्के आणि १.२ टक्के एवढा कमी खर्च केला; म्हणजेच हे परिपक्व राजकोषीय धोरण व्यवस्थापनाचे लक्षण नाही, हेच म्हणावे लागते.

१.४ वित्तीय/राजकोषीय धोरणाच्या मर्यादा (Limitations of Fiscal Policy)

राजकोषीय धोरणाच्या मर्यादा पुढीलप्रमाणे सांगता येतात –

१) कराबाबत समाजात नेहमीच विरोध होतो. कर चुकविण्यासाठी अनेक मार्गांचा अवलंब केला जातो, त्यामुळे राजकोषीय धोरणास मर्यादा येतात.

२) राजकोषीय धोरणाचा भारतासारख्या लोकशाही देशात फारसा प्रभाव पडत नाही. राजकोषीय धोरण अधिक चांगला परिणाम घडवून आणू शकत नाही.

३) राजकोषीय धोरणाची उद्दिष्टे परस्पर विसंगत दिसून येतात. उदा.पूर्ण रोजगार आणि किंमत स्थैर्य या दोन उद्दिष्टांत परस्पर संघर्ष दिसून येतो. परिणामी, राजकोषीय धोरण कोणत्याच उद्दिष्टांची पूर्तता करू शकत नाही.

४) राजकोषीय धोरण (एखादे) अंमलात आले तर यशाचे मोजमाप व्यवहारात करणे अवघड असते.

५) राजकोषीय धोरणाचा समाजातील काही लोकांवर विपरीत परिणाम होतो. चलनविस्तार रोखण्यासाठी राजकोषीय धोरणात प्रत्यक्ष करांमध्ये वाढ केल्यास त्याला श्रीमंत लोक विरोध करतात व राजकीय दबाव आणण्याचा प्रयत्न करतात. राजकोषीय धोरण परस्पर विरोधी दृष्टिकोनातून अंमलात आणले गेले तर त्याचा फारसा प्रभाव पडत नाही.

तक्ता क्र. २.५

केंद्रसरकारचे उत्पन्न आणि खर्चाच्या प्रवृत्ती व त्याचे GDP शी प्रमाण (%)

	२०१०-११	२०११-१२	२०१२-१३	२०१६-१७ प्रत्यक्ष	२०१७-१८ अंदाजपत्रक
१) महसुली उत्पन्न	१०.१	८.३	८.७	९.१	९.०
२) एकूण कर महसूल	१०.२	९.९	१०.२	९.१	९.०
३) भांडवली उत्पन्न	५.२	६.१	५.३	४.०	३.७
४) कर्जाव्यतिरिक्त उत्पन्न	१०.६	८.८	९.१	९.५	९.५
५) एकूण उत्पन्न	१५.४	१४.५	१३.९	१३.००	१२.७
६) एकूण खर्च	१५.४	१४.५	१३.९	१३.००	१२.७
अ) महसूल खर्च	१३.४	१२.७	१२.३	११.२	१०.९
ब) भांडवली खर्च	२.०	१.८	१.६	१.९	१.८
अ) बिगर योजना खर्च	१०.५	९.९	९.९	NA	NA
ब) योजना खर्च	४.९	४.६	४.१	NA	NA

(Source - Economic Survey 2014-15, Volume II - P.25, Economic Survey 2017-18, Volume I, Page A 60)

कर्जाव्यतिरिक्त उत्पन्न : २०१३-१४च्या तुलनेत २०१४-१५मध्ये १८.६ टक्क्याने कर्जाव्यतिरिक्तचे उत्पन्न वाढले आहे. महसुली उत्पन्नात २०१४-१५मध्ये रुपये ११.९० लाख कोटींचे होते त्यात निव्वळ करापासून उत्पन्न रुपये ९.७७ लाख कोटींचे व कराव्यतिरिक्तचे उत्पन्न रुपये २.१२ लाख कोटींचे होते.

कर महसूल : वित्तीय सुधारणा आणि अंदाजपत्रक व्यवस्थापन कायदा २००३ नुसार २००४-०५ ते २००७-०८ या काळात एकूणच वित्तीय सुधारणा झाली. विशेषत: कराच्या उत्पन्नात वाढ झाली.

तक्ता २.६

केंद्र सरकारच्या वित्तीय वाढीचा दर (%)

बाबी	२०१५ –१६	२०१६ –१७	२०१७ –१८	२०१८ –१९	२०१९ –२० प्रत्यक्ष	२०२० –२१ अंदाजपत्रकीय
१) महसुली उत्पन्न	८.५	१५.०	४.४	८.२	८.३	२०.१
२) एकूण कर महसूल	१६.९	१७.९	११.८	८.४	–३.४	२०.६
३) निव्वळ कर महसूल	४.४	१६.७	१२.८	६.०	२.९	२०.७
४) करेतर महसूल	२७.०	८.६	–२९.४	२२.३	३८.४	१८.०
५) कर्जेतर भांडवली उत्पन्न	२२.३	३.८	७७.०	–२.९	–३९.२	२२७.८
६) एकूण कर्जेतर उत्पन्न	९.१	१४.४	७.७	७.४	५.१	२८.३
७) एकूण खर्च	७.६	१०.३	८.४	८.१	१६.०	१३.२
८) महसुली खर्च	४.८	९.९	११.१	६.८	१७.०	११.९
९) भांडवली खर्च	२८.६	१२.५	–७.५	१६.९	९.४	२२.४

तक्ता २.६ वरून असे दिसून येते की, केंद्र सरकारचा महसुली उत्पन्न वित्तीय वाढीचा दर २०१५–१६ मध्ये ८.५ टक्के होता. २०१६–१७ मध्ये १५ टक्के झाला. नंतर स्थिर दिसून येतो. महसुली खर्च याच वर्षात ४.८ टक्क्यांवरून ९.९ टक्के वाढला. व पुढेही वाढत आहे. तीच स्थिती एकूण खर्चाची आहे.

तक्ता २.७

भारताचे अंदाजपत्रक २०२५–२६
(सारांश) (कोटी रुपये)

बाब	२०२३–२४ प्रत्यक्ष	२०२४–२५ अंदाजपत्रकीय बदल	२०२५–२६ बजेट अंदाजपत्रक
१) महसुली उत्पन्न	२७२९०३६	३०८७९६०	३४२०४०९
२) भांडवली उत्पन्न	१७१४४११	१६२८५२७	१६४४९३६
३) एकूण उत्पन्न (अ+ब)	४४४३४४७	४७१६४८७	५०६५३४५
४) एकूण खर्च	४४४३४४७	४७१६४८७	५०६५३४५
५) प्रभावी भांडवली खर्च	१२५३१११	१३१८३२०	१५४८२८२
६) महसूली तूट	७६५२१६ (२.६)	६१००९८ (१.९)	५२३८४६ (१.५)
७) प्रभावी महसूली तूट	४६१३०० (१.६)	३१०२०७ (१.०)	९६६५४ (०.३)
८) वित्तीय तूट	१६५४६४३ (५.६)	१५६९५२७ (४.८)	१५६८९३६ (४.४)
९) प्राथमिक तूट	५९०७७१ (२.०)	४३१५८७ (१.३)	२९२५९८ (०.८)

सरावासाठी प्रश्न

प्र. १ खालील प्रश्नांची प्रत्येकी एक किंवा दोन वाक्यात उत्तरे लिहा.

१) सार्वजनिक उत्पन्न म्हणजे काय?
२) सार्वजनिक खर्च म्हणजे काय?
३) प्रत्यक्ष कर म्हणजे काय?
४) अप्रत्यक्ष कर म्हणजे काय?
५) महसुली खर्च म्हणजे काय?
६) भांडवली खर्च म्हणजे काय?

७) सार्वजनिक तूट म्हणजे काय?
८) वित्तीय शाश्वतता म्हणजे काय?
९) अंदाजपत्रक म्हणजे काय?
१०) राजकोषीय धोरण म्हणजे काय?

प्र. २ खालील प्रश्नांची प्रत्येकी १०० शब्दात उत्तरे लिहा.

१) भारतीय करप्रणाली थोडक्यात स्पष्ट करा.
२) सार्वजनिक कर्जाची दिशा व रचना विशद करा.
३) सार्वजनिक कर्जाचे प्रकार स्पष्ट करा.
४) सार्वजनिक तुटीचा व्यापक परिणाम सांगा.
५) शासकीय अंदाजपत्रकाचे प्रकार स्पष्ट करा.
६) भारतातील वित्तीय धोरणे विशद करा.

प्र.३ खालील प्रश्नांची प्रत्येकी २०० शब्दात उत्तरे लिहा.

१) भारतीय करप्रणालीचा आढावा घ्या?
२) भारतातील सार्वजनिक खर्चाची दिशा व रचना स्पष्ट करा.
३) सार्वजनिक कर्जाचे प्रकार सांगून स्रोत विशद करा.
४) सार्वजनिक तूटीचे व्यापक आर्थिक परिणाम स्पष्ट करा.
५) शासकीय अंदाजपत्रकाचे प्रकार सांगून प्रक्रिया स्पष्ट करा.
६) भारतातील वित्तीय धोरण विशद करा.

प्र. ४ टिपा लिहा.

१) सार्वजनिक महसूल / उत्पन्न आणि खर्च
२) भारतीय करप्रणाली
३) सार्वजनिक कर्ज
४) सार्वजनिक तूट
५) वित्तीय आर्थिक शाश्वतता
६) शासकीय अंदाजपत्रक
७) भारतीय वित्तीय धोरण

विभाग २

प्रकरण १

सार्वजनिक खर्च
(Public Expenditure)

१.१ प्रास्ताविक (Introduction)

सार्वजनिक खर्च म्हणजे सरकारकडून विविध योजनांसाठी, सेवां–सुविधांसाठी आणि जनतेच्या कल्याणासाठी करण्यात येणारा खर्च. कोणतेही सरकार आपल्या आर्थिक धोरणांतर्गत सामाजिक, आर्थिक व प्रशासकीय उद्दिष्टे साध्य करण्यासाठी सार्वजनिक निधी खर्च करते. हे खर्च शिक्षण, आरोग्य, संरक्षण, वाहतूक, कृषी, जलसंपदा, औद्योगिक विकास, रोजगार योजना अशा अनेक क्षेत्रांमध्ये केले जातात. सार्वजनिक खर्चाचा उद्देश म्हणजे देशाचा सर्वांगीण विकास करणे, सामाजिक न्याय प्रस्थापित करणे व गरजू लोकांना आवश्यक सुविधा पुरवणे होय.

अलीकडच्या काळात सार्वजनिक खर्चाची व्याप्ती आणि महत्त्व खूपच वाढले आहे. कारण सरकारकडून अनेक नवीन योजना आणि विकास कार्यक्रम राबवले जातात जे थेट जनतेच्या जीवनमानावर परिणाम करतात. सध्या खाजगीकरण, उदारीकरण आणि जागतिकीकरण यात सरकारची भूमिका बदलली असली तरी सार्वजनिक खर्च वाढताना दिसून येतो.

१.२ सार्वजनिक खर्चाचा अर्थ (Meaning of Public Expenditure)

'सरकार किंवा सार्वजनिक संस्था जनतेच्या कल्याणासाठी जे पैसे खर्च करतात, त्याला सार्वजनिक खर्च म्हणतात. या खर्चामध्ये शिक्षण, आरोग्य, रस्ते, संरक्षण, जलसंपत्ती, सरकारी कर्मचारी यांचे वेतन, योजना व सबसिडी यांचा समावेश होतो. यामध्ये सरकारने ग्रामीण भागात रस्ते बांधण्यासाठी केलेला खर्च हा सार्वजनिक खर्चात येतो.

सार्वजनिक खर्चाच्या सर्वसामान्य व्याख्या पुढीलप्रमाणे सांगता येतात –

१) 'देशातील केंद्र सरकार अथवा घटकराज्ये व स्थानिक सरकारे देशातील लोकांचे परकीय अक्रमणापासून रक्षण करण्यासाठी व त्याचप्रमाणे त्यांचे आर्थिक व सामाजिक कल्याण वाढविण्यासाठी जो खर्च करतात त्याला सार्वजनिक खर्च म्हणतात.'

२) 'जो खर्च एकूण लोकांच्या हिताचा विचार करून केला जातो. त्यास सार्वजनिक खर्च म्हणतात.' सार्वजनिक हित असे सार्वजनिक खर्चाचे ध्येय असते.

३) 'लोकांचे जीवन सुरक्षित, शांततापूर्ण व संवर्धनाच्या पद्धतीने चालू राहण्यासाठी सरकारद्वारे ज्या विविध कार्यांवर अंदाजपत्रकाच्या माध्यमातून खर्च केला जातो; त्यास सार्वजनिक खर्च म्हणतात.'

'सार्वजनिक खर्च' म्हणजे सरकारी खर्च किंवा सार्वजनिक सत्तेने केलेला खर्च

होय. केंद्र सरकार, राज्य सरकार आणि स्थानिक स्वराज्य संस्था यांनी लोकांच्या कल्याणासाठी व गरजा भागविण्यासाठी केलेला खर्च म्हणजे 'सार्वजनिक खर्च' होय. हा खर्च अनेक बाबींवर केला जातो. उदा. लोकांचे संरक्षण, न्यायव्यवस्था, शिक्षण, आरोग्य, रस्ते, धरणे, पाणी पुरवठा, पूल, सामाजिक कल्याण इत्यादी.

अलीकडच्या काळात सरकारच्या कार्यात वाढ झाल्याने सार्वजनिक खर्चातसुद्धा वाढ झाली आहे. १९ व्या शतकापर्यंत सार्वजनिक खर्चाला महत्त्व नव्हते. २० व्या शतकात मात्र अनेक राष्ट्रांनी कल्याणकारी राज्याची संकल्पना स्वीकारली; त्यामुळे सरकारी कार्याची व्याप्ती वाढली. त्यामुळे सरकारी खर्चात वाढ होत आहे. सरकारी खर्चाचा परिणाम उत्पादन, रोजगार, आर्थिक स्थैर्य, संपत्तीचे वितरण इत्यादी बाबींवर होतो. त्यामुळे हा खर्च वाढू लागला आहे. साहजिकच सार्वजनिक खर्चाचे महत्त्व वाढले आहे.

सार्वजनिक खर्चाचे स्वरूप / वैशिष्ट्ये (Nature of Public Expenditure)

सार्वजनिक खर्चाचे स्वरूप / वैशिष्ट्ये पुढीलप्रमाणे सांगता येतात–

१) सार्वजनिक खर्च हा सरकारकडून केला जातो.

२) सार्वजनिक खर्च हा उपभोगासारखा असतो.

३) सार्वजनिक खर्च हा आवश्यक असतो. उदा. संरक्षण, अंतर्गत शांतता व सुव्यवस्था, रेल्वे, रस्ते इत्यादी.

४) सरकारी खर्च नागरिकांच्या गरजा पूर्ण करण्यासाठी केला जातो. जसे शिक्षण, आरोग्य, वृद्धापकालीन सोय इत्यादी हा खर्च व्यक्ती करतात, परंतु तो पुरेसा नसतो.

५) सार्वजनिक खर्च हा सामाजिक हितासाठी केला जातो. समाजाचे जास्तीतजास्त कल्याण व्हावे हाच त्यामागील हेतू असतो. नफा मिळावा हा त्यामागील हेतू नसतो. जसे शिक्षण, आरोग्य, सामाजिक सुरक्षितता इत्यादी जे खर्च करण्यासाठी खासगी व्यक्ती पुढे येणार नाहीत ते खर्चसुद्धा सरकारने केले पाहिजेत. जसे लोखंड, पोलाद कारखाने, लोहमार्ग, रस्ते, अवजड यंत्रांचे कारखाने, खतांचे कारखाने, तेलांचे कारखाने, धरणे, कालवे, पाणलोट क्षेत्रातील कामे इत्यादी. देशाच्या हितासाठी व समाजाच्या कल्याणासाठी सरकारला असे खर्च करणे आवश्यक असते.

६) सरकारी खर्च अनावश्यक प्रदर्शनीयतेसाठीसुद्धा केला जातो. जसे नेत्यांचे पुतळे, शिलालेख, शिष्टमंडळे, स्वागत समारंभ इतर खर्च केला जातो. या

खर्चातून लोकांना कोणताही फायदा होत नाही. परंतु शासनामध्ये असलेल्या विशिष्ट व्यक्तींच्या भावना व कल्पना यामुळे असे खर्च करावे लागतात. हे खर्च म्हणजे पैशांचा अपव्यय होय.

७) जगातील बहुसंख्य देशांनी स्वीकारलेली लोकशाही या पद्धतीत निवडणुका, प्रशासन अंतर्गत व्यवस्था इत्यादींवर खूप मोठ्या प्रमाणात खर्च होतो.

८) कल्याणकारी राज्याची कल्पना अनेक देशांनी स्वीकारली त्यामुळे सार्वजनिक खर्च सतत वाढत आहे.

९) सार्वजनिक खर्च करताना प्राधान्यक्रम महत्त्वाचा असतो.

१.२.१ सार्वजनिक खर्चाचे महत्त्व (Importance of Public Expenditure)

सार्वजनिक खर्च म्हणजे सरकारकडून विविध क्षेत्रांवर केलेला खर्च होय. हा खर्च सरकारकडून देशाच्या सामाजिक, आर्थिक आणि राजकीय विकासासाठी केला जातो. सार्वजनिक खर्चाचे महत्त्व पुढीलप्रमाणे आहे.

१) **आर्थिक विकासाला चालना :** सरकार सार्वजनिक खर्चाच्या माध्यमातून पायाभूत सुविधा जसे रस्ते, वीज, पाणीपुरवठा इ. विकसित करते. त्यामुळे औद्योगिक आणि कृषी क्षेत्राला चालना मिळते.

२) **बेरोजगारी आणि गरीबी हटविणे :** शासकीय योजनांमधून रोजगार निर्मिती होते. जसे की मनरेगा, ज्यामुळे गरिबी आणि बेरोजगारी कमी होण्यास मदत होते.

३) **सामाजिक न्याय व समता :** शिक्षण, आरोग्य आणि सामाजिक कल्याण योजनांवर खर्च करून समाजातील दुर्बल घटकांना सरकार मदत करते. यामुळे सामाजिक समता प्रस्थापित होते.

४) **महागाई नियंत्रण :** सार्वजनिक खर्चाद्वारे सरकार बाजारात मागणी किंवा पुरवठा नियंत्रित करू शकते, यामुळे महागाईवर नियंत्रण ठेवता येते.

५) **राष्ट्रीय सुरक्षेचा बळकटीकरण :** संरक्षण क्षेत्रावर खर्च करून देशाची सुरक्षा सुनिश्चित केली जाते.

६) **सार्वजनिक सेवा पुरवठा :** पाणी, वीज, स्वच्छता, शिक्षण, आरोग्य इत्यादी मूलभूत सेवा पुरवण्यासाठी सार्वजनिक खर्च आवश्यक असतो.

७) **आपत्ती व्यवस्थापन आणि पुनर्वसन :** नैसर्गिक आपत्ती किंवा संकटाच्या वेळी सरकारी खर्च जनतेच्या मदतीसाठी उपयोगी पडतो.

८) **आर्थिक व सामाजिक वरकड खर्च :** सरकार पायाभूत संरचनेसाठी वरकड खर्च करते जसे रस्ते, रेल्वे, जलसिंचन, वीज, बंदरे, विमानतळ इ. त्याचबरोबर सामाजिक सुविधावरसुद्धा वरकड खर्च करते. जसे शिक्षण, आरोग्य, स्वच्छता, पाणीपुरवठा, प्रशिक्षर इ. अशा खर्चामुळे आर्थिक विकासाला गती मिळते.

९) **नैसर्गिक साधनसंपत्तीचा विकास :** लोह, अभ्रक, जस्त, खनिज तेल कोळसा इ. खनिजांचे उत्खनन व शुद्धीकरण यासाठी सरकार मोठ्या प्रमाणावर खर्च करते. त्यामुळे खनिज उत्पादने उपलब्ध होतात.

१०) **अर्थसाहाय्य व अनुदाने :** सरकारतर्फे कृषी आणि औद्योगिक उत्पादने वाढविण्यासाठी शेतकऱ्यांना आणि उद्योजकांना अर्थसाहाय्य व अनुदान दिले जाते. तसेच केंद्र सरकार राज्यांना आणि स्थानिक स्वराज्य संस्थांना आर्थिक साहाय्य करते व अनुदान देते. सरकारच्या अशा आर्थिक खर्चामुळे तसेच पाठिंब्यामुळे आर्थिक विकासाला चालना मिळते.

११) **प्रादेशिक संतुलन :** सरकार अविकसित आणि मागासलेल्या भागाचा विकास करण्यासाठी मोठ्या प्रमाणात खर्च करून आर्थिक विकासातील असमतोल दूर करून प्रादेशिक संतुलन निर्माण करण्याचा प्रयत्न करत असते. जसे औद्योगिक, कृषी, पायाभूत सुविधा इत्यादींच्या विकासावर खर्च करून अशा रीतीने सरकार सार्वजनिक खर्चाच्या आधारे आर्थिक विकासाला चालना देत असते. सार्वजनिक खर्चाचे महत्त्व या सर्व मुद्द्यांच्या आधारे स्पष्ट होते.

सार्वजनिक खर्च हे केवळ सरकारी निधीचा उपयोग नसून तो देशाच्या सर्वांगीण विकासाचे एक प्रभावी साधन आहे. त्यामुळे विवेकपूर्ण आणि पारदर्शक पद्धतीने सार्वजनिक खर्च करणे अत्यंत गरजेचे आहे.

१.२.२ सार्वजनिक खर्च वाढीची कारणे / हेतू (Reasons of Growth of Public Expenditure)

अलीकडच्या काळात जगातील सर्वच देशात शासकीय खर्च वाढत असल्याचे दिसून येते. शासकीय कार्यक्षेत्रात वाढ होत असल्याने शासकीय खर्च अधिकाधिक वाढत आहे. १९ व्या शतकापर्यंत सरकारची कामे आणि खर्च मर्यादित होता. १९व्या शतकाच्या शेवटी आणि २० व्या शतकाच्या सुरुवातीस समाजवादी विचारसरणी उदयाला आली. तसेच कल्याणकारी राज्याची संकल्पना मूळ धरू लागली. अनेक देशांनी लोकशाही पद्धती स्वीकारली तसेच अर्थव्यवस्थेत सरकारची भूमिका महत्त्वाची असते, हा दृष्टिकोन मान्य झाला; त्यामुळे सरकारच्या कार्यात वाढ झाली.

तसेच २१ व्या शतकातील विकासाच्या योजना व खासगीकरण, उदारीकरण व जागतिकीकरणातसुद्धा सरकारच्या खर्चात वाढ होत आहे.

स्वातंत्र्यानंतर भारताने मिश्र अर्थव्यवस्थेचा स्वीकार केला. पंचवार्षिक योजनांद्वारे देशाचा आर्थिक विकास करण्याचे योजल्यामुळे सरकारी खर्चात सतत वाढ होत आहे. भारताच्या सार्वजनिक खर्चात सतत वाढ होत गेली.

१) **लोकसंख्येतील वाढ व वाढते नागरीकरण :** गेल्या काही वर्षांत जगातील सर्वच देशांची लोकसंख्या वाढत आहे. विशेषत: आर्थिकदृष्ट्या मागासलेल्या देशांमध्ये लोकसंख्येच्या वाढीचा वेग फारच भयानक आहे. वाढत्या लोकसंख्येचे केंद्रीकरण शहरामध्ये व्हायला लागले आहे. यामुळे नगराच्या सोयीसाठी सार्वजनिक सत्तांना फार मोठा खर्च करावा लागत आहे. दिवाबत्ती, पाणीपुरवठा, स्वास्थ्यसेवा, स्वच्छता, सडका, संरक्षण इत्यादी अनेक सेवा, सवलती सरकारला उपलब्ध करून द्याव्या लागतात. यामुळे सरकारांचा प्रतिव्यक्ती खर्च सतत वाढत आहे. नागरी क्षेत्र जसजसे वाढत जाते तसतशी सार्वजनिक सत्तांच्या कार्यामध्ये सतत भरच पडत आहे. महानगरांचे प्रश्न तर अधिकाधिक जटिल बनत चालले आहेत. लहान गावांमध्ये जे प्रश्न व्यक्ती स्वत: सोडवू शकते तेच प्रश्न महानगरांमध्ये सार्वजनिक सत्तेला सोडवावे लागतात. खाद्यपदार्थांची तपासणी, आवश्यक वस्तूंचे वाटप, सामाजिक सेवांची व्यवस्था, इस्पितळे, शाळा, परिवहन व्यवस्था इत्यादींवर सार्वजनिक सत्तांना खर्च करावा लागतो. या सर्वांचा परिणाम सरकारी खर्चावर होतो व तो वाढतच जातो.

उदा. भारताची लोकसंख्या १९५१मध्ये ३६.५ कोटी होती, ती २०११मध्ये १२१.०२ कोटींपर्यंत वाढली. सध्या जुलै २०२१ मध्ये १३९.४२ कोटीपर्यंत वाढलेली आहे. ती जगाच्या लोकसंख्येच्या १७.७ टक्के आहे. साहजिकच वेगाने वाढणारी लोकसंख्या सार्वजनिक खर्चाच्या वाढीस कारणीभूत ठरली.

२) **कल्याणकारी राज्याची कल्पना :** गेल्या काही दशकांमध्ये जगातील सर्वच देशांमध्ये कमी-अधिक प्रमाणात कल्याणकारी राज्याची (Welfare State) कल्पना स्वीकारली गेली आहे. एकोणिसाव्या शतकातील पोलीस राज्याची जागा आता विसाव्या शतकात कल्याणकारी राज्याने घेतली आहे. यामुळे आता प्रत्येक सरकार आपल्या नागरिकांच्या संरक्षणाबरोबर त्यांच्या कल्याणाचेही कार्य अत्यंत महत्त्वाचे आहे असे मानते. नागरिकांचे महत्तम कल्याण साधण्यासाठी अनेक योजना प्रत्यही आखल्या जात आहेत व अंमलातही आणल्या जात आहेत. पूर्ण रोजगार, सर्वांगीण विकास, महत्तम कल्याण ही

ध्येये आजची सरकारे आपल्या पुढे ठेवतात. ही ध्येये पार पाडण्याच्या दृष्टीने सरकारला जी कार्ये करावी लागतात त्यांचा खर्चही मोठाच असतो. रोजगार हमी; वेतन, वृद्धापकाळ वेतन, औषधांसाठी मदत, आरोग्य वेतन, शैक्षणिक सवलती, नि:शुल्क शिक्षण, महागाई भत्ता, घरभाडे भत्ता इत्यादी सरकारी खर्चाची यादी खूपच मोठी आहे; या यादीत सतत भरच पडत आहे. त्यामुळे सर्वच सरकारच्या एकूण खर्चात सर्व दृष्टींनी वाढ होत आहे.

३) **लोकशाही प्रवृत्तीत वाढ :** जगातील बहुसंख्य देशांनी लोकशाही पद्धतीचा स्वीकार केला आहे. लोकशाही पद्धतीने केलेल्या राज्यकारभाराला फार मोठा खर्च येतो. लोकशाही विकेंद्रीकरणाची क्रिया देशात सुरू झाली की, सर्व स्तरांवर 'सरकारे' निर्माण होतात. ग्रामपंचायत, जिल्हा परिषद, राज्य सरकार, केंद्र सरकार ही सगळी सरकारे चालवायची, म्हणजे प्रचंड खर्चाचे काम होय. या सर्व सरकारांची स्थापना निवडणुका घेऊन केली जाते. निवडणुकांप्रीत्यर्थ सरकारला खूप खर्च करावा लागतो. केंद्र सरकारच्या लोकसभा, राज्यसभा, राज्य सरकारांच्या विधान सभा, विधान परिषदा, जिल्हा परिषदा व त्यांच्या पंचायत समित्या या संस्थांवर अवाढव्य खर्च होतो. त्याचप्रमाणे परदेशातील राजदूतावास, शिष्टमंडळे, संयुक्त राष्ट्र संघ, आंतरराष्ट्रीय नाणेनिधी, जागतिक बँक इत्यादी आंतरराष्ट्रीय संस्थांचे सदस्यत्व या सर्व गोष्टींचा परिणाम सरकारी खर्चावर होतो व तो वाढतच जातो.

४) **औद्योगिकीकरण :** औद्योगिक क्रांतीनंतर सर्वच देशांमध्ये औद्योगिकीकरणाची लाट पसरली. याच्यामुळे औद्योगिक परिवर्तनाबरोबर सामाजिक व राजकीय परिवर्तनही घडून आले. शास्त्रीय शोध, उत्पादनपद्धतीत सुधारणा, यांत्रिकीकरण, विशाल प्रमाणावरील उत्पादन, श्रमविभाजन इत्यादी गोष्टींचा परिणाम म्हणून उत्पादनात फार मोठ्या प्रमाणात वाढ झाली. जगातील बहुतेक सर्व देशांचे उत्पादन वाढले व त्यामुळे दरमाणशी उत्पन्न वाढले. लोकांचे जीवनमानही वाढले आहे; पण त्याचबरोबर औद्योगिक समस्याही निर्माण झाल्या आहेत. कामगारांसंबंधीच्या योजनांवर सरकारला बराच पैसा खर्च करावा लागतो. उद्योगातील विविध प्रश्न सरकारलाच सोडवावे लागतात. बालोद्योगांना संरक्षण, उपभोक्त्यांचे संरक्षण, श्रमिकांचे कल्याण, श्रमिक-मालक संघर्ष इत्यादी गोष्टींकडे लक्ष पुरविणे आजच्या सरकारला अगत्याचे झाले आहे, त्यामुळे या गोष्टींवर सरकारला खर्चही वाढत्या प्रमाणात करावा लागतो.

५) **उद्योगांचे व सेवांचे राष्ट्रीयीकरण :** समाजवादी विचारांचा पगडा असलेली

सरकारे आपल्या देशात विभिन्न उद्योगांचे, व्यवसायांचे व सेवांचे राष्ट्रीयीकरण करताना दिसून येतात. राष्ट्रीयीकरणाचा मुख्य हेतू या उद्योगांवर जनतेची मालकी प्रस्थापित करून जनतेला वस्तू व सेवा शक्यतोवर कमी खर्चात पुरविणे हा असतो. खासगी उद्योगांपुढे आदर्श निर्माण करणे हादेखील उद्देश असू शकतो; पण तो साध्य होतोच असे नाही. राष्ट्रीयीकरणामुळे प्रथम या उद्योगांना नुकसानभरपाई म्हणून फार मोठी रक्कम द्यावी लागते. नंतर हे उद्योग चालवायला बराच खर्च येतो. या उद्योगांमधून फायदा होईलच याची खात्री नसते. तोट्यातसुद्धा हे उद्योग चालवावे लागतात. हा तोटा सरकारलाच सहन करावा लागतो. यामुळे सरकारचा खर्च फार वाढतो.

६) **विकास व नियोजन :** आर्थिकदृष्ट्या अप्रगत देशांच्या सरकारांपुढे आपल्या देशाच्या आर्थिक विकासाचा फार मोठा प्रश्न असतो. त्यांना जलद आर्थिक विकास हवा असतो. यासाठी करावयाची पायाभरणी खासगी संस्थांकडे सोपविली जात नाही, ती सरकारलाच करावी लागते. आर्थिक विकास सर्वांगीण व जलद होण्यासाठी नियोजनाचे तंत्र आजकाल सर्व देशात वापरले जाते. नियोजनाचे तंत्र समाजवादी देशांनी लोकप्रिय केले. आता भांडवलप्रधान देशही काही क्षेत्रांत या तंत्राचा अवलंब करू लागले आहेत. नियोजनाच्या या तंत्रात सरकारलाच पुढाकार घ्यावा लागतो. उद्योगांचा बहुमुखी विकास, लोकांच्या जीवनमानात वाढ, नैसर्गिक साधनांचा विकास व उपयोग, राष्ट्रीय उत्पन्नात वाढ इत्यादी उद्दिष्टे नियोजनाचा कार्यक्रम हाती घेताना समोर ठेवली जातात. अल्पकालीन व दीर्घकालीन योजना तयार करून त्या कार्यान्वित केल्या जातात. या योजना पार पाडण्यासाठी देशात व देशाबाहेर पैसा प्राप्त केला जातो, कर्ज काढले जाते व हितार्थ प्रबंधनही केले जाते. योजनांचा अवाढव्य खर्च सरकारलाच करावा लागतो. योजनांच्या आकाराबरोबर हा खर्चही वाढत जातो. भारताच्या पहिल्या पंचवार्षिक योजनेच्या जवळजवळ चौपट आकार चौथ्या पंचवार्षिक योजनेचा होता; म्हणजे १९५१ पासून पुढील वीस वर्षांच्या कालावधीत भारत सरकारच्या नियोजनामुळे एकूण व्ययात सुमारे १६,००० कोटी रुपयांची भर पडली असे म्हणावे लागेल.

७) **किमतीमानात वाढ :** जगातील बहुतेक सर्व देशांमध्ये किमतीची पातळी सतत वाढत असलेली दिसते. एकोणिसाव्या शतकाच्या उत्तरार्धात किमतीची वाढ सुरू झाली व ती अजून चालूच आहे. विशेषत: १९३९-४६च्या दुसऱ्या महायुद्धानंतर किमतीमध्ये फार झपाट्याने वाढ होत गेली. वाढणाऱ्या किमतीचे

दोन प्रकारचे परिणाम होतात– एक म्हणजे, सरकारला सर्व वस्तू व सेवा यांची जास्त किंमत द्यावी लागते. दुसरे म्हणजे, या वाढलेल्या खर्चाची तोंडमिळवणी करण्यासाठी सरकारला अधिक उत्पन्न–साधनांचा शोध घ्यावा लागतो. सरकारचा वाढलेला खर्च पुन:किमतीमध्ये वाढ करताना दिसतो, हे एक दुष्ट वर्तुळ सुरू होते. यातील अवांछनीय भाग असा की, या वाढलेल्या खर्चाचा परिणाम आर्थिक व्यवहारांवर झालेला दिसत नाही. सरकारी खर्चात किमतीच्या वाढीमुळे दिसून येणारी वृद्धी खरी नसून काहीशी आभासात्मकच असते. भारतात गेल्या चार दशकांत किंमतपातळी दरवर्षी ५ ते ६ टक्के वाढलेली दिसून येते, त्यामुळे सार्वजनिक खर्चात वाढ होत आहे.

८) **संरक्षणखर्चात वाढ :** विसाव्या शतकात बहुतेक सर्व देशांच्या संरक्षणखर्चात फार तीव्रतेने वाढ झालेली दिसून येते. एकूण खर्चाच्या ५० टक्के खर्च संरक्षणावर केलेला असतो. युद्ध असो वा नसो, युद्धाची तयारी मात्र असली पाहिजे; असे प्रत्येक देशातील सरकारला वाटते. युद्धाचे शास्त्र व शस्त्रास्त्रांचे स्वरूप या गोष्टी फार झपाट्याने बदलत आहेत. त्यामुळे नवनवीन शस्त्रास्त्रे बनविणे व विकत घेणे फार महाग होऊ लागले आहे. अण्वस्त्रांच्या शोधामुळे प्रत्येक राष्ट्राला आपणही केव्हातरी अण्वस्त्रसंपन्न व्हावे असे वाटते. अण्वस्त्रे निर्माण करणे हे केवळ श्रीमंत देशांचेच काम आहे; पण गरीब देशदेखील आपल्या उत्पन्नाचा फार मोठा भाग अणुशक्तीच्या उत्पादनावर खर्च करीत आहेत. त्यामुळे प्रत्येक सरकारचा संरक्षणखर्च वाढला आहे, संरक्षणखर्चात कपात करायला वावच नाही. भारतासारख्या शांतिप्रिय देशालासुद्धा मनाविरुद्ध चिनी व पाकिस्तानी आक्रमणांना तोंड द्यावे लागते. या दोन देशांविरुद्ध सतत युद्धसज्ज राहण्यासाठी युद्ध व संरक्षणावरील खर्चात अनेक पटींनी वाढ करावी लागली. १९५१मध्ये भारताचा संरक्षणखर्च १६४ कोटी रुपये होता. १९८५–८६मध्ये तो ७००० कोटी झाला तर २०१७–१८मध्ये ३,५९,९०० कोटींपर्यंत वाढला. २०२१–२२ साठी ४७८१९६ कोटींपर्यंत वाढविला आहे.

९) **मुलकी शासन खर्च :** प्रत्येक सरकारला राज्य चालविण्यासाठी व अंतर्गत सुव्यवस्थेसाठी प्रशासकीय खर्च करावा लागतो. सरकारच्या कार्यांमध्ये वाढ झाल्यामुळे अनेक मंत्रालये, अनेक खाती, प्रत्येक अधिकारी व त्यांचा मोठा नोकरवर्ग या गोष्टी निर्माण झाल्या. सरकारी यंत्रणा दिवसेंदिवस अधिक गुंतागुंतीची होत आहे. प्रत्येक सरकारला दुसऱ्या देशांमध्ये राजदूतावास निर्माण करावे लागतात. त्यांच्यावरही खर्च फार येतो. वाढत्या महागाईमुळे सरकारी अधिकारी

व कर्मचारी अधिक वेतन, महागाई भत्ता मागतात. सरकारला तो द्यावा लागतो. केंद्र सरकारने एकदा अधिक वेतन व महागाई भत्ता दिला की, राज्य सरकारांना, जिल्हा परिषदांना व नगरपरिषदांनाही तो द्यावा लागतो. सर्वच सार्वजनिक सत्तांचा नागरी प्रशासनावरील खर्च वाढत जातो. १९५१मध्ये केंद्र सरकारचा प्रशासकीय सेवांवरील खर्च २१ कोटी रुपये होता. १९७३–७४मध्ये हा खर्च २८० कोटी रुपयांपर्यंत वाढला. विविध राज्यांचा हाच खर्च १९५१मध्ये १०६ कोटी रुपये होता व १९७३–७४मध्ये तो ५८३ कोटी रुपयांपर्यंत वाढला.

१०) **सरकारकडे पाहण्याच्या दृष्टिकोनात बदल :** आजकाल सरकारकडे पाहण्याची लोकांची दृष्टी बदललेली आहे. पूर्वीच्या काळी सरकारचे भय सामान्य माणसांना वाटत असे. सरकार म्हणजे जुलूम करणारी, छळ करणारी संस्था असे समजले जात असे; पण आज तसे वाटत नाही. ही गोष्ट चांगली आहे. सरकारच्या साहाय्याशिवाय सामान्य माणसाचे जीवन समृद्ध होणार नाही, याची जाणीव प्रत्येकाला झाली आहे. हा बदल काही कारणांमुळे घडून आला आहे. तांत्रिक प्रगतीमुळे सामान्य जनांमध्ये आपली असमर्थता व परावलंबित्व यांची जाणीव निर्माण झाली आहे. आपल्या आवाक्याबाहेरील प्रश्नांची सोडवणूक करण्यासाठी त्यांना सरकारची गरज भासू लागली आहे. आर्थिक व्यवस्थेत होणारे बदल अस्थैर्य निर्माण करतात, या अस्थैर्याचा परिणाम सामान्य जनांवर होतो. त्यामुळे सरकारने आर्थिक अस्थैर्याला प्रतिबंध करण्याचे कार्य केले पाहिजे अशी अपेक्षा आज बाळगली जाते. मानवतेच्या दृष्टिकोनातून पाहता दुःख, दैन्य व दारिद्र्य यांचे अस्तित्व नाहीसे करणे हे सरकारला मुळीच भूषणावह नाही. यांचे प्रमाण कमी करणे, शक्यतोवर त्यांचे अस्तित्वच नाहीसे करणे हे सरकारचे कर्तव्य आहे अशी मागणी लोकांकडून आज केली जाते. सरतेशेवटी, राजकीय व आर्थिक प्रश्नांची संकीर्णता वाढल्यामुळे नागरिकांना या प्रश्नांना तोंड देण्यास सिद्ध करण्याची जबाबदारीही सरकारचीच आहे, असे मत काही लोक व्यक्त करतात. थोडक्यात, असे दिसून येते की, बऱ्या–वाईट सर्व गोष्टींची जबाबदारी सरकारची असल्यामुळे सरकारनेच पुढाकार घेऊन जनतेच्या जीवनात सर्वांगीण विकास साधला पाहिजे असे जनतेचे मत आहे; याचा परिणाम म्हणजे आज कोणत्याही क्षुल्लक प्रश्नाच्या सोडवणुकीकरता सरकारकडे पाहण्याची प्रवृत्ती निर्माण झाली आहे. आंदोलनवादी उपायांच्या साहाय्याने सरकारकडे दडपणे आणली जातात व सरकारला खर्च करायला भाग पाडले जाते. हळूहळू असे अनेक खर्च सरकारच्या अंगवळणी पडल्यासारखे

झाले आहेत. त्यामुळे केंद्र सरकारचा खर्च, राज्यसरकारांचा खर्च, जिल्हा परिषदा व नगरपरिषदा यांचे खर्च असे सर्व स्तरांवरील खर्च वाढण्याची प्रवृत्ती दिसून येते.

यांप्रमाणे अशी अनेक कारणे सरकारी खर्चात सतत वृद्धी का होते हे दाखविण्यासाठी लक्षात घेतली जातात. सरकारी व्ययात वृद्धी होणे हे वाईट नाही; पण ही वाढ अपेक्षित परिणाम साधत असेल तरच इष्ट समजली पाहिजे. देशातील उत्पादनाच्या प्रमाणात वाढ, संपत्तीच्या वितरणात सुधारणा, आर्थिक स्थैर्य, भावी पिढ्यांच्या सुखसोयींची उपलब्धता इत्यादी उद्दिष्टे या व्ययामुळे व त्यातील वाढीमुळे साध्य होत असतील तर त्या वाढीचे स्वागतच केले पाहिजे.

११) **आर्थिक मंदीची आरिष्टे दूर करणे :** सार्वजनिक कल्याणाच्या दृष्टिकोनातून आर्थिक मंदीवर मार्ग काढण्यासाठी सरकारला आर्थिक क्षेत्रांत हस्तक्षेप करावा लागतो. १९३०च्या जागतिक महामंदीच्या काळात निरनिराळ्या देशातील सरकारांना प्रचंड खर्च करावा लागला. आर्थिक मंदीच्या काळात निराशाजनक वातावरण पसरलेले असते. मंदीतून देशाला बाहेर काढण्यासाठी व्यापार व औद्योगिक क्षेत्रांत मोठ्या प्रमाणात खर्च करावा लागतो. शेती, सार्वजनिक उपक्रमांत गुंतवणूक वाढवावी लागते. सतत निर्माण होणाऱ्या आर्थिक मंदीच्या संकटावर उपाययोजना करण्यासाठी सार्वजनिक खर्च वाढत आहे.

१२) **सामाजिक सुरक्षिततेवरील खर्च :** जगातील इतर देशांप्रमाणे भारतानेसुद्धा सामाजिक सुरक्षा योजनांवर भर दिला आहे. लोकांना बेकारी, अपघात, अपंगत्व, आजार, वार्धक्य, अचानक मृत्यू इत्यादी संकटांना आणि आपत्तींना तोंड द्यावे लागते; त्यासाठी सरकारला लोकांना मदत करावी लागते. सामाजिक सुरक्षा योजनेद्वारे लोकांना आर्थिक साहाय्य, आरोग्य, विमा, निवृत्तीवेतन, बेकारी भत्ता इ. मार्गांनी मदत द्यावी लागते. त्यामुळे भारतातील सार्वजनिक खर्च वाढत आहे.

१३) **शासकीय कर्ज सेवांवरील वाढ :** सरकारला विकास योजनांवरील खर्च भागविण्यासाठी देशात व परदेशात मोठ्या प्रमाणावर कर्ज उभारावे लागते. भारत सरकारचे कर्ज १९५०-५१मध्ये रु. २८६० कोटी होते. ते मार्च २०१६ पर्यंत ६८,९४,९९१ कोटींपर्यंत वाढले. सार्वजनिक खर्चात व्याजावरील खर्चाचे प्रमाण वाढले. भारतातील कर्ज सेवांवरील खर्च वाढल्याने सार्वजनिक खर्च वेगाने वाढत आहे. १९८५-८६मध्ये सार्वजनिक कर्जांवरील व्याज रुपये

७५०० कोटी होते ते २०१५-१६मध्ये रुपये ४,५६,१४५ कोटींपर्यंत वाढले. २०२०-२१ मध्ये भारताचे कर्ज रुपये १४७ लाख कोटी होते.

१४) **आर्थिक स्थैर्य टिकविणे :** जगातील बहुतेक देशांनी आर्थिक आणि वित्तीय धोरण आखून ते टिकवून ठेवण्याची जबाबदारी स्वीकारलेली आहे; भारतानेसुद्धा तसे धोरण स्वीकारले. गरिबांना अर्थसाहाय्य, रोजगार व उत्पन्नपातळीत वाढ घडवून आणणे, संपत्ती व उत्पन्नातील विषमता कमी करणे इत्यादी दृष्टिकोनातून सरकारला वित्तीय धोरणाची अंमलबजावणी करावी लागते. त्यामुळे देशांत आर्थिक स्थैर्य टिकविण्यासाठी विविध धोरणांच्या अंमलबजावणीसाठी मोठ्या प्रमाणावर खर्च करावा लागतो; त्यामुळे भारताच्या सार्वजनिक खर्चात मोठ्या प्रमाणावर वाढ झाली आहे.

१५) **खासगी क्षेत्रांत उत्पादन वाढीला उत्तेजन :** खासगी क्षेत्रांत मोठ्या प्रमाणात उत्पादन करावे तसेच १०० टक्के निर्यात वस्तूंचे उत्पादन करावे यासाठी सरकार निर्यातदारांना मोठ्या सोयी-सुविधा देत आहे. अनुदानाबरोबरच उत्पादन कर तसेच आयात जकातीत सवलती देत आहे; तसेच नवीन उद्योग स्थापनेसाठी तसेच स्थापित उद्योगांच्या विकासासाठी छोटे-मोठे शेतकरी व उद्योजकांना सर्वप्रकारचे आर्थिक, तांत्रिक साहाय्य करीत आहे. त्यामुळे सरकारचा खर्च वाढत आहे.

१६) **सरकारच्या कार्यक्षेत्रात वाढ :** सरकारच्या कार्यात सतत वाढ होत आहे. विशेषत: समाज कल्याणाच्या कार्यात जलद वाढ होताना दिसून येते. उदा. देशातील गरीब जनतेस शिक्षण, औषधोपचार, सार्वजनिक बागबगिचे, क्रीडांगणे इत्यादी मोफत अथवा सवलतीच्या दराने पुरविली जातात. तसेच सार्वजनिक कामावरचा खर्चही वाढत आहे. उदा. रेल्वे, रस्ते, पूल, पाटबंधारे योजना इत्यादी बाबतीत वाढ होत आहे. शिवाय बेरोजगारी कमी करण्यासाठी आणि दारिद्र्य निर्मूलनासाठी अनेक प्रकल्प राबविले जात आहेत. त्यामुळे सरकारी खर्चात जलद गतीने वाढ होत आहे.

१७) **शेतीविकास :** भारतासारख्या विकसनशील देशांत आर्थिक विकास जलद गतीने घडवून आणण्यासाठी शेतीविकास हा महत्त्वाची भूमिका पार पाडतो. शेती क्षेत्राच्या इतर क्षेत्रांशी निकटचा संबंध आहे याची सरकारला जाणीव झालेली आहे. शेतीचा विकास होताच बिगरशेती क्षेत्रास विकासाची चालना मिळते. त्यामुळे अर्थव्यवस्थेचा विकास साधणे सुलभ जाते म्हणून सरकार शेती क्षेत्रातवर वाढत्या स्वरूपाचा खर्च करीत आहेत असे दिसून येते.

१८) **केंद्राचा सामान्य सेवांवरील खर्च :** केंद्र सरकार राज्यांसाठी करत असलेला खर्च, करांची वसुली करण्यासाठी केला जाणारा खर्च; निवृत्ती वेतनावरील खर्च इत्यादींसाठी मोठ्या प्रमाणात केंद्र सरकारचा खर्च वाढत आहे. वेतनवाढ व महागाई भत्ते सतत वाढत असल्याने केंद्र सरकारच्या खर्चात सतत वाढ होत आहे.

१९) **आंतरराष्ट्रीय संघटना व संस्था :** देशातील सरकारला आंतरराष्ट्रीय संघटना व संस्थांच्या संमेलनात सहभाग घ्यावा लागतो. तसेच शिष्टमंडळेसुद्धा पाठवावी लागतात त्यासाठी सरकारला मोठ्या प्रमाणात खर्च करावा लागतो जसे आंतरराष्ट्रीय नाणेनिधी, जागतिक व्यापार संघटना, युनो, जागतिक बँक, जी-२०, सार्क, एशियन विकास बँक इत्यादी अशा अनेक वित्तीय व व्यापारी समुदायांची वर्गणी देशाला भरावी लागते. या सर्व कारणांसाठी सरकारला खर्च करावा लागतो.

२०) **विकसनशील देशांना मदत :** आर्थिक विकासासाठी, नैसर्गिक आपत्ती निवारणासाठी विकसित देश विकसनशील देशांना मदत करत असतात. जसे सवलतीच्या व्याज दराने कर्ज देणे, बिन व्याजाने कर्ज देणे, विकास योजनांसाठी अनुदान देणे इत्यादींमुळे सरकारी खर्चात वाढ होते. भारतसुद्धा विकसनशील देशांना कर्ज, मदत, अनुदान देत असल्याने भारताच्या खर्चात वाढ होत आहे.

२१) **आकस्मिक संकटे :** नैसर्गिक संकटांबरोबरच काही देश शेजारील देशांत दहशतवाद माजविण्याचा प्रयत्न करतात जसे पाकिस्तान भारतात दहशतवाद निर्माण करून अशांतता निर्माण करण्याचा प्रयत्न करतो त्यामुळे भारताच्या खर्चात वाढ होत आहे.

२२) **सामूहिक गरजांची पूर्तता :** सरकारला सामूहिक पातळीवर काही गरजा पूर्ण कराव्या लागतात. त्यामुळे लोकांची गैरसोय दूर होते. जसे शहरी भागात बस सेवा; वीज, पाणीपुरवठा इत्यादींसाठी सरकारला खर्च करावा लागतो. त्यामुळे सरकारी खर्चात वाढ होते.

२३) **अनुदान, सवलत, मदतीचा भार :** राजकीय फायद्यासाठी राजकारणी व्यापारी, उद्योजक, शेतकरी यांना अनेक सवलती देतात. उदा. स्वस्त वीज, पाणीपुरवठा, कमी व्याज दराने कर्ज, विविध अनुदाने, सवलती इत्यादी या सवलती व मदतीचा काही भार सरकारला उचलावा लागतो त्यामुळे सरकारी खर्चात वाढ होते.

१.३ भारतातील महसुली खर्च आणि भांडवली खर्च : अर्थ आणि फरक (Revenue Expenditure and Capital Expenditure in India : Meaning & Difference Analyze the Trend)

१.३.१ भारतातील महसुली खर्च आणि भांडवली खर्चाचा अर्थ

अ) **महसुली खर्च :** सरकारचा चालू खर्च म्हणजे 'महसुली खर्च' होय. यात सरकारी प्रशासनावरील खर्चाचा समावेश होतो. संरक्षण, रेल्वे, पोपट, टेलिफोन इत्यादीसारख्या सार्वजनिक बाबींवर होणारा खर्च तसेच राज्याला देण्यात येणारी अनुदाने. 'दैनंदिन सरकारी यंत्रणेवर सरकारला जो खर्च करावा लागतो. त्यास महसुली खर्च असे म्हणतात. सरकारलासुद्धा असे दैनंदिन खर्च करावे लागतात. या खर्चांना महसुली खर्च म्हणतात.

ब) **भांडवली खर्च :** यामध्ये भांडवली व्यवहारांचा समावेश होतो. सरकारचा भांडवली व्यवहारावरील खर्च म्हणजे 'भांडवली खर्च' होय. उदा. सरकारच्या इमारती, अवजड यंत्रे, सार्वजनिक उद्योगांना दिलेली कर्जे, राज्ये व केंद्रशासित प्रदेशांना दिलेली कर्जे इत्यादी. देशात उत्पादक आणि विकासात्मक मालमत्ता निर्माण करण्यावर केला जाणारा खर्च म्हणजे भांडवली खर्च होय. जसे लोहमार्ग, धरणे, कालवे, रस्ते इ. हा महसुली खर्चासारखा नसून तो उत्पन्न मिळवून देणाऱ्या मालमत्तांची निर्मिती करणारा खर्च असतो.

१.३.२ महसुली आणि भांडवली खर्चातील फरक (Difference between Revenue Expenditure & Capital Expenditure)

क्र.	घटक	महसुली खर्च (Revenue Expenditure)	भांडवली खर्च (Capital Expenditure)
१	अर्थ	दैनंदिन व्यवहारासाठी लागणारा खर्च	दीर्घकालीन मालमत्ता खरेदीसाठी लागणारा खर्च
२	स्वरूप	नियमित / वारंवार होणारा खर्च	एकदाच किंवा क्वचित होणारा खर्च
३	फायदा	अल्पकालीन (Short-term)	दीर्घकालीन (Long-term)
४	मालमत्तेवर परिणाम	कोणतीही स्थायी मालमत्ता निर्माण होत नाही.	स्थायी मालमत्ता निर्माण होते.
५	लेखांकनातील नोंद	खर्च म्हणून तात्काळ दाखवले जाते.	मालमत्तेत समाविष्ट करून हळूहळू घसारा धरतात.
६	उदाहरणे	पगार, भाडे, वीज बिल देखभाल खर्च, कच्चा माल खरेदी	मशीन खरेदी, इमारत बांधणे, वाहन खरेदी, संगणक प्रणालीतील गुंतवणूक इ.
७	घसारा	महसुली खर्चावरील उत्पन्नावर घसारा आकारला जात नाही.	प्रत्येक वर्षी केलेल्या एकूण भांडवली खर्चावर घसारा आकारला जातो.
८	खर्च	महसुली खर्च वारंवार होतात.	हा खर्च वारंवार होत नाही.
९	फायदे	चालू लेखावर्षापुरते मर्यादित आहेत.	दीर्घ मुदतीच्या खर्चाचा फायदा होतो.

महसुली खर्च हा एखाद्या व्यवसायाच्या दैनंदिन कामकाजासाठी केला जातो. याचा उद्देश चालू आर्थिक वर्षातील उत्पन्न मिळवणे हा असतो.

भांडवली खर्च दीर्घकालीन मालमत्ता निर्माण करण्यासाठी किंवा त्यांची किंमत वाढवण्यासाठी केला जातो.

१.३.३ भारतातील महसुली खर्च आणि भांडवली खर्चाचा प्रवाहाचे विश्लेषण (Analyze the trend in Revenue Expenditure & Capital Expenditure in India)

जगातील बहुतेक देशात खर्चातील प्रवृत्ती दिसून येतात. संशोधकांनी खर्चाच्या बाबतीत काही निष्कर्ष काढले. जर्मन अर्थशास्त्रज्ञ प्रो. ॲडॉल्फ वॅगनर यांनी एकोणिसाव्या शतकाच्या उत्तरार्धात संशोधनाद्वारे असे स्पष्ट केले की, सरकारच्या चालू कार्यात वाढ होत आहे आणि नवीन विस्तृत कार्ये स्वीकारली जात आहेत कारण सरकारला पूर्वनिश्चित अशी सामाजिक व आर्थिक उद्दिष्टे साध्य करावयाची असतात; त्यामुळे सरकारी खर्चात उत्तरोतर अधिक वाढ होत जाते. तसेच पिकॉक व प्रा. वाइजमन यांनी १८९१ ते १९५५ या काळातील ब्रिटिश सरकारच्या खर्चाचा आढावा घेतला. त्यांना असे दिसून आले की काही अस्वस्थतेमुळे सरकारी खर्चात एकदम वाढ होते. उदा. दुष्काळात सरकारी खर्च वाढतो, परंतु युद्ध संपले तरी खर्चाची पातळी उतरत नाही. प्रा. मसग्रेव्ह यांच्या मते, सध्याच्या काळात सरकारी खर्चात वाढ होणे अपरिहार्य आहे कारण सरकारला विविध कार्य पार पाडणे आवश्यक असते. उदा. साधनसामग्रीचे वाटप, पुनर्वाटपाची कार्ये, अर्थव्यवस्थेस स्थैर्य निर्माण करणे व व्यापार, उद्योग विषयक कार्ये इ. करावी लागतात.

भारताच्या बाबतीतसुद्धा अशा प्रवृत्ती दिसून येतात. मुख्यत: स्वातंत्र्य मिळाल्यानंतर भारताने पंचवार्षिक योजनांद्वारे आर्थिक विकास वेगाने करण्याचे धोरण स्वीकारले. विकासाच्या विविध योजनांमुळे सार्वजनिक खर्च मोठ्या प्रमाणात वाढला; तसेच त्यामध्ये सतत वाढ होत आहे. १९६२ आणि १९६५च्या युद्धात सार्वजनिक खर्चात वाढ झाली. भारताच्या सार्वजनिक खर्चाच्या प्रवृत्ती प्रवाह पुढीलप्रमाणे दिसून येतात.

१९८७-८८च्या अंदाजपत्रकापासून भारत सरकारने खर्चाचे नवीन वर्गीकरण स्वीकारले. या नव्या वर्गीकरणानुसार एकूण सार्वजनिक खर्चाचे दोन गटात वर्गीकरण केले जाते.

अ) योजनेतर खर्च किंवा बिगर योजना खर्च (Non-plan Expenditure)

ब) योजना खर्च (Plan Expenditure)

अ) **योजनेतर खर्च (Non-plan Expenditure) :** केंद्र सरकारच्या योजनेतर खर्चाची महसुली खर्च आणि भांडवली खर्च अशी विभागणी करण्यात येते. योजनेतर महसुली खर्चात व्याज, संरक्षणावरील महसुली खर्च, प्रमुख अर्थसाहाय्य (यात अन्नधान्य, खते व निर्यात प्रोत्साहनावरील सवलती इत्यादींचा समावेश होतो.) इतर सवलती, शेतकऱ्यांची कर्ज माफी, पोलीस, निवृत्तीवेतन, इतर सामान्य खर्च (यात कर जमा करणे, परराष्ट्रीय व्यवहार) इत्यादींचा समावेश होतो. सामाजिक सोयी-सुविधा (यात शिक्षण, आरोग्य इ.) आर्थिक सोयी-सुविधा (यात शेती, उद्योग, वाहतूक, ऊर्जा, दळणवळण, विज्ञान व तंत्रज्ञान) इत्यादींचा समावेश होतो. केंद्र सरकारकडून राज्य सरकारांना देण्यात येणारी अनुदाने परकीय सरकारांना देण्यात येणारी अनुदाने यांचा समावेश होतो.

योजनेतर भांडवली खर्चात संरक्षणावरील भांडवली खर्च, सार्वजनिक प्रकल्पासाठी दिले जाणारे कर्ज, घटकराज्यांना व केंद्रशासित प्रदेशांना दिले जाणारे कर्ज आणि परदेशासाठी दिले जाणारे कर्ज इत्यादींचा समावेश होतो. या खर्चामुळे विकासात कोणतीही भर पडत नाही त्यामुळे या खर्चाला 'विकासेतर खर्च' म्हणतात.

ब) **योजना खर्च (Plan Expenditure) :** योजना खर्चात पुढील बाबींचा समावेश होतो-

अ) केंद्राने तयार केलेल्या योजनांवरील खर्च. उदा. शेती, ग्रामीण विकास, जलसिंचन व पूरनियंत्रण, राष्ट्रीय पाणलोट क्षेत्र विकास कार्यक्रम, ऊर्जा, उद्योग व धातू, वाहतूक व दळणवळण, विज्ञान व तंत्रज्ञान आणि पर्यावरण, सामाजिक सोईसुविधा इत्यादींचा समावेश होतो.

ब) राज्य सरकारांनी तयार केलेल्या योजनांना देण्यात येणारी मदत तसेच केंद्रशासित प्रदेशांना देण्यात येणारी मदत, यांचा समावेश होतो.

योजना खर्चाचेसुद्धा महसुली आणि भांडवली खर्च असे वर्गीकरण केले जाते. या खर्चामुळे विकासाला गती मिळते.

तक्ता क्र. १.१ : केंद्र सरकारचा योजनेतर आणि योजना खर्च (कोटी रुपये)

बाकी	१९८९-९० (प्रत्यक्ष)	२००२-०३ (अंदाजपत्रक)	२०१५-१६ (अंदाजपत्रक)
१) योजनेतर खर्च	६४,५००	२,९६,८१०	१३,१२,२००
अ) महसुली खात्यावरील खर्च	५२,१३०	२,७०,१७०	१२,०६,०२७
ब) भांडवली खात्यावरील खर्च	१२,३७०	२६,६४०	१,०६,१७३
२) योजना खर्च	२८,४००	१,१३,५००	४,६५,२७७
अ) महसुली खात्यावरील खर्च	१२,०७०	७०,३१०	३,३०,०२०
ब) भांडवली खात्यावरील खर्च	१६,३३०	४३,१९०	१,३५,२५७
एकूण खर्च	**९२,९००**	**४,१०,३१०**	**१७,७७,४७७**

(Source : Indian Economy, Ruddar Datt and Sundharam 47th Revised Edition, 53rd Edition, and 72th Edition 2018).

महसुली खर्च आणि भांडवली खर्च असे भारताच्या सार्वजनिक खर्चाच्या बाबतीत म्हणता येते. सरकारच्या खर्चात खूप मोठ्या प्रमाणात वाढ होताना दिसून येते.

तक्ता क्र. १.२ : केंद्र सरकारचा खर्च (कोटी रुपये)

वर्ष	महसुली खर्च	भांडवली खर्च	एकूण खर्च
१९५०-५१	३५०	१८०	५३०
१९८०-८१	१४,५४०	९,६३०	२४,१७०
२००१-०२	३,०१,६१०	६०,८४०	३,६२,४५०
२०१४-१५	१५,६८,१११	२,२६,७८१	१७,९४,८९२
२०१७-१८	१८,७८,८३५	२,६३,१४०	२१,४१,९७५
२०१९-२० (लाख कोटी)	१७.३९	३.३६	२०.७५
२०२०-२१	२३.१८	४.३९	२७.५७
२०२१-२२ अंदाजपत्रक	२१.१९	५.५४	२६.७३
२०२५-२६	३९.४४	११.२५	५०.६५

(Source : Indian Economy - Gaurav Datt and Mahajan S. Chand and Co. New Delhi 72th Revised Edition 2018. Pg. 987, Interim Budget 2019-20).

(टीप : २०१९-२० ते २०२५-२६ खर्च लाख कोटी रु.)

वरील तक्त्यावरून असे दिसून येते की केंद्र सरकारचा महसुली, भांडवली खर्च मोठ्या प्रमाणात वाढला आहे. महसुली खर्च १९८०-८१ मध्ये १४५४० कोटी रुपये होता तो २०२१-२२ पर्यंत २१.१९ लाख कोटीपर्यंत वाढला. भांडवली खर्च याच काळात ९६३० कोटी रुपयांवरून ५.५४ लाख कोटीपर्यंत वाढला. सरकारचा एकूण अर्थसंकल्पित खर्च २०२१-२२ मध्ये २६.७३ लाख कोटी रुपये एवढा वर्तविलेला आहे.

केंद्र सरकारच्या खर्चाची १९८७-८८ पूर्वी नागरी खर्च, संरक्षण खर्च आणि अनुदाने अशी विभागणी केली जात असे. त्यावेळी सरकार विकास खर्च, संरक्षण खर्च व इतर खर्च अशीसुद्धा विभागणी करत असे. विकास खर्चात सामाजिक सेवा, सामान्य सेवा, आर्थिक सेवा व राज्य आणि केंद्रशासित प्रदेशांची अनुदाने इत्यादींचा समावेश केला जात असे तर संरक्षण खर्चात सैन्य दले, निवृत्त सैनिकांची पेन्शन इ. तसेच इतर खर्चात कर, वसुली शुल्क, व्याज, पेन्शन, प्रशासकीय सेवा राज्यांची अनुदाने, इत्यादींचा समावेश केला जात असे.

संरक्षण खर्च आणि इतर खर्चाला 'विकासेतर खर्च' म्हटले जात होते.

तक्ता क्र. १.३ : केंद्र सरकारचा खर्च (एप्रिल ते नोव्हेंबर) (लाख कोटी)

	२०१५-१६	२०१६-१७	२०१७-१८
एकूण खर्च	११.४२	१२.८७	१४.७९
महसुली खर्च	९.८३	११.४४	१२.९५
भांडवली खर्च	१.५९	१.४२	१.८४

संदर्भ : आर्थिक सर्वेक्षण २०१७-१८, पा. ३१).

भारत सरकारचा महसुली आणि भांडवली खर्च दोन्हीही वाढत असताना दिसून येतो.

तक्ता क्र. १.४ : खर्चाच्या बाबीतील वाढ (टक्के) (एप्रिल ते नोव्हेंबर)

	२०१४–१५	२०१५–१६	२०१६–१७	२०१७–१८
एकूण खर्च	५.२	६.३	१२.६	१४.९
महसुली खर्च	६.४	३.२	१६.४	१३.१
भांडवली खर्च	– ३.२	३०.८	– १०.४	२९.३

(संदर्भ : आर्थिक सर्वेक्षण २०१७–१८, पान ३१).

भारताचा एकूण खर्च (महसुली + भांडवली) २०१४–१५ या वर्षात ५.२ टक्के होता, तो २०१७–१८ पर्यंत १४.९ टक्क्यांपर्यंत वाढला.

तक्ता क्र. १.५

महसुली खर्चाचे काही मोठे घटक एप्रिल ते नोव्हेंबर (टक्के)

	२०१५–१६	२०१६–१७	२०१७–१८
व्याज देणे	५५.४	५४.१	५९.२
अन्न अनुदाने	८१.४	९१.३	९३.१
खते अनुदाने	८५.४	७९.७	७०.५
पेट्रोल अनुदाने	८२.६	६५.२	८५.७
मोठी अनुदाने	८२.९	८५.३	८५.७
वेतन आणि पेन्शन	५२.९	५२.५	६१.६

(संदर्भ : आर्थिक सर्वेक्षण २०१७–१८. पा. ३२).

भारतात २०१५ ते २०१७–१८ पर्यंत व्याज देणी वाढत आहेत, वेतन आणि पेन्शन यावर खर्चात वाढ होत आहे. अन्न अनुदाने, खते अनुदाने, पेट्रोल अनुदाने इ.वर मोठ्या प्रमाणात खर्च वाढला आहे.

१) महसुली खर्चात जलद वाढ : भारताच्या महसुली खर्चात मोठ्या प्रमाणात वाढ होताना दिसून येते. सन १९५०–५१ ते सन २०१८–१९ या काळात केंद्र सरकारचा महसुली खर्च रु. ३५० कोटींवरून रु. २१,४१,७७२ कोटींपर्यंत प्रचंड वाढला. महसुली खर्च वाढण्याच्या बाबी म्हणजे संरक्षण सिद्धता, शिक्षण,

आरोग्य, प्रशासनाचा विस्तार, आंतरराष्ट्रीय वचनबद्धता, भाववाढ विविध संस्थांचे कामकाज इ. बाबीं संदर्भात सरकारचा महसुली खर्च वेगाने वाढला.

२) विकासेतर खर्चात वाढ : भारताचा विकासेतर खर्च अजूनही वाढताना येतो त्यामध्ये संरक्षण, प्रशासनावरील खर्च, कर्जसेवा, व्याज देणे, पेन्शन व इतर लाभ व राज्यांना दिलेली अनुदाने इत्यादींवरील खर्च सतत वाढत राहिल्याने विकार खर्च उच्च पातळीला राहिला.

३) योजनेतर खर्चात वाढ : अलीकडे भारत सरकारच्या योजनेतर खर्चात मोठ्या प्रमाणात वाढ झाली आहे, ते पुढील तक्त्यावरून दिसून येते.

तक्ता क्र. १.६ केंद्र सरकारचा निवडक योजनेतर खर्च (रु. कोटी)

बाबी	१९८५-८६ (प्रत्यक्ष)	१९९०-९१ (प्रत्यक्ष)	२०१५-१६ अंदाजपत्रक
१) व्याज देणी	७,५००	२१,५००	४,५६,१४५
२) संरक्षण	७,०००	१०,८७०	१,५२,१३९
३) अर्थसाहाय्य	४,९००	१२,१६०	२,४३,८११
४) सामान्य आर्थिक आणि सामाजिक सेवा	२,०६०	६,८५०	३,५३,९३२
एकूण	**२४,४६०**	**५०,३८०**	**१२,०६,०२७**

(source : Indian Economy Gaurav Datt and Ashwini Mahajan 72th Edition 2018)

वरील एकत्रित खर्च योजनेतर खर्चाच्या ८०% राहिला. व्याजाची देणी, संरक्षणावरील खर्च, अर्थसाहाय्य, सामान्य आर्थिक व सामाजिक सेवा इत्यादींचा त्यात समावेश होतो; वरील तक्त्यावरून योजनेतर खर्चाच्या संदर्भात पुढील निष्कर्ष निघतात-

१) सार्वजनिक कर्जावरील व्याजासाठी खर्च वाढला. सन १९८५-८६ मध्ये रु. ७५०० कोटींवरून सन १९९०-९१ मध्ये रु. २१,५०० कोटीपर्यंत गेल्याने, सार्वजनिक खर्च वाढला तर २०१५-१६च्या अंदाजपत्रकानुसार व्याजावरील खर्च रु. ४,५६,१४५ कोटीपर्यंत प्रचंड वाढला. तर २०१९-२० च्या अंदाजपत्रकात ६६५०६१ कोटीपर्यंत प्रचंड वाढला.

२) संरक्षणावरील खर्च वेगाने वाढत आहे, भारतीय उपखंडात तणाव वाढल्याने युद्ध साहित्यात खर्च वाढला. सन १९८५-८६मध्ये रु. ७००० कोटी संरक्षणावरील खर्च २०१५-१६ पर्यंत १,५२,१३९ कोटी रुपयांपर्यंत वाढला. २०१९-२० च्या अंदाजपत्रकात काल ३०५२९६ कोटींपर्यंत वाढला आहे.

३) खते, अन्न, निर्यात, प्रोत्साहन इ. वरील अर्थसाहाय्यावरील खर्च सतत वाढ वाढत गेल्याने योजनेतर खर्चात वाढ झाली. सन १९८५-८६मध्ये रुपये ४९०० कोटींवरून वरून २०१५-१६ पर्यंत २,४३,८११ कोटींपर्यंत वाढला.

४) कर वसुली; निवृत्ती वेतन, पोलीस, महागाई भत्त्यात वाढ इ. मध्ये सुधारित वेतन आयोगानुसार वाढ होत गेल्याने सेवांवरील खर्च वाढला. प्रशासकीय खर्चात मोठ्या प्रमाणात वाढ झाली. १९८५-८६मध्ये रुपये २०६० कोटींवरून सन २०१५-१६ पर्यंत रुपये ३,५३,९३२ कोटींपर्यंत प्रचंड वाढ झाली.

अशा रीतीने संरक्षण, व्याज, सेवा, अर्थसाहाय्य इ. वरील खर्चात मोठ्या प्रमाणात वाढ झाली. या खर्चावर सरकारला नियंत्रण ठेवण्यात यश आले नाही.

४) व्याजावरील खर्च मोठ्या प्रमाणात वाढला : भारताच्या एकूण सार्वजनिक खर्चातील व्याजावरील खर्चाचे प्रमाण १९५०-५१मध्ये ११% होते. १९८५-८६ मध्ये ते २०% झाले तर २०१४-१५मध्ये ते २३.८% अपेक्षित होते. व्याजावरील खर्च २०१५-१६ मध्ये रुपये ४,५६,१४५ कोटींपर्यंत वाढला आहे. कर्जसेवा हा विकासेतर खर्चाचा भाग असला तरी त्याचा संबंध देशाच्या विकासाशी जोडला जातो; अलीकडच्या काळातकोत आपला महसुली खर्च भागविण्यासाठीसुद्धा सरकारला कर्ज उभारणी करावी लागते; कर्जावरील व्याजाचे देणे वाढत आहे. भारत सरकारचे कर्ज १९५०-५१ मध्ये रु. २८६०कोटी होते ते, मार्च २०१५मध्ये ६१,३२,९४४ कोटींपर्यंत पोहोचले. हे व्याज २०२५-२६ (अंदाजपत्रक)१२,७६३३८ कोटींपर्यंत वाढले.

५) आर्थिक विकास आणि कल्याणकारी राज्याचे उद्दिष्ट यामुळे सार्वजनिक खर्चात वाढ : आर्थिक नियोजन काळात विकासावर आणि कल्याणकारी राज्याच्या स्थापनेवर भर दिला गेल्याने सार्वजनिक खर्च वाढत आहेत. संरक्षणावरील खर्चात मोठ्या प्रमाणात वाढ झाली. महसुली आणि भांडवली खात्यावरील एकूण संरक्षण खर्च वाढला.

सन १९५०-५१ ते २०१७-१८ (अंदाजपत्रक) या काळात काही कारणाने योजनेतर संरक्षणावरील एकूण खर्च रुपये १६० कोटींवरून रु. ३,५९, ९०० कोटींपर्यंत वाढला.

२०२४–२५ मधील एकूण खर्चापेक्षा २०२५–२६ मध्ये एकूण खर्चात अंदाजे ७.४ टक्के वाढ झाली आहे.

२०२५–२६ मधील महसूली खर्च ३९.४४ लाख कोटी रुपये यामध्ये वेतन, पेन्शन, व्याज भरणे, अनुदाने केंद्र व राज्य सरकारे यांच्यातील हस्तांतरे समाविष्ट आहेत. १२.७६ लाख कोटी व्याज भरण्यासाठी असून सरकारच्या एकूण खर्चाच्या २५.२ टक्के भाग महसूल खर्चातील सर्वात मोठी श्रेणी आहे.

२०२५–२६ मधील भांडवली खर्च ११.२१ लाख कोटी खर्च केले जाणार आहेत हे मागील वर्षाच्या अंदाजापेक्षा ९१.१८ लाख कोटी (२०२४–२५ च्या) १० टक्क्यांपेक्षा जास्त वाढ झालेली दिसून येते.

प्रभावी भांडवली खर्च (Effective CAPEX) हे जर राष्ट्रीय स्तरावर पाठविण्यात येणाऱ्या grants-in-aid for capital arrets साठीचा निधी एकत्रित केला तर १५.४८ लाख कोटीपर्यंत वाढतो. या संकल्पनेत राज्य सरकारांना दिले जाणारे निधी यांचा समावेश होतो. ज्याचा वापर अस्थापनक्षम (asset - creating) प्रकल्पांसाठी होतो.

वाढीचे दर : महसुली खर्चाची वाढ ६.७% अपेक्षित आहे तर भांडवली खर्चाची वाढ १०.१% अपेक्षित आहे. म्हणजेच भांडवली खर्चात अधिक जोरदार वाढ होताना दिसून येते.

महसुली खर्च : भांडवली खर्चाचे गुणोत्तर अंदाजे ३.५ : १ असे आहे. व महसुली आणि भांडवली खर्चाची GDP मध्ये भागीदारी – महसुली खर्च – ९.८% आहे.

भांडवली खर्च : ३.१% (GDP वर आधारित)

- महसुली खर्चामधील वाढ मुख्यत: व्याज भरणे, पेन्शन आणि अनुदान (सबसिडी) झाली आहे, यामुळे दीर्घकालीन उत्पादन क्षमतेवर प्रभाव मर्यादित राहतो.
- भांडवली खर्चात वाढ म्हणजे सरकार हे रस्ते, रेल्वे, हॉस्पिटल्स, वीज, जलप्रकल्प इत्यादी पायाभूत सुविधा वाढविण्यावर लक्ष केंद्रित करत आहे.
- प्रभावी भांडवली खर्च + अनुदान मिळून अधिक प्रमाणात दीर्घकालीन निवेश साकारत जात आहे, ज्याचा आर्थिक वृद्धीवर सकारात्मक परिणाम होऊ शकतो.
- राजकोषीय तूट (Fiscal deficit) जीडीपीच्या ४.४% पर्यंत नियंत्रित ठेवण्याचे लक्ष असते. तसेच महसुली तूट (Revenue deficit) १.५% पर्यंत कमी करण्याचा उद्देश असतो.

सारांश तक्ता १.७ (२०२५ – २६)

घटक	लाख कोटी रुपये	टिप्पणी
एकूण खर्च	५०.६५	७.४% वाढ
महसुली खर्च	३९.४४	६.७% वाढ
त्यात व्याज भरणा	१२.७६	२५.२% खर्चात सर्वात मोठा हिस्सा
भांडवली खर्च	११.२१	१०% पेक्षा जास्त वाढ
प्रभावी भांडवली खर्च	१५.४८	अनुदानासह एकूण निवेश

भारत सरकारने २०२५–२६ आर्थिक वर्षासाठी महसुली खर्च जपून ठेवून, भांडवली खर्च वाढविण्याकडे विशेष लक्ष दिले आहे. अपेक्षित आहे की हे धोरण दीर्घकालीन उत्पादनक्षम विकासाला चालना देईल. परंतु उच्च व्याज भरणे महसुली स्थैर्यावर आव्हान ठरू शकते.

थोडक्यात : महसुली खर्चाची प्रवृत्ती (Trend)

१) **सातत्याने वाढ :** भारताचा महसुली खर्च दरवर्षी वाढत आहे. विशेषत: केंद्र सरकारचा वेतन आणि पेन्शन खर्च तसेच अन्न, खत व इंधन अनुदाने यांमुळे खर्च वाढला आहे.

२) **कोविड–१९ नंतर झपाट्याने वाढ :** आरोग्य सेवा, गरीबांसाठी मदत योजना आणि आर्थिक प्रोत्साहन पॅकेजेस यामुळे २०२०–२१ मध्ये महसुली खर्चात मोठी वाढ झाली.

३) **व्याज भरणा :** भारताच्या एकूण महसुली खर्चाचा एक मोठा भाग कर्जावरील व्याज भरण्याकरिता खर्च होतो. (२०२४–२५ मध्ये अंदाजे २५%–३०%)

४) **अकार्यक्षम खर्च :** महसूल खर्चाच्या अनेक बाबी उत्पादनक्षम नाहीत; त्यामुळे दीर्घकालीन विकासावर त्याचा परिणाम मर्यादित असतो.

भांडवली खर्चाचा प्रवास / प्रवृत्ती (Trend) :

१) **अलीकडच्या काळात झपाट्याने वाढ :** २०२१ नंतर भारत सरकारने पायाभूत सुविधा विकासावर भर दिल्यामुळे भांडवली खर्चात लक्षणीय वाढ झाली आहे.

२) **प्रधानमंत्री गतीशक्ती योजना :** NTP (Natinal intartrucute Pipeline) यासारख्या उपक्रमांमुळे भांडवली खर्चात गुंतवणूक वाढली आहे.

३) **२०२४–२५ च्या अर्थसंकल्पात :** केंद्र सरकारने भांडवली खर्चात ११% पेक्षा जास्त वाढ केली आहे. (११ लाख कोटीपर्यंत)

४) **विकासावर सकारात्मक परिणाम :** भांडवली खर्च उत्पादनक्षम असून त्याचा अर्थव्यवस्थेच्या वृद्धीदरावर दीर्घकालीन सकारात्मक प्रभाव होतो.

सारांश :

- महसुली खर्च – सातत्याने वाढ – मुख्य कारणे – वेतन, पेन्शन, व्याज
- भांडवली खर्च – झपाट्याने वाढ – मुख्य कारणे, पायाभूत सुविधा – गुंतवणूक अर्थव्यवस्थेला चालना.

१.४ उत्पन्नाच्या विभाजनावर आणि उत्पादनावर सार्वजनिक खर्चाचे परिणाम (Effects of Public Expenditure on Production & Distribution of Income)

वेगवेगळ्या काळात सार्वजनिक खर्चाची गरज निर्माण झाली. अलीकडे निरंकुशता नीतीचा दृष्टिकोन सरकारने स्वीकारला त्यावर असे उत्तर दिले जाते की, सर्वच क्षेत्रांत सरकार निर्णय घेऊ शकत नाही. विशेषत: खासगी क्षेत्रांत.

अर्थव्यवस्थेत सरकारला काही उपक्रम राबविणे आवश्यक असते. व्यावसायिक दृष्ट्या ते फायदेशीर नसतानासुद्धा राज्याच्या न्यायाच्या दृष्टीने असे उपक्रम राबविणे आवश्यक असते. उदा. संरक्षण, अंतर्गत कायदा व सुव्यवस्था, न्याय, प्रशासन, सामाजिक सेवा इत्यादी.

अशा दृष्टीने सरकारला सामाजिक न्यायाच्या दृष्टीने बाजारयंत्रणेत राज्याला हस्तक्षेप करण्याची गरज निर्माण झाली. सार्वजनिक आणि खासगी क्षेत्राच्या खर्चाशिवाय जलद आर्थिक विकास होऊ शकणार नाही; त्या दृष्टीने वेगळा विचार करण्याची गरज निर्माण झाली. (त्या दृष्टीने सार्वजनिक खर्चाचेप्रमाण अर्थव्यवस्थेच्या कार्यपद्धतीत उपयोगी आणि परिणामकारक ठरले.) अर्थव्यवस्थेच्या स्थैर्यासाठी सार्वजनिक खर्च हा महत्त्वपूर्ण साधन ठरल्याने उत्पन्न आणि रोजगार वाढविण्याला मदत झाली; जर सार्वजनिक खर्चाचा अपव्यय झाला तर अर्थव्यवस्थेला त्याचा बोजा निर्माण होतो.

आता सार्वजनिक सरकारी क्षेत्रांत सार्वजनिक खर्च ही प्रक्रिया मान्यता पावली आहे. ती एक अर्थव्यवस्थेचा भाग बनली आहे. ही बाब वेगळी मानल्यास अर्थव्यवस्थेच्या वेगवगेळ्या क्षेत्रांत एकमेकांवरचे अवलंबित्व तसेच शासकीय क्षेत्रांत अंतर्रचना निर्माण झाली आहे. परंतु, महत्त्वाचे म्हणजे अर्थव्यवस्थेत बाजार यंत्रणेत खासगी क्षेत्र हे व्यावसायिक पातळीवर मार्गदर्शन करीत असते. त्यामुळे सार्वजनिक/

शासकीय क्षेत्रांत विविध बदल करण्याची गरज निर्माण झाली. विशिष्ट मर्यादेपर्यंत सार्वजनिक क्षेत्राचे नियम व्यावसायिकतेप्रमाणे करण्याची आवश्यकता निर्माण झाली. प्रत्यक्षात तशी गरज निर्माण झाली; त्याचा सार्वजनिक क्षेत्रावर अंतर्गत परिणाम होत आहे.

सार्वजनिक खर्चाचे परिणाम पुढीलप्रमाणे स्पष्ट करता येतात.

१) उत्पादनावरील परिणाम

उत्पादन आणि उत्पादनवाढाची पातळी उच्च ठेवण्यासाठी सार्वजनिक खर्च हा विविध मार्गांपैकी एक मार्ग आहे. सार्वजनिक खर्चाचे विकसित देश आणि विकसनशील देशांवर वेगवेगळे परिणाम दिसून येतात.

विकसित अर्थव्यवस्थेत परिणामकारक मागणीत उणीव निर्माण झाल्यास सार्वजनिक खर्चाद्वारे परिणामकारक मागणी वाढते, त्यामुळे प्रत्यक्ष बाजारव्यवस्थेत उत्पादनवाढीसाठी तो महत्त्वाचा ठरतो. बाजारात पुरवठ्याच्या दृष्टिकोनातून सार्वजनिक खर्चामुळे खरेदीशक्तीत वाढ होऊन परिणामकारक मागणीच्या वाढीसाठी सार्वजनिक खर्च आणखी भर टाकणारा घटक आहे.

परंतु, उत्पादनवाढीच्या तंत्रामुळे उत्पादनाचा पुरवठा वाढतो. त्यामुळे पूर्ण रोजगार पातळी गाठली जाते, पैसारूपी उत्पन्न वाढते. मात्र, वास्तव उत्पन्न वाढत नाही; कारण वास्तव उत्पन्न हे वास्तव साधनांवर (Resources) अवलंबून असते.

सार्वजनिक खर्च हा उत्पादनवाढीसाठीचा रेटा निर्माण करतो; कारण विकसित अर्थव्यवस्थेत वेगवेगळ्या प्रकारचा ताठरपणा असतो. उदा. काही उद्योगसंस्थेत उत्पादनवाढीची अमर्यादक्षमता नसते. काही संस्थांची मक्तेदारी असते; तसेच कामगार संघटना प्रबळ असतात. वेगवेगळा तांत्रिक आणि इतर प्रकारचा ताठरपणा हा मागणीच्या वाढण्याला जबाबदार असतो. यासाठी सार्वजनिक खर्चाचा उपयोग, केल्यास काही प्रमाणात उत्पादन वाढून मागणी वाढते.

विकसित देशात ज्या वेळी वेगवेगळ्या क्षेत्रात अंतर्गत मागणीची कमतरता निर्माण होते. तसे भाववाढ बेरोजगार नियंत्रणात नसते अशा वेळी सार्वजनिक खर्चामुळे अतिरिक्त मागणी निर्माण होते, त्यामुळे सर्व खर्च महत्त्वाचा असतो.

विकसनशील देशाच्या अर्थव्यवस्थेचे वैशिष्ट्य म्हणजे बचतपातळी आणि गुतवणूक प्रवृत्ती कमी असते. अशा वेळी वैयक्तिक बचत आणि गुंतवणुकीला प्रेरणा देणे आवश्यक असते. विकसनशील देशात सामाजिक बाबी, श्रमिकांचे कौशल्य, भांडवली सामग्री, यंत्रसामग्री इ. ची कमतरता असते. त्यामुळे पायाभूत उद्योगांची वाढ किंवा विस्तार होत नाही. सार्वजनिक खर्च सामाजिक बाबींवर करता येतो;

तसेच मानवी कौशल्य वाढविण्यासाठी शिक्षण आणि प्रशिक्षणावर खर्च करता येतो.

भारतात प्रादेशिक असमानता दिसून येते. काही जिल्हे आर्थिकदृष्ट्या मागासलेले आहेत. त्यासाठी अशा प्रदेशात उद्योगांसाठी करांमध्ये सवलती आणि कर्ज सुविधा उपलब्ध करून दिल्या जातात. तसेच सार्वजनिक खर्चाचा उपयोग पायाभूत सुविधांसाठी केला जातो. त्यामुळे विविध उपक्रमांच्या फायद्यात वाढ होते, तसेच भांडवल गुंतवणुकीला चालना मिळते. परकीय मदत/साहाय्य मिळाल्यास आर्थिक वाढीला मदत होते.

अशा प्रकियेत भांडवल संचय वेगाने वाढण्यासाठी काळजी घेणे आवश्यक ठरते. सार्वजनिक खर्चामुळे अधिकाधिक नफा होण्याला मदत होते. त्यासाठी सार्वजनिक खर्चाच्या परिणामांकडे गांभीर्याने पाहाणे आवश्यक आहे.

प्रथम वेगवेगळ्या प्रकल्पात सार्वजनिक खर्च दीर्घकाळपर्यंत करावा लागतो. उदा. शिक्षणावर केल्या जाणाऱ्या खर्चामुळे त्याचा फायदा दीर्घकाळाने होतो. अल्पकाळात भाववाढीची शक्यता असते म्हणून विकासाच्या प्रक्रियेत भाववाढीच्या स्थितीची काळजी घ्यावी लागते.

दुसरे म्हणजे चुकीचे नियोजन आणि चुकीच्या अंमलबजावणीमुळे सार्वजनिक खर्चाचा अपव्यय होतो; असे होणार नाही याची काळजी घेणे.

तिसरे म्हणजे गरजेच्या मानाने साधने मर्यादित असतात. त्यासाठी प्रकल्पांची योग्य पद्धतीने निवड करणे आवश्यक असते. तसेच त्यांची उत्पादन मूल्य सर्व प्रमाण यांची सांगड घालावी लागते. उद्योगात आदान-प्रदानात समतोलपण असावा. उद्योगात आर्थिक आणि सामाजिक कारणे महत्त्वाची ठरतात. सर्वात जास्त प्राधान्य उत्पादन मूल्य खर्चाला दिले पाहिजे.

चवथे म्हणजे काळजीपूर्वक निर्णय घेणे; कारण सार्वजनिक खर्चामुळे वेगवेगळ्या प्रकल्पात वेगवेगळ्या उपयोगासाठी उपाययोजनांमुळे खासगी गुंतवणुकीला चालना मिळते. विकसनशील देशात साधनाचा मर्यादित वापर केला जातो. त्याचा सार्वजनिक खचांशी संबंध असतो.

विकसनशील अर्थव्यवस्थेत सार्वजनिक खर्च हा बाजार क्षेत्रास प्रेरणादायी ठरतो. सार्वजनिक खर्चामुळे आर्थिक वाढ होते. सार्वजनिक खर्च हा खासगी गुंतवणूक आणि उत्पादन वाढीला साहाय्य करतो; त्यामुळे उत्पादनाचा खर्च कमी होतो. उत्पादन खर्च कमी होऊन कार्यक्षमतेत सुधारणा होते, त्यामुळे नफा आणि उत्पादनात वाढ होते.

सार्वजनिक गुंतवणूक ही पायाभूत विकासासाठी, उद्योगासाठी, ऊर्जा, जलसिंचन

आणि खाणी इ. विकासासाठी महत्त्वाची ठरते.

सार्वजनिक खर्च हा मागणी निर्माण करण्यासाठी, वेगवेगळ्या उत्पादनासाठी, खासगी उत्पादनाला चालना देण्यासाठी उपयोगी ठरतो. सार्वजनिक खर्चामुळे रोजगार उपलब्ध होऊन बेरोजगारी कमी होते.

सार्वजनिक खर्च प्रादेशिक असमतोल कमी करण्यासाठी उपयोगी ठरतो. विशेषतः वेगवेगळ्या प्रकारच्या उद्योगांना साहाय्य करण्यासाठी कर्ज पुरवठा जातो.

संशोधन आणि विकासासाठी सार्वजनिक खर्च महत्त्वाचा ठरतो.

सरकारी खर्चाचा बहुतेक भाग हा प्रत्यक्ष आणि अप्रत्यक्ष रीतीने उत्पादक स्वरूपाचा असतो. मात्र, तो सर्वसाधारणपणे उत्पादक असतो असे म्हटले जाते.

प्रा. डाल्टन यांनी सरकारी खर्चाचे उत्पादनावर होणारे परिणाम पुढीलप्रमाणे स्पष्ट केले आहेत.

अ) काम करण्याची शक्ती व बचत करण्याचे परिणाम : सार्वजनिक खर्च हा शिक्षण, वैद्यकीय, सार्वजनिक आरोग्य इ. बाबी पुरविण्यासाठी केला जातो. त्यामुळे श्रमिकांची क्षमता वाढते, त्यामुळे ते अधिक कार्यक्षमतेने काम करू त्यांच्या उत्पादकतेत वाढ झाल्यामुळे त्यांच्या उत्पन्नात वाढ होते. त्यामुळे त्यांची बचत प्रवृत्ती वाढते तसेच शेती, उद्योगधंदे, वाहतूक, दळणवळण इ. वरील सरकारी खर्चात वाढ झाल्याने देशांची उत्पादनक्षमता वाढते त्यामुळे राष्ट्रीय उत्पन्नात वाढ होते व दरडोई उत्पन्नात सुधारणा होते, जनतेच्या बचतीच्या पातळीत वाढ होते. थोडक्यात, सार्वजनिक खर्चाच्या परिणामांमुळे उत्पादन आणि बचत पातळीत लक्षणीय वाढ होते.

ब) काम करण्याची इच्छा आणि बचतीवरील परिणाम : आधुनिक सरकारे आपल्या खर्चाचा काही भाग सार्वजनिक सुरक्षितता सेवांवर खर्च करतात. उदा. वृद्धावस्थेत निवृत्ती वेतन, बेरोजगारी भत्ता. मोफत वैद्यकीय साहाय्य इ. मात्र या सुविधा विशेष काळजी व खबरदारी न घेता पुरविण्यास कर्मचारी आपल्या भविष्याविषयी बेपर्वा होतात आणि बचत करण्याकडे दुर्लक्ष करतात; कारण त्यांना भविष्याबाबत चिंता वाटत नाही. याउलट, या सामाजिक सुरक्षिततेच्या सेवा काळजीपूर्वक, निव्वळ गरजू व्यक्तींना व अपंग व्यक्तींना पुरविल्यास या सुविधांचा प्रतिकूल परिणाम कामगारांच्या काम करण्याच्या इच्छेवर आणि उत्पन्न बचतीवर होऊ शकत नाही.

क) विविध उद्योग आणि व्यापार यासाठीच्या सामग्री वाटपावरील परिणाम: विविध उद्योग आणि व्यापार यांच्या सामग्री वाटपावर सरकारी खर्चाचे परिणाम दिसून येतात. उदा. जर सरकार दुर्लक्षित परंतु आवश्यक असणाऱ्या उद्योगांच्या विकासासाठी अर्थसाहाय्य पुरविण्यावर खर्च करीत असेल तर सामग्रीचे पुनर्वाटप

होऊन, अशा उद्योगांकडे सामग्री आकर्षित केली जाईल. तसेच उद्योजकांना देशाच्या मागासभागात उद्योग स्थापन करण्यासाठी, प्रोत्साहन देण्यासाठी खर्च करील. त्यामुळे सामग्रीचे पुनर्वाटप होते आणि उत्पादन सामग्री मागास भागाकडे अधिक प्रमाणात पुरविली जाते.

थोडक्यात म्हणजे सार्वजनिक खर्च उत्पादनात पुढीलप्रमाणे वाढ घडवून आणू शकतो-

१) कामगारांची उत्पादनाबाबतची कार्यक्षमता वाढवून.

२) आर्थिक आणि सामाजिक सुविधा पुरवू.

३) सवलतीच्या दराने कर्ज आर्थिक साहाय्य व तांत्रिक आणि व्यवस्थापकीय सल्लामसलतीच्या साहाय्याने प्रत्यक्ष साहाय्य पुरवू.

४) सार्वजनिक उपक्रमात गुंतवणूक करून, सरकार सार्वजनिक खर्चाद्वारे उत्पादनात वाढ घडवून आणू शकते.

अशा रीतीने सार्वजनिक खर्च फक्त उत्पादनाच्या पातळीवर परिणाम करीत नाही तर उत्पादनाचे स्वरूप आणि उत्पादनाच्या रचनेवरही आवश्यक तो परिणाम करताना दिसून येतो.

२) सार्वजनिक खर्चाचे विभाजनावर / वाटपावर परिणाम

समाजात उत्पन्न आणि संपत्तीचे पुनर्वाटप करून वाटपात समानता साधण्यासाठी महत्त्वाचे साधन म्हणून 'सार्वजनिक खर्चा'चा उल्लेख केला जातो. समाजातील श्रीमंत वर्गावरील लोकांची कर भरण्याची क्षमता अधिक असल्यामुळे त्यांच्यावर जादा कर बसवून जे उत्पन्न मिळते गरीब जनतेसाठी विविध सवलती पुरविण्यात येतात. गरीब जनतेस मोफत शिक्षण, स्वस्त अन्नधान्य, घरासाठी अर्थसाहाय्य, वृद्धापकाळासाठी निवृत्ती वेतन, बेकारी भत्ता इ. सुविधा पुरविण्यात येतात. या सुविधांचा गरीब जनतेस लाभ झाल्यामुळे एक प्रकारे त्यांच्या उत्पन्नात वाढ होते; अशा रीतीने सरकार आपल्या करविषयक धोरणांद्वारे आणि सार्वजनिक खर्चाच्या धोरणांच्या साहाय्याने श्रीमंत वर्गातील जनतेकडून गरीब वर्गातील जनतेकडे उत्पन्नाचे हस्तांतर घडू शकते. त्यामुळे समाजातील उत्पन्न आणि संपत्ती यांच्या वाटपातील असमानता कमी करण्यास मदत होते.

वित्त पुरवठ्याची पद्धत ही सुद्धा वाटपावर परिणाम करते. उदा. कर पद्धती प्रगतीशील असेल तर ती सुद्धा परिणामकारक होते. त्याचप्रमाणे तुटीचा अर्थभरणा हासुद्धा सार्वजनिक खर्चासाठी महत्त्वाचा ठरतो. मात्र, चलनवाढ होणार नाही याची काळजी घेणे आवश्यक आहे. उत्पन्नाचे समान वाटप हा महत्त्वाचा घटक आहे.

प्रसारमाध्यमे त्यासाठी आवाज उठवितात व समतोलासाठी दबाव निर्माण करतात. तसेच परकीय मदतीचा/साहाय्याचा उपयोग होतो; परंतु, ही मदत/साहाय्य कमीत कमी त्रासदायक असावी.

डाल्टन यांनी सार्वजनिक खर्चाचे तीन प्रकारांत वर्गीकरण केले आहे–

१) **प्रगतिशील खर्च :** जेव्हा सरकार ज्या लोकसमुहाचे उत्पन्न कमी असेल त्यांना अधिक प्रमाणात अर्थसाहाय्य करते. यावरील खर्च हा प्रगतीशील खर्च असतो.

२) **प्रमाणशीर खर्च :** सरकार जेव्हा लोकांना त्यांच्या उत्पन्नाच्या प्रमाणात अर्थसाहाय्य पुरविण्यावर खर्च करते त्याला 'प्रमाणशीर' खर्च म्हणतात. उदा. सरकार सर्व नोकरांना त्यांच्या पगाराच्या २५% अर्थसाहाय्य देण्यावर खर्च करते, तो प्रमाणाशीर खर्च होय.

३) **प्रतिगामी खर्च :** सरकार जेव्हा कमी उत्पन्न असणाऱ्या लोकांस कमी अर्थसाहाय्य पुरविण्यासाठी खर्च करते तो खर्च प्रतिगामी खर्च होय. उदा. खासगी बचतीच्या प्रमाणात सरकार अर्थसाहाय्य पुरवित असेल तर तो खर्च प्रतिगामी स्वरूपाचा असतो.

यावरून असा निष्कर्ष निघतो की, जर सरकारचे उद्दिष्ट समाजातील आर्थिक विषमता दूर करण्याचे असेल तर प्रगतिशील खर्चाचा अवलंब करणे योग्य ठरेल.

सरावासाठी प्रश्न

प्र. १ खालील प्रश्नांची प्रत्येकी एक किंवा दोन वाक्यात उत्तरे लिहा.

१) सार्वजनिक खर्च म्हणजे काय?
२) महसुली खर्च म्हणजे काय?
३) भांडवली खर्च म्हणजे काय?
४) उत्पन्नाचे विभाजन म्हणजे काय?
५) सार्वजनिक खर्चाचे दोन परिणाम सांगा.

प्र. २ खालील प्रश्नांची प्रत्येकी १०० शब्दात उत्तरे लिहा.

१) सार्वजनिक खर्चाचे महत्त्व सांगा.
२) सार्वजनिक खर्च वाढीची कारणे विशद करा.
३) महसुली आणि भांडवली खर्च म्हणजे काय?
४) महसुली आणि भांडवली खर्चातील फरक स्पष्ट करा.
५) भारतातील महसुली खर्च आणि भांडवली खर्चाचा प्रवाहाचे विश्लेषण करा.

प्र. ३ खालील प्रश्नांची प्रत्येकी २०० शब्दात उत्तरे लिहा.

१) सार्वजनिक खर्च वाढीची कारणे स्पष्ट करा.

२) भारतातील महसुली आणि भांडवली खर्चातील फरक स्पष्ट करा.

३) भारतातील महसुली आणि भांडवली खर्चाचा प्रवाहाचे विश्लेषण करा.

४) उत्पन्नाच्या विभाजनावर आणि उत्पादनावर सार्वजनिक खर्चाचे परिणाम विशद करा.

प्र. ४ टिपा लिहा.

१) सार्वजनिक खर्चाचे महत्त्व

२) महसुली आणि भांडवली खर्च

३) उत्पन्नाचे विभाजनावरील सार्वजनिक खर्चाचे परिणाम

प्रकरण २

सार्वजनिक महसूल आणि सार्वजनिक खर्च

(Public Revenue & Public Debt)

२.१ प्रास्ताविक (Introduction)

जगातील बहुतेक देशांनी कल्याणाची संकल्पना स्वीकारल्याने त्यांना नेहमीच्या कार्याबरोबरच समाजकल्याणाची विविध कामे पार पाडावी लागतात. त्यामुळे सरकारला मोठ्या प्रमाणात खर्च करावा लागतो व त्यासाठी सरकारला विविध मार्गांनी महसूल प्राप्त करावा लागतो. त्यात मुख्यत: कर आकारणी, सरकारी प्रकल्पांचा नफा, विविध

सेवांवरील शुल्क इत्यादींचा समावेश होतो. कर आकारणी करताना कारभाराची विभागणी योग्य तत्त्वानुसार होणे आवश्यक असते तसेच सरकारने विविध मार्गांने मिळविलेला महसूल पुरेसा पडत नसल्याने सरकारला कर्ज उभारावे लागते. त्यामुळे तुटीच्या अर्थभरण्याचे साहाय्य घ्यावे लागते.

सध्या प्रत्येक सरकारच्या कार्यक्षेत्रात वाढ होताना दिसून येते. त्यामुळे सरकारचा खर्चसुद्धा वाढताना दिसून येतो. खासगीकरण, उदारीकरण आणि जागतिकीकरणाच्या काळात सरकारची भूमिका ही 'मार्गदर्शका'ची असली तरीही सरकारचा खर्च वाढताना दिसून येतो. या वाढत्या खर्चासाठी सरकारला विविध मार्गांने पैसा गोळा करणे गरजेचे असते. त्यामुळे सरकारला उत्पन्न वाढीचे स्रोत शोधून काढावे लागतात. तसेच खर्चाची योजना तयार करताना उत्पन्नाचे मार्गसुद्धा तयार करावे लागतात. त्यामुळे सार्वजनिक उत्पन्नाला महत्त्व प्राप्त होते.

२.२ सार्वजनिक महसूल अथवा उत्पन्नाचे स्रोत (Sources of Public Revenue)

सार्वजनिक उत्पन्नाचा अर्थ (Meaning of Public Revenue)

सरकारला विविध मार्गांनी जे उत्पन्न प्राप्त होते; यामध्ये कर, वस्तू व सेवा कर (जीएसटी), शुल्क, दंड, अनुदान, देणगी इत्यादींबरोबरच सरकारी कर्ज व सरकारी संपत्तीच्या विक्रीपासून मिळणारी प्राप्ती इत्यादींचा समावेश होतो.

सरकारला सर्व स्रोतांपासून मिळणारे एकूण उत्पन्न म्हणजे 'सार्वजनिक उत्पन्न' होय. सार्वजनिक मालमत्तेत सार्वजनिक उत्पन्नाशिवाय सार्वजनिक कर्ज, सरकारी कर्जरोखे, बँकांकडून आणि व्यक्तींकडून उधार घेतलेली रक्कम इत्यादींचा समावेश होतो. या मर्यादित अर्थाने विचार केल्यास उत्पन्नाचा विविध अंगाने विचार करावा लागतो.

कोणतीही व्यक्ती अथवा खासगी संस्था उत्पादक कार्यामध्ये भाग घेऊन उत्पन्न मिळवत असते. काही व्यक्तींना देणग्या अथवा दाने मिळतात आणि तीच त्यांची उत्पादने होतात. परंतु, या देणग्या अथवा दाने ही बहुसंख्य व्यक्तींना मिळत नाहीत आणि ज्यांना मिळतात त्यांना ती निश्चित मिळत नाहीत. सरकारलासुद्धा उत्पादक कार्यापासून उत्पन्न मिळते. ज्या अर्थव्यवस्थेत उत्पादनाची क्रिया मुख्यत: खासगी संयोजकांकडून केली जाते, तेथे सरकारचे उत्पादनाच्या क्रियेतील प्रत्यक्ष कार्य मर्यादितच असते. त्यामुळे उत्पन्नसुद्धा थोडेच मिळते. काही वेळेस सरकारला दुसऱ्या सरकारकडून अर्थसाहाय्य मिळते; पण या स्रोतापासून उत्पन्न खूपच कमी मिळते. महानगरपालिका, नगरपालिका, ग्रामपंचायती इत्यादींसारख्या लहान सत्तांना केंद्र सरकार अथवा राज्य सरकार जी अनुदाने देतात, ती त्या सत्तांच्या उत्पन्नाचा फार

मोठा भाग असतो. या सर्व स्रोतांचा विचार केल्यास सरकारला या स्रोतांपासून फार थोडे उत्पन्न मिळते; त्यामुळे या स्रोतांचा शोध घेणे आवश्यक असते. सरकार मुख्यत: लोकांच्या उत्पन्नाचा काही भाग स्वत:कडे हस्तांतरीत करून घेत असते. सरकार यातून स्वत:चे उत्पन्न तयार करत असते. प्रत्येक देशातील सरकारचा आपल्या लोकांच्या उत्पन्नावर हक्क असतो. सरकार लोकांसाठी जी कार्ये करते, त्यामुळेच हा हक्क निर्माण होतो. या हक्काचा उपयोग करून सरकार लोकांच्या उत्पन्नाचा, संपत्तीचा आणि मालमत्तेचा काही भाग; कायदे करून स्वत:कडे हस्तांतरीत करते. सरकारला खर्च करण्यासाठीसुद्धा उत्पन्न हवे असते. त्यामुळे सरकार लोकांच्या उत्पन्नावर आणि संपत्तीवर अवलंबून असते आणि हक्काने लोकांकडून उत्पन्नांचा काही हिस्सा काढून घेते.

सार्वजनिक उत्पन्नाचे (महसुलाचे) स्रोत (Sources of Public Revenue)

सरकारला उत्पन्नाच्या स्रोतांच्या विचार करताना दोन बाबी विशेषत: दिसून येतात. एक बाब म्हणजे, सरकार उत्पादनाच्या कार्यात स्वत: सहभागी होते आणि त्यातून उत्पन्न मिळविते. दुसरी बाब म्हणजे, सरकारला उपलब्ध असलेला वर्ग असतो. या वर्गाकडून सरकारला फार मोठे उत्पन्न मिळते. सरकारच्या दृष्टीने बहुतेक स्रोत याच वर्गात समाविष्ट असतात. कर, शुल्क इत्यादींचा समावेश या वर्गात केला जातो. या दुसऱ्या स्रोतावरच सरकारचे लक्ष केंद्रित होत असते. पहिल्या बाबीकडे लक्ष केंद्रित केलेले नव्हते.

देशातील स्रोत उत्पादन कार्यात सहभागी झाले तर, त्यापासून सरकारला उत्पन्न मिळते. सरकारने स्वत:च जर उत्पादनात स्रोतांचा उपयोग केला, तर सरकारला त्यापासून उत्पन्न मिळते अथवा ते स्रोत खासगी उत्पादकांना उपलब्ध करून दिले तर त्यापासून मोबदला मिळू शकतो. जर उत्पादक स्रोतांचा खासगी उत्पादकांना पुरवठा केल्यास सरकारला खंड, व्याज, शुल्क, लाभ इत्यादी उत्पन्न मिळते. देशातील जमीन व नैसर्गिक स्रोत सरकारच्याच मालकीचे असते. हे स्रोत सरकार वापरू शकते आणि जर सरकार हे स्रोत स्वत: वापरत नसेल, तर ते खासगी उद्योगांना हस्तांतरीत करू शकते. त्या मोबदल्यात सरकार व्यक्तीकडून अथवा संस्थांकडून खंड अथवा इतर प्रकारचा मोबदला घेऊ शकते. परंतु हे उत्पन्न जास्त नसते. आधुनिक काळात अनेक लोकांना श्रमाच्या साहाय्याने वेतनाच्या रकमेत उत्पन्न मिळते. लोकांना मिळणाऱ्या या वेतनाच्या स्वरूपातील उत्पन्न सरकारला मिळू शकत नाही. कारण श्रमिकांना मिळणारे वेतन हे त्यांचे खासगी उत्पन्न असते; त्यावर सरकारचा कोणताही हक्क नसतो. सरकारी कामगारांना दिले जाणारे वेतन हा सरकारचा खर्च असतो. त्यामुळे

देशातील श्रमिक वर्गापासून सरकारला उत्पन्न मिळत नाही.

सरकारला व्याजाच्या स्वरूपात उत्पन्न मिळते. परंतु हे उत्पन्न अतिशय कमी असते. सरकारला स्वत:च्या व्यापारी आणि औद्योगिक क्षेत्रापासून उत्पन्न मिळते. देशातील सर्व उपक्रम खासगी क्षेत्रानेच चालवावेत असा आग्रह धरला जातो. परंतु काही उपक्रम चालवण्यासाठी खासगी क्षेत्र पुढे येत नाही, ते उपक्रम सरकार चालवते. अशा उपक्रमांपासून सरकारला फारसा फायदा होत नाही; कारण हे उपक्रम व्यावसायिक पद्धतीने केले जात नाहीत. परंतु काही उपक्रम सरकार व्यावसायिक पद्धतीने चालवू शकते. मात्र, सरकारने नफा मिळवावा की जनतेला रास्त भावात माल व सेवा पुरवून कल्याण साधावे याबाबत वाद निर्माण होतो. काही उपक्रम सरकार व्यावसायिक पद्धतीने चालविते. परंतु त्यातून नफा किती होतो हा प्रश्नच आहे. या उपक्रमांचे व्यवस्थापन कुशलतेने व कार्यक्षमतेने केल्यास फायदा मिळू शकतो. त्यामुळे सरकारला विविध अशा व्यावसायिक व औद्योगिक उपक्रमांपासून एकूण मिळणारे उत्पन्न फार कमी असते.

वरील विश्लेषण खासगी उद्योगांना महत्त्व दिल्यास अशाच अर्थव्यवस्थांना वरील विश्लेषण लागू होते. साम्यवादी अर्थव्यवस्थेत सर्व उद्योग सरकारी क्षेत्रात असतात. खासगी क्षेत्र अस्तित्वात नसते. अशा वेळी सरकारला स्वत:च्या उपक्रमातून मोठ्या प्रमाणात उत्पन्न मिळते. परंतु मिश्र अर्थव्यवस्थेत खासगी उद्योगांना अधिक स्थान दिले जाते. त्यामुळे सरकारला स्वत:च्या उद्योगातून कमी उत्पन्न मिळते. जगात काही थोडे देश सोडल्यास सर्वच देशात मिश्र अर्थव्यवस्था दिसून येते. या देशात सरकारी उपक्रमांपासून मिळणाऱ्या उत्पन्नाचे एकूण उत्पन्नाशी असलेले प्रमाण अतिशय कमी असते.

वरील विश्लेषणावरून असे दिसून येते की, सरकारच्या मालकीच्या उपक्रमांपासून सरकारला फारसे उत्पन्न मिळत नाही. तसेच सरकारी मालकीची उत्पादन साधने खासगी उपक्रमांच्या साहाय्याने सरकारी कामात उपयोगात आणली तरी सरकारला पुरेसे उत्पन्न मिळत नाही. त्यामुळे सरकारला या स्रोतांवर अवलंबून राहता येत नाही आणि त्यासाठी इतर पर्यायी क्षेत्रांचा विचार करावा लागतो. हे स्रोत खासगी संस्थेला अथवा व्यक्तीला वापरता येत नाहीत. या स्रोतांमध्ये कर व कर-सदृश्य इतर स्रोतांचा समावेश होतो.

सार्वजनिक उत्पन्नाच्या विश्लेषणात ‘कर’ या स्रोताला जास्त महत्त्व देण्यात येते. करांमुळे अधिक उत्पन्न मिळते, त्यामुळे करांना महत्त्व प्राप्त झाले आहे. सरकार आपल्या उत्पन्नासाठी करांवरच मुख्यत: अवलंबून असते. सरकार जेव्हा जेव्हा उत्पन्न

वाढविण्याचा प्रयत्न करते तेव्हा तेव्हा करांचाच आधार सरकारला घ्यावा लागला आहे. सरकार नव्या कराची निर्मिती आणि जुन्या करात वाढ करून उत्पन्न मिळविते. सरकार आपला वाढता खर्च भागविण्यासाठी कराचाच मोठ्या प्रमाणात अवलंब करते. हे सध्या दिसून येते त्यावरून 'कर' या स्रोताचे महत्त्व दिसून येते. त्यामुळे कराचा प्रथम विचार करणे महत्त्वाचे ठरते.

सरकारच्या उत्पन्नाचे दोन मार्ग आहेत - (१) करापासून मिळणारे उत्पन्न आणि (२) बिगरकरापासून किंवा करेतर उत्पन्न. केंद्र सरकारच्या अंदाजपत्रकाचे दोन भाग असतात. एक म्हणजे 'महसुली अंदाजपत्रक' व दुसरे म्हणजे 'भांडवली अंदाजपत्रक' महसुली अंदाजपत्रकात महसुली जमा व महसुली खर्च यांचा समावेश होतो; तर भांडवली अंदाजपत्रकात भांडवली बाबींपासून मिळणारे उत्पन्न आणि भांडवली बाबींवरील खर्चाचे अंदाज समाविष्ट केलेले असतात.

महसुली अंदाजपत्रकात महसुली जमेच्या बाबी दोन गटांत समाविष्ट केल्या जातात- कर महसूल व करेतर महसूल / उत्पन्न.

१) कर उत्पन्नात प्राप्तीकर, निगमकर, संपत्तीकर, भांडवली व्यवहारातील कर, वस्तू व सेवांवरील कर, आयात-निर्यात कर इत्यादी प्रत्यक्ष-अप्रत्यक्ष करांचा समावेश होतो.

२) करेतर महसुलात / उत्पन्नात राज्यवित्तीय व अन्य सेवा सरकारी, औद्योगिक प्रकल्पांचा फायदा, व्याजाच्या रूपाने मिळणारे उत्पन्न, लाभांश व नफा इत्यादी.

थोडक्यात, सरकारचे उत्पन्न मिळविण्याचे कर हे महत्त्वाचे साधन आहे त्यामुळे करांच्या संदर्भात अभ्यास महत्त्वाचा ठरतो.

कर (Tax)

आजच्या काळात उत्पन्न मिळवून देणारा महत्त्वाचा स्रोत म्हणजे 'कर' होय. कर फक्त सरकारच लादू शकते. सरकार आपली सामाजिक आणि आर्थिक उद्दिष्टे साध्य करण्यासाठी कराचा वापर करते. त्यामुळे करांच्या अभ्यासाला विशेष महत्त्व प्राप्त होते. करांच्या संकल्पनेत कालपरत्वे अनेक बदल झालेले आहेत उदा. वस्तू व सेवा कर (जीएसटी) आणि कराची संकल्पना विकसित होत गेली आहे. पूर्वीच्या काळात अर्थशास्त्रज्ञ नागरिकांनी सरकारला सरकारी सेवांबद्दल दिलेला मोबदला असे कराबाबत समजत असे.

मॉन्टेक्स यांच्या मते, 'नागरिक सरकारला कर म्हणून आपल्या संपत्तीचा काही भाग देत असे; कारण त्याला आपल्या संपत्तीचा उपभोग बिनधोक घ्यायचा असतो.' म्हणजेच संपत्ती बाबत त्याला सुरक्षितता हवी असते तर ब्लॅक स्टोन यांच्या

मते, 'सरकारला कराच्या रूपाने संपत्तीतील काही भाग सरकारला देऊन त्या मोबदल्यात इतर संपत्तीचा वापर करण्यास त्याला खात्री मिळत होती.'

या दोन्ही संकल्पनांवरून असे दिसून येते की, कराचे 'लाभ' हेच तत्त्व दिसून येते. सनातनवादी अर्थशास्त्रज्ञांचासुद्धा थोड्याफार फरकाने असाच दृष्टिकोन दिसून येतो.

आधुनिक अर्थशास्त्रज्ञांनी कराची संकल्पना थोडी वेगळी मांडली आहे. कराच्या संदर्भात विविध व्याख्यांवरूनसुद्धा त्याची कल्पना येते. प्रा. बॅस्टॅबल यांच्या मते, 'व्यक्तीने वा संस्थेने स्वत:च्या संपत्तीचा सरकारच्या सेवेसाठी दिलेला सक्तीचा भाग होय.' या विचारात त्यांचा लाभ-तत्त्व असा आधार नाही. कर हा सेवेसाठी दिला जातो असा आधार नाही. तर सेलिग्मन यांच्या मते, 'कर हा व्यक्तीकडून सक्तीने घेतला जातो आणि त्याचा उपयोग सर्वांच्या हितासाठी केला जातो. त्याचा उपयोग वैयक्तिक फायद्यासाठी केला जात नाही' असे त्यांचे मत होते. तर टॉसिंग यांच्या मते, 'करदाता व सरकार यांच्यामध्ये प्रत्यक्षपणे जशासतसे हा नियम दिसून येत नाही.' यावरून असे दिसून येते की, कर हे इतर स्रोतांपासून वेगळे आहेत. करदाता व सरकार यांच्यामध्ये कोणताही करार झालेला नसतो. त्यामुळे जेवढा कर दिला असेल तेवढ्या किमतीच्या सेवा अथवा लाभ अथवा वस्तू त्या व्यक्तीला मिळत नाहीत. म्हणजेच येथे कोणत्याही प्रकारचा लाभ अभिप्रेत नाही असे स्पष्ट होते.

डाल्टन यांच्या मते, 'कर हे सक्तीचे देणे असून त्याचा सममूल्य सेवेशी काहीही संबंध नसतो.' तसेच त्यांच्या मते, 'कर हा कोणत्याही गुन्ह्यासंदर्भात लावलेला दंड नसतो.' या सर्व व्याख्यांवरून आणि मतांवरून असे दिसून येते की, कर हा मूल्य, शुल्क आणि दंड या तिन्ही स्रोतांपेक्षा वेगळा आहे. सेलिग्मन आणि डाल्टन यांचे विचार आणि व्याख्या या आधुनिक काळातील प्रातिनिधिक समजल्या जातात. त्यावरून कराबाबत 'आधुनिक दृष्टिकोन' दिसून येतो.

शुल्क (Fees)

सरकार समाजाला विविध प्रशासकीय सेवा देते. त्या सेवांचा खर्च अंशत: भरून काढण्यासाठी शुल्क आकारले जाते. शुल्क हा सरकारचा उत्पन्नाचा एक मार्ग आहे. शुल्क हे ऐच्छिक देणे असते. ज्या व्यक्तीला एखादी विशिष्ट सेवा हवी असेल त्याने शुल्क देऊन ती प्राप्त करावी. शुल्क न दिल्यास ती सेवा मिळत नाही. उदा. ज्यांना आरोग्य सुविधेचा लाभ घ्यावयाचा आहे, त्यांना शुल्क द्यावे लागते. या सेवेचा लाभ घ्यावयाचा की नाही हे त्या व्यक्तीवर अवलंबून असते. मात्र, हे शुल्क अनिवार्य असते. विशिष्ट सेवा घेण्यासाठी व्यक्तीला शुल्क द्यावेच लागते. उदा.

विवाहाची नोंदणी ही अनिवार्य केलेली आहे, त्यामुळे विवाहाची नोंदणी करण्यासाठी शुल्क हे अनिवार्य आहे. तसेच विविध प्रकारचे दस्तऐवज नोंदणीसाठी नोंदणी ही सक्तीचीच केलेली आहे. त्यामुळे नोंदणी शुल्क सक्तीचेच झालेले आहे. तसेच गृहनिर्माण संस्था, सहकारी संस्थांची नोंदणी इत्यादींचा यांत समावेश होतो.

सरकारला आरोग्य शुल्क, नोंदणी शुल्क, परवाना शुल्क, शिक्षण शुल्क इत्यादी अनेक प्रकारच्या शुल्कांपासून उत्पन्न प्राप्त होते.

'शुल्क' आणि 'मूल्य' यामध्ये थोडासा सारखेपणा आहे. शुल्क आणि मूल्य दोन्हीही ऐच्छिक देणीच असतात. शुल्क आणि मूल्य यांचे काही बाबतीत सारखेपणा दिसून येतो. उदा. शासनाच्या शैक्षणिक सुविधेचा लाभ घ्यावयाचा असेल तर शिक्षण शुल्क द्यावे लागते आणि बसने जावयाचे असेल तर बसचे भाडे द्यावे लागते. या दोघांत फरक एवढाच आहे की, शुल्काच्या मोबदल्यात मिळणारी सेवा समाजाच्या कल्याणासाठी केलेली सामाजिक व प्रशासकीय सेवा असते तर मूल्याच्या मोबदल्यात मिळणारी सेवा व्यावसायिक स्वरूपाची सेवा असते.

शुल्क भरून सेवा मिळणारी सेवा सक्तीची होते. तेव्हा शुल्कसुद्धा सक्तीचे देणे असते. अशा वेळी शुल्कसुद्धा कराप्रमाणे अनिवार्य असते; म्हणजेच सेवा घेतल्यानंतर शुल्कसुद्धा द्यावेच लागते. येथे करांप्रमाणे शुल्काच्या रकमेइतका लाभ मिळण्याची खात्री नसते, यावरून कर आणि शुल्क यातील फरक दिसून येतो. 'कर' हे लोकांच्या कल्याणासाठी लावले जातात. शुल्क मात्र विशिष्ट सामाजिक आणि प्रशासकीय सेवेसाठीच लावले जाते. शुल्क देणाऱ्या व्यक्तीलाच विशिष्ट सेवेचा लाभ होतो. तसेच कराचा आणि व्यक्तीला मिळणाऱ्या सेवेच्या लाभाचा काही संबंध नसतो. सेवा हवी असेल तर शुल्क द्यावे लागते. परंतु सेवा मिळाली अथवा न मिळाली तरी कर हा द्यावाच लागतो.

किंमत / मूल्य (Price)

कर आणि शुल्काचा विचार केल्यानंतर सरकारच्या उत्पन्नाचे इतर स्रोत कोणते आहेत त्याचा विचार केल्यास 'मूल्य' या स्रोताला महत्त्व असल्याचे दिसून येते. प्रत्येक देशातील सरकार कोणत्या ना कोणत्या वस्तू व सेवांची निर्मिती करते आणि त्यांची विक्रीसुद्धा करते, त्यासाठी त्यांचे मूल्य ठरविले जाते. त्या वस्तू व सेवांची किंमत ठरवावी लागते. या विक्रीतून सरकारला उत्पन्न मिळते. परंतु हे उत्पन्न व्यावसायिक स्वरूपाचे असते. त्यामुळे विशिष्ट अशा वस्तू वा सेवांची खरेदी करावीच अथवा सेवेची खरेदी सरकारकडून केली तरच मूल्य द्यावयाचे असा अर्थ होतो. हा एक व्यापारी व्यवहार होतो. जर व्यक्तीला सेवा अथवा वस्तूची खरेदी करावयाची नसेल

तर मूल्य द्यावे लागणार नाही. मूल्यामध्ये बसचे भाडे, रेल्वेचे भाडे, विजेचे दर, डाक-तार दर, दुधाचे मूल्य इत्यादी मूल्यांचा समावेश होतो. या स्रोतांपासून मिळणारे उत्पन्न आधिक्याचे नसते आणि जरी आधिक्याचे असले तरी त्याला विशेष महत्त्व दिले जात नाही. मूल्य हे ऐच्छिक आहे. कर आणि मूल्याची तुलना केल्यास असे दिसून येते की, 'कर' हे सक्तीचे देणे आहे. ज्यावर ते लादले जाते त्यालाच ते द्यावे लागते. मूल्यात अशी सक्ती नसते. सरकार निर्मित ज्याला वस्तू व सेवा घ्यावयाच्या असतील त्यांनाच मूल्य द्यावे लागते. मूल्य हे ऐच्छिक असते. एस. टी. अथवा रेल्वेने प्रवास केला नाही तर ऐच्छिक मूल्य द्यावे लागणार नाही. करामुळे लाभ होईलच असे सांगता येत नाही. परंतु मूल्यांचा विचार करता, व्यक्ती वस्तू अथवा सेवांची खरेदी करू शकतो. तुलनात्मकदृष्ट्या खासगी उद्योगातील वस्तूपेक्षा सरकारी उद्योगातून जास्तीतजास्त मोबदला मिळेल अशी उपभोक्त्याची खात्री असते आणि असे झाले नाही तर सरकारला तो जाब विचारू शकतो.

प्रा. टेलर यांच्या मते, 'मूल्य हा व्यावसायिक स्रोत आहे. तो इतर स्रोतांपासून वेगळा आहे. त्याचे वेगळेपण हे त्याच्या प्रत्यक्ष प्राप्तीत असते. मूल्य दिल्यासच वस्तू अथवा सेवेचा लाभ मिळतो. एवढेच नाही तर दिलेल्या पैशांशी वस्तू अथवा सेवेशी पडताळून पाहण्याचा कल असतो. कर आणि मूल्य यांच्यात काहीवेळेस गल्लत होते.' डॉ. डाल्टन यांच्या मते, महापालिका जेव्हा पाणीपट्टी आकारते तेव्हा ती पाणी पुरविण्याची जबाबदारी घेत असते. आज अनेक ठिकाणी मीटर लावून पाणी दिले जाते आणि पाणी मोजून त्याचप्रमाणे पैसे दिले जातात. अशा वेळी पाणीपट्टी ही मूल्यासारखीच असते. जेवढ्या प्रमाणात पाणी घेतले जाते, त्या प्रमाणात पैसे दिले जातात. या ठिकाणी पाणीपट्टी कराच्या प्रकारची नसते. याउलट, जर मीटर न लावताच पाणी दिले तर आणि पाणीपट्टी आकारली तर ती कराच्याच प्रकारची असते.

विशेष आकार

रस्ते, रेल्वे मार्ग, सांडपाण्याची सोय इत्यादी सोयीसुविधा सार्वजनिक सत्तेने केल्या तर त्याचा फायदा समाजाला होतो. त्याचबरोबर त्या भागातील संपत्ती धारकांना विशेष फायदा होतो. त्यामुळे सरकार अशा संपत्तीधारकांकडून सुधारणांच्या खर्चाच्या प्रती सक्तीचे विकास शुल्क वसूल करते. त्यालाच 'विशेष आकार' असे म्हटले जाते. अशा प्रकारचा आकार हा सार्वजनिक सत्तांनी केलेल्या सुधारणांमुळे व्यक्तींच्या संपत्तीची किंमत वाढते. चांगल्या प्रकारच्या रस्त्याच्या कडेला असणाऱ्या घरांची भाडी वाढतात आणि त्यांच्या किमती वाढलेल्या दिसून येतात. त्यामुळे सार्वजनिक सत्तेने केलेल्या

सुधारणांमुळे व्यक्तीच्या संपत्तीची किंमत वाढत असते. त्यामुळे सुधारणांच्या खर्चाचा काही भाग वसूल केल्यास काही हरकत नाही. विशेष आकार / निर्धारण हे सक्तीचे देणे आहे. यामध्ये लोकांच्या हितासाठी समाजातील भौतिक संपत्तीची वाढ करणे हाच उद्देश असतो. परंतु सुधारणांचा ज्यांना फायदा होतो त्यांच्याकडून विकास खर्चाचा काही भाग वसूल करण्याचा सरकारचा हेतू असतो.

विशेष आकारामुळे स्थानिक संपत्तीत निश्चितच वाढ होते.

दंड (Fine)

दंड लावण्याचा मुख्य उद्देश म्हणजे व्यक्तीला जरब बसविणे हा असतो. सार्वजनिक नियमांचे पालन न करणाऱ्यांना पैशांच्या स्वरूपात शिक्षा म्हणून जी रक्कम द्यावी लागते तिला 'दंड' म्हणतात. दंड हे सरकारच्या उत्पन्नाचे साधन होऊ शकत नाही. प्रशासनाच्या खर्चाशी दंडाचा काहीच संबंध नसतो. मोठ्या अपराधाला अधिक दंड लावला जातो. कर आणि दंड दोन्हीतील सारखेपणा म्हणजे या दोन्ही साधनात फक्त अनिवार्यता दिसून येते. कराप्रमाणे दंडसुद्धा सक्तीचे देणे असते. दंडामागे शिक्षेचा उद्देश असल्यामुळे दंडाची तीव्रता अधिक असते.

'कर' हा दंडासारखा आणि 'दंड' हा करासारखा बऱ्याचदा झालेला दिसून येतो. यासाठी डॉ. डाल्टन यांनी एक उदाहरण दिले आहे. त्यांच्या मते, एका मोटारवाल्याला वेगाने मोटार चालविल्याबद्दल एक पौंड दंड केला आणि तो विशिष्ट कालावधीत वसूल केला तर हा दंड त्याला कराप्रमाणेच वाटेल. परंतु त्यातील फरक एवढाच की, त्या पेट्रोल ऐवजी हा कर वेगावर लावला असे तो समजेल. परंतु पुढे त्या मोटारवाल्याला जोराने मोटार चालविल्यामुळे त्याला जास्त दंड आकारून शेवटी तुरुंगात टाकले आणि दंड मिळणे बंद झाले तर आधी गोळा केलेली दंडाची संपूर्ण रक्कम दंडातच जमा होईल. ती कर समजली जाणार नाही. अशा रीतीने 'दर' आणि 'कर' यामध्ये सरमिसळ झालेली दिसून येते.

अनुदाने आणि देणग्या

सरकारला अनुदाने व देणग्या स्वरूपात उत्पन्न मिळत असते. लोकांना ही कामे आपली वाटावीत त्यासाठी त्याच्यावरील खर्चाचा भार कमी व्हावा. त्यामुळे सरकार व्यक्तीकडून आणि खासगी संस्थांकडून देणग्या स्वीकारते. हॉस्पिटल्स्, शाळा, महाविद्यालये, वाचनालये इत्यादी संस्थांसाठी सरकार देणग्या स्वीकारते. याशिवाय, काही विशेष प्रसंगी लोकांकडून सरकार देणग्या स्वीकारते. उदा. दुष्काळ निवारण फंड, आपत्कालीन प्रसंग, युद्धासाठी इत्यादी देणग्या अपेक्षित असतात. भारताने

भारत–पाक युद्धाच्या वेळी सरकारने लोकांकडून अशा देणग्या घेतल्या होत्या. देशभक्ती, दया इत्यादी भावनांना आव्हान केल्यास लोकांकडून सरकारला देणग्या मिळतात.

'अनुदाने' ही सार्वजनिक सत्ता अथवा राज्यांची उत्पन्नाची साधने आहेत. केंद्र सरकार राज्य सरकारांना व राज्य सरकारे स्थानिक स्वराज संस्थांना अनुदाने देतात. 'अनुदाने' ही सामान्य आणि विशेष स्वरूपाची असतात. विशेष अनुदाने विशेष कार्यासाठीच दिली जातात. विकसित देश विकसनशील देशांना विविध प्रकारची मदत देतात; त्यामुळे विकसनशील देशांच्या विकासाला मदत होते. विशेष अनुदाने कामांसाठीच दिली जातात. उदा. शिक्षण, आरोग्य, महागाई भत्ता, रस्ते बांधणी, सांडपाण्याची व्यवस्था इत्यादी, अशा अनेक कारणांसाठी अनुदाने देण्यात येतात. एखादा देश दुसऱ्या देशाला जी अनुदाने देतात, ती मदत म्हणूनच देतात.

२.२.१ सार्वजनिक उत्पन्नाची प्रवृत्ती/कल (Public Revenue : Trend)

भारताचा सार्वजनिक महसूल/प्राप्ती मुख्यत: कर महसूल/प्राप्ती आणि करेतर महसूल या दोन स्रोतांद्वारे मिळविले जातात. गेल्या काही वर्षापासून यात सकारात्मक वाढ दिसून येते.

तक्ता क्र. २.१

कर महसूल (लाख कोटी रुपये)

	एकूण कर महसूल	कॉर्पोरेशन कर (निगम कर)	उत्पन्न कर	कस्टम ड्युटी (जकाती)	केंद्रीय अतिरिक्त शुल्क	सेवा कर
२०१०–११	७.९३	२.९९	१.३९	१.३६	१.३८	०.७१
२०११–१२	८.८९	३.२३	१.६४	१.४९	१.४५	०.९८
२०१२–१३	१०.३६	३.५६	१.९७	१.६५	१.७६	१.३३
२०१३–१४ (सुधारित)	११.३९	३.९५	२.३८	१.७२	१.६९	१.५५
२०१४–१५ अंदाजपत्रकीय	१३.६५	४.५१	२.७८	२.०२	२.०६	२.१६

(Source - Economic Survey 2014-15, Volume II - p. 26)

एकूण कर महसुलात ११.६५ लाख कोटी रुपयांपर्यंत वाढ झाली. ती २०११-१२ मध्ये ७.९३ लाख कोटी होती; तर उत्पन्न करात २.७८ लाख कोटींपर्यंत वाढ झाली आणि सेवा करातही लक्षणीय वाढ झाल्याचे दिसून येते; २०१०-११मध्ये सेवा कर ०.७१ लाख कोटी रुपये होता तो २०१४-१५मध्ये २.१६ लाख कोटी रुपयांपर्यंत वाढला.

२०१५-१६च्या अंदाजपत्रकात प्रत्यक्ष कर वसुली १४.४९ लाख कोटी होईल असे स्पष्ट केले. १ एप्रिल २०१६ पासून राज्यांमध्ये प्रत्यक्ष कर प्रणाली अंतर्गत वस्तू सेवा कर लागू केला जाणार आहे, स्पर्धात्मक प्रत्यक्ष कर प्रणाली लागू करणार जी स्थिर आणि विवेचनकारी असेल.

चार वर्षांत कार्पोरेट करांचे सर्वसाधारण दर ३० टक्क्यांवरून २५ टक्क्यांपर्यंत कमी केले जातील.

मालावरील सीमा शुल्क कमी करण्यात आले आहे. सेवा करात सरसकट २ टक्के वाढ करून तो १२.३६ टक्क्यांवरून १४ टक्के केला आहे. त्यामुळे काही प्रमाणात महागाई वाढण्यास प्रोत्साहन मिळेल कारण त्याचा सरळ परिणाम ग्राहकांच्या पैशांवर होणार आहे.

२८ फेब्रुवारी २०१५ रोजी अर्थमंत्री श्री. अरुण जेटली यांनी २०१५-१६ चा अर्थसंकल्प सादर करताना देशाचा विकास घडवून आणण्यासाठी राज्यांच्या विकासाला महत्त्व देण्यात आले. त्यासाठी त्यांनी 'टिम इंडिया' तयार करण्यावर भर दिला. विविध योजना आणि विकास कार्यावर खर्च करण्यासाठी ४,६५,२७७ कोटी रुपयांची तरतूद केली आहे.

तक्ता क्र. २.२

केंद्र सरकारचे उत्पन्न (लाख कोटी रुपये) (एप्रिल ते नोव्हेंबर)

	२०१५-१६	२०१६-१७	२०१७-१८
एकूण स्थूल कर महसूल	७.६८	९.३३	१०.८७
निव्वळ कर महसूल (केंद्र)	४.६५	६.२१	६.९९
करेतर महसूल	१.७३	१.७५	१.०५
महसुली उत्पन्न	६.३८	७.९६	८.०५
कर्जेतर भांडवली उत्पन्न	०.२१	०.३३	०.६२
कर्जेतर उत्पन्न	६.५९	८.२९	८.६७

(संदर्भ - आर्थिक सर्व्हे सन २०१७-१८ भाग - १, पान २९)

केंद्र सरकारच्या एकूण कर महसुलात वाढ होताना दिसून येते जसे सन २०१५-१६ मध्ये ७.६८ लाख कोटी रुपयांवरून २०१७-१८मध्ये १०.८७ लाख कोटी रुपयांपर्यंत वाढला; तर करेतर महसुलात घट होत आहे, जसे तो सन २०१५-१६मध्ये १.७३ लाख कोटींवरून २०१७-१८मध्ये १.०५ लाख कोटी रुपयांपर्यंत कमी झाला. कर्जेतर उत्पन्नात वाढ होताना दिसून येते जसे, सन २०१५-१६मध्ये ६.५९ लाख कोटींवरून २०१७-१८मध्ये ८.६७ लाख कोटी रुपयांपर्यंत वाढले.

२०१५-२०२५ या कालावधीत भारत सरकारच्या एकूण प्राप्ती (कर + करेतर कर + भांडवली प्राप्ती) चे वार्षिक आकडे अर्थमंत्रालयाच्या Union Budget at a Glance मधील आहेत.

तक्ता २.३ (लाखकोटी रुपये)

आर्थिक वर्ष	एकूण प्राप्ती
२०१५-१६	१७.९१
२०१६-१७	१९.७५
२०१७-१८	२१.४२
२०१८-१९	२३.१५
२०१९-२०	२६.८६
२०२०-२१	३५.१७
२०२१-२२	३७.९१
२०२२-२३	४१.९५
२०२३-२४ (तात्पुरती) (प्रोव्हिजनल)	४६.१५
२०२४-२५	४८.२०

२०१५ ते २०२० या काळात साधारणत: १८ ते २७ लाख कोटींच्या दरम्यान स्थिर वाढ म्हणजेच प्रति वर्ष सुमारे २ ते ३ लाख कोटींची वाढ झाली आहे. २०२०-२१ मध्ये कोविड १९ साथीमुळे भांडवल प्राप्ती (उधारी) वाढली त्यामुळे एकूण मिळकत ३५.१७ लाख कोटीपर्यंत वाढली. २०२१-२५ या काळात महामारीपूर्व स्थितीकडे पुनरागमन; आर्थिक कार्यक्षमता सुधारल्याने महसुलात नियमित वाढ होऊन २०२४-२५ मध्ये ४८.२० लाख कोटीपर्यंत प्राप्ती वाढली.

थोडक्यात, करेतर महसूलाच्या प्रमाणात वाढ होत आहे आर्थिक विकासाला

बळकटी, डिजिटायझेशन (GST, ई–फायलींग) यामुळे सरकारच्या महसुलात वाढ होत आहे. २०२०–२१ मध्ये अनपेक्षितपणे खर्च वाढले त्यामुळे भांडवल प्राप्ती वाढली. (उधारी)

२०२५–२६ या अंदाजपत्रकाप्रमाणे ११.१% वाढ (३४.९६ लाख कोटी फक्त कर व महसूल प्राप्ती) अपेक्षित आहे.

१) कर महसूल (Tax Revenue)

अ) प्रत्यक्ष कर : यामध्ये आयकर (Income Tax) आणि कार्पोरेट कर यांचा समावेश होतो गेल्या काही वर्षापासून प्रत्यक्ष कर संकलनात सातत्याने वाढ होत आहे.

प्राप्तीकर : व्यक्तिगत उत्पन्न कराच्या / संकलनात लक्षणीय वाढ झाली आहे. यामुळे वाढत्या उत्पन्न पातळी आणि कर पालनात सुधारणा झाल्याचे दिसून येते.

कार्पोरेट कर : कंपन्याच्या नफ्यामध्ये वाढ झाल्यामुळे कार्पोरेट कर संकलनसुद्धा वाढले आहे.

ब) अप्रत्यक्ष कर : यामध्ये वस्तू आणि सेवा कर GST, उत्पादन शुल्क (Excise Duty) आणि सीमा शुल्क (Customer Duty) यांचा समावेश होतो.

वस्तू व सेवा कर (GST) : जीएसटीच्या अंमलबजावणीनंतर कर संकलनात वाढ झाली आहे अणि ते सरकारसाठी महसुलाचा एक महत्त्वाचा आणि स्थिर स्रोत बनला आहे. २०२३–२४ मध्ये एकूण सकल GST संकलन २०.१८ लाख कोटी रुपयेपर्यंत पोहोचले जे मागील वर्षाच्या तुलनेत ११.७% जास्त आहे.

उत्पादन शुल्क आणि सीमा शुल्क : यामधून मिळणाऱ्या महसुलात चढ उतार होताना दिसून येतात. परंतु एकूण करमहसुलात त्याचा वाटा महत्त्वाचा असतो.

२) करेतर महसूल (Non- Tax Revenue) :

करेतर महसुलामध्ये सार्वजनिक उद्योगांचा नफा, व्याज प्राप्ती, लाभांश (Dividend), शुल्क (Fees) आणि दंड (Fines) इत्यादींचा समावेश होतो.

सार्वजनिक क्षेत्रातील उपक्रमांमधून मिळणारा लाभांश आणि टेलिकॉम स्पेक्ट्रमसारख्या लिलावांमधून मोठ्या प्रमाणात महसूल मिळू लागला आहे.

अलीकडच्या काळात सार्वजनिक क्षेत्रातील उद्योगांकडून मिळालेल्या लाभांशामुळे करेतर महसुलात वाढ झाली आहे. जसे २०२४–२५ च्या अंदाजपत्रकात करेतर महसूल ५.४६ लाख कोटी रुपये अपेक्षित होता. जो मागील वर्षाच्या सुधारित

अंदाजापेक्षा ४५.२% ने जास्त आहे. तो मुख्यत: चांगल्या लाभांश प्राप्तीमुळे जास्त आहे.

परकीय मुदतीवरील अवलंबित्वात घट : पूर्वीच्या तुलनेत आज सरकार परकीय कर्ज किंवा अनुदानावर कमी अवलंबून असून ते स्वावलंबी महसूल संकलनाकडे झुकल्याचा कल दिसून येत आहे.

राज्य व केंद्र शासनातील महसुलाची वाटणी : जीएसटीनंतर केंद्र व राज्य सरकारामधील महसूल वाटणीचे स्वरून बदलले केंद्राकडून राज्यांत मिळणारा वाटा हा दोघांच्या सहमतीने निश्चित होतो आणि कर संकलन वाढल्यास राज्यांनाही जास्त वाटा मिळतो.

डीझेल-पेट्रोलमधील करांमध्ये वाढ : इंधनावर उच्च कर दरामुळे सरकारला मोठा महसूल मिळतो, विशेषत: केंद्र सरकारला महसूल प्राप्त होतो.

एकूण कल/प्रवृत्ती आणि निरीक्षणे :

१) महसुलात वाढ : भारताच्या एकूण सार्वजनिक महसुलात वाढ होताना दिसून येते. २०२५-२६ मध्ये भारताचे एकूण सरकारी महसूल ९९८००० लाख कोटी रुपयापर्यंत पोहोचण्याची अपेक्षा आहे.

२) वित्तीय तूट : सरकार वित्तीय तूट कमी करण्यावर लक्ष केंद्रित करत आहे. २०२५-२६ पर्यंत वित्तीय तूट GDP च्या ४.५% पेक्षा कमी ठेवण्याचे उद्दिष्ट आहे. २०२४-२५ च्या अर्थसंकल्पीय अंदाजानुसार, वित्तीय तूट GDP च्या ४.९% इतकी असेल.

३) डिजिटायझेशन आणि कर पालन : कर प्रणालीमध्ये डिजिटायझेशन (जसे फेसलेस असेसमेंट) आणि कर पालनामध्ये सुधारणा झाल्यामुळे करदात्यांची संख्या वाढली आहे आणि महसूल संकलनात सुधारणा झाली आहे.

४) पायाभूत सुविधा आणि कल्याणकारी योजनांवरील खर्च : वाढत्या महसुलामुळे सरकारला पायाभूत सुविधा आणि सामाजिक कल्याणकारी योजनांवर अधिक खर्च करणे शक्य झाले आहे.

५) GDP च्या वाढीचा प्रभाव : भारताची मजबूत आर्थिक वाढ, विशेषत: सेवा क्षेत्रात, सार्वजनिक महसुलाच्या वाढीस हातभार लावत आहे.

थोडक्यात, भारतातील सार्वजनिक महसूलाची प्रवृत्ती / कल सकारात्मक आहे, ज्यात कर आणि करेतर दोन्ही स्रोतांकडून वाढ दिसून येत आहे. सरकार वित्तीय शिस्त पाळत असतानाच विकास आणि कल्याणासाठी महसुलाचा वापर करत आहे.

२.३ कर स्थूल देशांतर्गत उत्पादन गुणोत्तर : अर्थ (Tax GDP Ratio)

कर ते जीडीपी गुणोत्तर हे सर्वसाधारणपणे सरकारची महसूल निर्माण करण्याची मजबूत क्षमता दर्शविते. यामुळे शिक्षण, आरोग्य सेवा, पायाभूत सुविधा आणि समाजकल्याण कार्यक्रमांसारख्या सार्वजनिक सेवांमध्ये अधिक गुंतवणूक करणे शक्य होते, ज्यामुळे कर्ज घेण्यावरील अवलंबित्व कमी होते. विकसित देशामध्ये सामान्यत: जास्त प्रमाण असते. बहुतेकदा ते ३०% पेक्षा अधिक असते.

कर ते जीडीपी गुणोत्तर कमी असल्याने असे दिसून येते की, सरकारला सार्वजनिक खर्चासाठी निधी उपलब्ध करून देण्यात आव्हानांचा सामना करावा लागू शकतो, ज्यामुळे सार्वजनिक कर्जात वाढ होऊ शकते. हे कर संकलनातील अकार्यक्षमता, कमी कर आधार किंवा मोठ्या प्रमाणात अनौपचारिक अर्थव्यवस्थेचे संकेत देखील देऊ शकते. विकसनशील देशामध्ये हे अनेकदा कमी असते.

आदर्श कर ते जीडीपी गुणोत्तर : जागतिक बँकेच्या मते, शाश्वत आर्थिक वाढ आणि गरिबी कमी करण्यासाठी विशेषत: कमी उत्पन्नाच्या स्थितीतून मध्यम उत्पन्नाच्या स्थितीत संक्रमण करणाऱ्या देशांसाठी १५% किंवा त्याहून अधिक कर ते जीडीपी गुणोत्तर हा एक महत्त्वाचा घटक मानला जातो. या मर्यादेमुळे सरकारांना आवश्यक सेवांमध्ये पुरेशी गुंतवणूक करण्याची आणि समावेशक विकासाला चालना देण्याची परवानगी मिळते.

अर्थ :

कर ते जीडीपी गुणोत्तर हा एक महत्त्वाचा आर्थिक निर्देशक आहे जो देशाच्या एकूण कर महसुलाचे त्याच्या सकल देशांतर्गत उत्पादनाच्या (जीडीपी) टक्केवारी म्हणून मोजतो.

हे सरकार देशाच्या आर्थिक उत्पादनांपैकी किती भाग करांच्या स्वरूपात गोळा करते हे प्रतिबिंबित करते. देशाचे आर्थिक आरोग्य त्याच्या कर धोरणाची आणि प्रशासनाची कार्यक्षमता आणि सार्वजनिक सेवा आणि विकासासाठी निधी देण्याची क्षमता समजून घेण्यासाठी हे प्रमाण महत्त्वाचे आहे.

मोजमाप :

कर ते जीडीपी गुणोत्तराचे सूत्र

$$\text{कर ते जीडीपी गुणोत्तर} = \frac{\text{एकूण कर महसूल}}{\text{जीडीपी}} \times १००$$

कर जीडीपी गुणोत्तर म्हणजे हे सकल देशांतर्गत उत्पादनाचे (GDP) एखाद्या देशाचे सकारात्मक परिणाम आपले एकूण कर महसूल प्रमाण दाखवते. हे एक सरकारी आर्थिक मापदंड आहे, जे आर्थिक स्थिती आणि धोरणात्मक क्षमता दाखविते. हे गुणोत्तर टक्केवारीमध्ये व्यक्त केले जाते.

कर जीडीपी गुणोत्तर म्हणजे "उत्पन्न आणि देशाच्या एकूण उत्पादन (GDP - Gross Domertic Product) यामधील प्रमाण होय."

या प्रमाणावरून देशाची कर संकलन क्षमता किती आहे हे कळते.

कर-जीडीपी गुणोत्तर = (एकूण कर महसूल ÷ सकल देशांतर्गत उत्पादन) × १००

उदा. देशाने १० लाख कोटी रुपये कर संकलन केले आणि त्याच देशाचा GDP २०० लाख कोटी रुपये असेल तर (१० ÷ २००) × १०० = ५% कर जीडीपी गुणोत्तर

कर जीडीपी गुणोत्तराचे महत्त्व :

१) अर्थव्यवस्थेची ताकद कळते. अधिक कर जीडीपी गुणोत्तर असणारा देश मजबूत कर प्रणाली व चांगली अर्थव्यवस्था दर्शवितो.

२) शासनाची महसूल क्षमता कळते. कर संकलनावर सरकारच्या खर्चाची क्षमता अवलंबून असते. उदा. सार्वजनिक सुविधा, आरोग्य, शिक्षण इ.

३) कर जीडीपी गुणोत्तर कमी असल्यास गैर आर्थिक क्रियाकलपांचे प्रमाण जास्त असण्याची शक्यता असते.

भारताचा Tax GDP Ratio : भारताचे सरासरी कर जीडीपी गुणोत्तर सुमारे ११ ते १२% च्या दरम्यान आहे. विकसित देशात उदा. अमेरिका, फ्रान्स या देशात हा दर २५ ते ३५% पर्यंत असतो.

भारतात कर जीडीपी कमी असण्याची कारणे म्हणजे (१) कर भरणाऱ्यांची संख्या कमी आहे, (२) अनेक व्यवसाय नोंदणीकृत नाहीत. (३) कर चोरी व टाळाटाळ, (४) जास्त सूट व सवलती.

यावरती उपाय म्हणजे करदात्यांची संख्या वाढविणे, डिजीटल व्यवहाराला प्रोत्साहन, जीएसटीचा प्रभावी अंमल आणि कर साक्षरता वाढवणे इत्यादी.

भारतीय रिझर्व बँकेच्या आकडेवारीनुसार स्थूल कर महसूल प्रमाण २०१९ ते २०२३ मध्ये अंदाजे ११% ते ११.३% च्या दरम्यान असून २०२४ च्या वर्षात अंदाजे ११.७% पर्यंत पोहोचले आहे.

२.३.१ कर उलाढाल : अर्थ (Tax Buoyancy – Meaning)

कर उलाढाल म्हणजे जीडीपीमधील बदलांची कर महसूल वाढीची प्रतिसाद क्षमता होय. (Tax buoyancy is an indicator to measure efficiency and responsiveness of Revenue mobilization in response to growth in the gross domestic product or National income)

सकल देशांतर्गत उत्पादन किंवा राष्ट्रीय उत्पन्नातील वाढीच्या प्रतिसादात महसूल एकत्रित करण्याची कार्यक्षमता आणि प्रतिसाद मोजण्यासाठी कर उलाढाल हा एक सूचक आहे.

कर उलाढाल किंवा उत्प्रेरण म्हणजे देशाची अर्थव्यवस्था (म्हणजे जीडीपी वाढते) तेव्हा सरकार, आपोआप कर किती वाढते यावरून कर योग्य दाखवितो. जर कर उत्पादन १ पेक्षा जास्त असेल तर याचा अर्थ असा होतो की, जीडीपी १% वाढवीत, महसुलात १% पेक्षा जास्त वाढ होते, याउलट जर ते १ पेक्षा कमी असेल तर जीडीपीमधील वाढ, कर महसुलाची वाढ कमी होते.

कर उत्प्रेरित अथवा उलाढाल ही एक मूल्याची आर्थिक संकल्पना आहे, जी सरकार संपूर्ण कर महसुलातील विकास आणि सकल देशांतर्गत उत्पादन (जीडीपी) विकासातील संबंध दाखवते.

कर धोरणांची गुणकारकता दर्शविण्यासाठी या संज्ञेचा वापर केला जातो.

जेव्हा देशाची अर्थव्यवस्था वाढते. (GDP वाढतो.) तेव्हा सरकारला मिळणाऱ्या करात (उदा. आयकर, जीएसटी) किती वाढ होते – ही वाढ किती प्रमाणात आहे हे कर लवचीकता किंवा उलाढाल दर्शवते.

कर लवचीकता किंवा उलाढाल (Tax Buoyancy) म्हणजे राष्ट्रीय उत्पन्न (GDP) वाढत असताना कर महसूल किती प्रमाणात वाढतो हे दाखविणारा एक आर्थिक निर्देशांक (Economic indicator) आहे.

Tax Buoyancy या शब्दासाठी मराठीत कर उलाढाल; कर उत्प्रेरित किंवा कर लवचीकता असे पर्यायी शब्द वापरलेले दिसून येतात.

या संकल्पनेचा उपयोग सरकारला कर धोरणांचे प्रभावीपणा मोजण्यासाठी होतो.

सूत्र :

कर लवचीकता/उलाढाल = कर महसूलातील टक्केवारीतील वाढ / GDP मधील टक्केवारीतील वाढ.

जसे देशाच्या GDP मध्ये १०% वाढ झाली आणि त्याकाळात सरकारच्या कर संकलनात १२% वाढ झाली तर,

कर लवचीकता / उलाढाल = १२ ÷ १० = १.२

अर्थ :

अ) कर लवचीकता > १ : GDP वाढीपेक्षा कर महसूल वेगाने वाढतो म्हणजे कर संकलन अधिक प्रभावीपणे होत आहे.

ब) कर लवचीकता = १ : GDP आणि कर महसूल यांची वाढ एकसमान आहे.

क) कर लवचीकता < १ : GDP वाढतो, पण कर महसूल त्यापेक्षा कमी दराने वाढतो, म्हणजे कर संकलनातील कार्यक्षमतेत सुधारणा आवश्यक आहे.

कर उलाढाल/लवचीकतेचा उपयोग/ महत्त्व म्हणजे (१) आर्थिक नियोजनासाठी उपयुक्त (२) कर धोरणातील बदलांचा परिणाम मोजण्यासाठी वापरले जाते. (३) सरकारच्या वित्तीय शिस्तीचे मूल्यांकन करण्यासाठी वापरले जाते. अंदाजपत्रक तयार करताना वापरले जाते.

जसे जर GDP १०% ने वाढला आणि कर महसूल १५% ने वाढला तर
कर लवचीकता किंवा उलाढाल = १५ ÷ १० = १.५
याचा अर्थ कर महसूल GDP च्या तुलनेत अधिक वेगाने वाढत आहे.

सूत्र : २

कर उलाढाल/लवचीकता = (कर संकलनातील टक्केवारीतील बदल)/ (अर्थव्यवस्थेच्या जीडीपीतील टक्केवारीतील बदल)

जसे एका विशिष्ट कालावधीसाठी कर महसूल ५% ने वाढतो. त्याच कालावधीत, अर्थव्यवस्थेचा GDP ४% ने वाढला.

सूत्र वापरून विद्यमान कालावधीची कर उलाढाल १.२५ असेल.
म्हणजेच विद्यमान करप्रणाली उत्साही आणि चांगली असेल.

तक्ता २.४

कर उलाढाल / लवचीकता (Tax Buoyancy)

अंतिम वर्ष	प्रत्यक्ष कर GDP गुणोत्तर	उलाढाल/लवचीकता घटक
२०१८-१९	६.०२%	१.२९
२०१९-२०	५.२३%	१.२१
२०२०-२१	४.७८%	-
२०२१-२२	५.९७%	२.५२
२०२२-२३	६.११%	१.१८

(- GDP वाढीचा दर नकारात्मक कर उलाढालीची तुलना २०२०-२१ या अंतिम वर्षाशी केलेली आहे.)

२.४ महसुली तूट, वित्तीय तूट आणि प्राथमिक तूट (Revenue Deficit Fiscal Deficit & Primary Deficit)

अर्थसंकल्पातील तुटीची संकल्पना तशी अगदी साधी व सोपी आहे. एकूण खर्च भागविण्यासाठी एकूण महसूल जेवढ्या रकमेने कमी पडतो तेवढी अर्थसंकल्पातही तूट असते. ही तूट अर्थ संकल्पातील एकूण खर्चातून (महसुली खर्च + भांडवली खर्च) एकूण महसूल (महसुली जमा + भांडवली जमा) वजा करून काढली जाते. ही झाली ढोबळ अर्थसंकल्पाची तूट. या तुटीला 'पारंपरिक तूट' म्हणतात. पूर्वी प्रत्येक अर्थसंकल्पात ही तूट दाखविली जायची; परंतु, अर्थसंकल्पाच्या आणि अर्थव्यवस्थेच्या आर्थिक विश्लेषणाच्या दृष्टीने ती तशी महत्त्वाची नसल्याने गेल्या दहा वर्षांपासून आपल्या अर्थसंकल्पातून या तुटीचे उच्चाटन करण्यात आले असून, ती आता दाखविण्यात येत नाही. अशी तूट सरकार कर्ज उभारून भरून काढली जाते. परिणामी, एकूण खर्च व एकूण महसूल यांची आकडेवारी अर्थसंकल्पात समसमान दाखविण्यात येते व ही तूट शून्य असते.

अलीकडच्या काळात सरकारच्या आर्थिक व्यवहारांचे नीट आकलन होण्याच्या दृष्टीने तीन प्रकारच्या तुटी आपल्या अर्थसंकल्पातून दाखविल्या जातात. त्या म्हणजे - अ) महसुली तूट (रेव्हेन्यू डेफिसिट), ब) वित्तीय तूट (फिस्कल डेफिसिट) आणि क) प्राथमिक तूट (प्रायमरी डेफिसिट) या तीन तुटींचे स्वरूप माहीत करून घेणे आवश्यक आहे.

अ) महसुली तूट (Revenue Deficit)

महसुली तूट = एकूण महसुली खर्च - एकूण महसुली जमा किंवा उत्पन्न = (प्रशासन खर्च + सरकारी कर्जावरील व्याज + सबसिडी + आर्थिक, सामाजिक व सामाजसेवांवरील खर्च) (कर + करेतर उत्पन्न)

एकूण महसुली खर्चातून एकूण महसुली उत्पन्न वजा जाता जी शिल्लक राहते ती 'महसुली तूट' होय.

१९९०-९१ मधील महसुली तुटीचे आकडे शोधू.

एकूण महसुली खर्च रु. ७३,५१० कोटी

एकूण महसुली उत्पन्न = रु. ५४,९५० कोटी

महसुली तूट = एकूण महसुली खर्च - एकूण महसुली उत्पन्न

= रु. ७३,५१० कोटी - रु. ५४९५० कोटी रु.

= (-) रु. १८५६० कोटी

२०१४-१५च्या अंदाजपत्रकात महसुली तूट पुढीलप्रमाणे-

एकूण महसुली खर्च = रु. १५,६८,१११ कोटी

एकूण महसुली उत्पन्न = रु. ११,८९,७६३ कोटी

१५,६८,१११ - ११,८९,७६३ = रु. ३,७८,३४८ कोटी

महसुली तूट = (-) ३,७८,३४८ कोटी रुपये

महसुली तूट म्हणजे अर्थसंकल्पातील महसुली खात्यावरची (म्हणजे महसुली अर्थसंकल्पातील) तूट होय. एकूण महसुली खर्चातून एकूण महसुली जमा वजा करून ही तूट काढली जाते. महसुली खर्च हा आवश्यक असला तरी अनुत्पादक असतो. त्यात प्रशासन खर्च, सरकारी कर्जावरील व्याज, सबसिडी इत्यादींचा समावेश असल्याने त्यातून उत्पन्न देणाऱ्या संपत्तीची निर्मिती होत नाही. उलट, ही तूट भरून काढण्यासाठी सरकार भांडवली उत्पन्नाचा वापर करत असते. त्यामुळे उत्पादक स्वरूपाच्या भांडवली खर्चाला कात्री लावावी लागते. परिणामी, उत्पन्न देणाऱ्या, विकास घडवून आणणाऱ्या संपत्तीची व जिंदगीची (ॲसेट्सची निर्मिती कमी होते व विकासाचा वेग कमी होतो. त्यामुळे सरकारने आपल्या महसुली खर्चात काटकसर करणे आवश्यक आहे. हा धडा सरकारला त्यापासून मिळत असतो. आपण तथापि, हा धडा काही अद्याप शिकलो नाही, हे या तुटीच्या वाढत जाण्यावरून स्पष्ट होते.

ब) वित्तीय तूट (Fiscal Deficit)

वित्तीय तूट अथवा राजकोषीय तूट = एकूण खर्च (महसुली उत्पन्न + कर्जाची

वसुली अथवा भांडवली उत्पन्नातील फक्त कर्जाची परतफेड + इतर उत्पन्न)

१९९०-९१ ची वित्तीय तूट पुढीलप्रमाणे

१९९१ चा एकूण खर्च = रु. १,०५,३१० कोटी

१९९१ चे महसुली उत्पन्न = ६०,६६०

भांडवली उत्पन्नातील कर्जाची परतफेड आणि इतर उत्पन्न = ५७१०

१,०५,३१० - ६६, ३७०

वित्तीय तूट = - ३८३९० कोटी रुपये.

२०१४-१५ मधील वित्तीय तूट पुढीलप्रमाणे-

वित्तीय तूट = एकूण खर्च (१७९४८९२) कोटी रुपये (११८९७६३ कोटी रुपये) + भांडवली उत्पन्नातील कर्जाची परतफेड (१०५२७ कोटी रुपये) + इतर उत्पन्न (६३४२५ कोटी रुपये)

= - ५३११७७ कोटी रुपये

फिस्कल डेफिसिट म्हणजे वित्तीय तूट ही संकल्पना १९९१ च्या आर्थिक सुधारणांच्या काळापासून महत्त्वाची मानली जाऊ लागली. ही तूट मोजण्याची विशिष्ट पद्धत आहे. अर्थसंकल्पातील एकूण खर्चातून (महसुली खर्च भांडवली खर्च) महसुली जमा + सरकारची कर्जवसुली + भांडवली खात्यावरची बिगरकर्ज स्वरूपाची जमा अशा एकूण जमा रक्कम वजा जाता येणारी रक्कम म्हणजे 'वित्तीय तूट' होय. या सूत्रातील 'भांडवली खात्यावरची बिगरकर्ज स्वरूपाची जमा' म्हणजे सरकारी उद्योगातील काही शेअर्सची विक्री करून (निर्गुंतवणूक) येणारी रक्कम होय. या वित्तीय तुटीचा अर्थ असा की, सरकारच्या एकूण खर्चापैकी या तुटीइतकी रक्कम

सरकारी महसुलातून भागविली न जाता सरकारला त्यासाठी तेवढ्या रकमेची कर्जे उभारावी लागतात. दुसऱ्या शब्दांत, वित्तीय तूट सरकारचा प्रचंड कर्जबाजारीपणा दर्शवत असते. ही बाब अतिशय चिंताजनक आहे; कारण वाढत्या कर्जामुळे व्याजाचा प्रचंड बोजा सरकारी तिजोरीवर पडत असून ते फेडण्यासाठी सरकारला कर्जे घ्यावी लागत आहेत. एका अर्थाने देश कर्जाच्या सापळ्यात अडकण्याच्या अवस्थेपर्यंत येऊन पोहोचल्याचे हे लक्षण आहे.

क) प्राथमिक तूट (Primary Deficit)

प्राथमिक तूट = राज्यकोषीय तूट - व्याज किंवा व्याजापोटी द्यावयाच्या रकमा.

२०१४-१५च्या अंदाजपत्रकात वित्तीय तूट (राजकोषीय तूट) ५,३१,१७७ कोटी रुपये होती तर व्याजापोटी द्यावयाची रक्कम ४,२७,०११ कोटी रुपये होती,

म्हणून,

२०१४-१५ ची प्राथमिक तूट

= रु. ५,३१,११७ कोटी रु. ४२७०११ कोटी

= १०४१६६ कोटी रुपये

ही तूट सरकारच्या निव्वळ कर्जाची निदर्शक असते. अर्थसंकल्पात ही तूट अगदी अखेरीस दाखविलेली असते. अर्थसंकल्पातील दस्तऐवजांपैकी 'दृष्टिक्षेपात अर्थसंकल्प' हा जो एक महत्त्वाचा दस्तऐवज असतो, त्याच्या पहिल्या पानावरील आकडेवारीतील तक्त्यात सगळ्यात तळाशी या तुटीचा आकडा असतो. ही तूट वित्तीय तुटीतून एकूण व्याजाची रक्कम वजा करून काढली जाते. अशा रीतीने या तुटीवरून सरकारची निखळ कर्जे किती, हे कळू शकते. ही तूट अलीकडच्या काळात कमी होत असून, तिचे राष्ट्रीय उत्पन्नाशी असलेले प्रमाण ०.८ इतके कमी झाले आहे. यावरून सरकारवर पूर्वीच्या कर्जांवरील बोजा किती वेगाने व किती मोठ्या प्रमाणात वाढत चालला आहे, हे दिसून येते.

वित्तीय व्यवस्थापनाचा तोल ढळला की महसुली तूट, वित्तीय तूट आणि प्राथमिक तूट निर्माण होते. या तुटीत जितकी वाढ; तितकी वित्तीय असमतोलात वाढ होते. परिणामी, आर्थिक स्थैर्याला धोकासुद्धा निर्माण होऊ शकतो. जेव्हा चालू खात्यावरील जमा केलेल्या महसुलापेक्षा त्याच खात्यावरील चालू किंवा महसुली खर्च जास्त होतो; तेव्हा महसुली तूट निर्माण होते. तसेच जेव्हा देशाच्या स्वतःच्या एकूण महसुलापेक्षा जो जास्तीचा एकूण खर्च (महसुली + भांडवली) केला जातो त्यास 'वित्तीय तूट' म्हणतात. वित्तीय तूट म्हणजे हा जास्तीचा खर्च भागविण्यासाठी काढलेले कर्जच असते. ही तूट जितकी जास्त तितका कर्जाचा बोजा जास्त असतो. आणि वित्तीय तुटीतून व्याजाची रक्कम वजा केल्यास जी शिल्लक राहते तिला 'प्राथमिक तूट' म्हणतात. प्राथमिक तूट म्हणजे व्याजाची देय रक्कम असते. प्राथमिक तूट जितकी जास्त तितकी व्याजाची देय रक्कम जास्त आणि तितकीच कर्जाची रक्कम खर्चासाठी कमी.

२०१०-११ ते २०२०-२१ मधील तूट प्रवृत्ती

सन २०१०-११ मध्ये महसुली तूट २७५६१२ कोटी रुपये होती. वित्तीय तूट ३८१४०८ कोटी रुपये होती तर प्राथमिक तूट १३२७४४ कोटी रुपये होती. यामध्ये वाढ होत जाऊन २०१४-१५ मध्ये (सुधारित) महसुली तूट ३६२४८६ कोटी रुपये झाली, तर २०२०-२१ मध्ये ती ६.०९ लाख कोटी रुपयेपर्यंत वाढली. म्हणजे दुप्पट तूट वाढल्याचे दिसून येते.

वित्तीय तूट २०१०-११ मध्ये ३८१४०८ कोटी रुपये होती ती २०१४-१५ मध्ये (सुधारित) ५१२६२८ कोटी रुपयेपर्यंत वाढली, तर २०२०-२१ मध्ये (अंदाजपत्रकीय) ७.९६ लाख कोटीपर्यंत वाढली. म्हणजे ही वाढ दुप्पट झाल्याचे दिसून येते. प्राथमिक तूट २०१०-११ मध्ये १३२७४४ कोटी रुपये होती ती २०१४-१५ (सुधारित) मध्ये १०१२७४ कोटी रुपयेपर्यंत कमी झाली, तर २०१८-१९ मध्ये ४८४८१ कोटीपर्यंत कमी झाली.

२०२०-२१ मध्ये ०.८ लाख कोटीपर्यंत झाली कारण कोविड-१९ च्या काळात ही तूट वाढली आहे.

(कंसातील आकडे GDP शी टक्केवारी - Figuers in brackets are estimated percentages of GDP) वित्तीय तुटीशी महसुली तुटीची टक्केवारी.

(Gol, Receipt Budget (Yellow Books) 2000-01-2005-06)

१९९०-९१ यावर्षी महसुली तूट रुपये १२५६० कोटी होती. ती २००२-०३मध्ये रुपये १०७८८० कोटींपर्यंत वाढली आणि २००३-०४मध्ये रुपये ९६१६ कोटीने कमी झाली असली तरी ६ पटीने वाढली. २००३ ते ०६पर्यंत महसुली तूट कमी झालेली दिसून येते. २००८-०९ पासून २०१०-११ पर्यंत महसुली तूट वाढलेली दिसून येते. मागील पाच वर्षांत महसुली तुटीत घट झाली आहे. राष्ट्रीय उत्पन्नाशी असलेले तिचे प्रमाण जवळपास १.५ टक्के इतके कमी झाले आहे.

२०२३-२४ मध्ये महसूली तूट ७६५२१६ कोटी (२.६ टक्के) होती. वित्तीय तूट १६५४६४३ कोटी (५.६ टक्के) आणि प्राथमिक तूट ५९०७७१ कोटी (२ टक्के होती.) २०२५-२६ च्या अंदाजपत्रकाप्रमाणे महसूली तूट ५२३८४६ कोटी (१.५ टक्के) होती. वित्तीय तूट १५६८९३६ कोटी (४.४ टक्के) होती तर प्राथमिक तूट २९२५९८ कोटी (०.८ टक्के) पर्यंत कमी झाली. सध्या महसूली तूट कमी होताना दिसते. वित्तीय व प्राथमिक तूटसुद्धा कमी होताना दिसून येते.

तक्ता क्र. २.४

भारताच्या अर्थसंकल्पातील तूट प्रवृत्ती (कोटी रु.)

वर्ष	महसुली तूट	वित्तीय तूट	प्राथमिक तूट
१९९०-९१	१८५६० (३.२)	४४६३० (७.७)	२३१३० (४.०)
२०००-०१	८५२३४	११८८१६	१९५०२
२००१-०२	१००१६२	१४०९५५	३३४९५
०२-०३	१०७८८०	१४५०७२	२७२६८
०३-०४	९८२६२	१२३७२३	-३६५
०५-०६	९२२९९	१,४६४३५	१३८०५
०६-०७	८०२२ (१.९)	१,४२५७० (३.५)	-७७०० (-०.२)
०८-०९	२५३५३९ (४.५)	३३६९९२ (६.०)	१४४७८८ (२.६)
२०१०-११ (बजेट अंदाज)	२७५६१२ (४.०)	३८१४०८ (५.५)	१३२७४४ (१.९)
२०११-१२	(४.३)	(५.७)	-
२०१२-१३ (प्रत्यक्ष)	३६५८९६ (३.६)	४९०५९७ (४.९)	१७७४२८ (१.८)
२०१३-१४ (प्रत्यक्ष)	३५७००८ (३.१)	५०२८५८(४.४)	१२८६०४ (१.०)
२०१४-१५ (अंदाजपत्रक)	३७८३४८ (२.९)	५३११७७ (४.१)	१०४१६६ (०.८)
२०१४-१५ (सुधारित)	३६२४८६ (२.९)	५१२६२८ (४.१)	१०१२७४ (०.८)
२०१५-१६ (अंदाजपत्रक)	३९४४७२ (२.८)	५५५६४९ (३.९)	९९५०४ (०.७)
२०१६-१७ (प्रत्यक्ष)	३१६३१८१	५३५६१८	५४९०४
२०१८-१९ (अंदाजपत्रक)	४१६०३४	६२४२७६	४८४८१
२०२०-२१ (अंदाजपत्रकीय)	६.०९ लाख कोटी रु.	७.९६ लाख कोटी रु.	०.८८ लाख कोटी रु.

(Source : Indian Economy Datt Sundharam Edition 72th Edition 2018, P. 975 असा आहे. केंद्रीय अर्थसंकल्प - यशवंत रारावीकर २०१० व २०१८-१९चे अंदाजपत्रक) २०२०-२१ - लाख कोटी रुपये.

(संदर्भ - आर्थिक सर्वेक्षण २०२०-२१)

महसुली तुटीचे प्रमाण जी.डी.पी.शी प्रमाण साधारणपणे ३ ते ५ टक्क्यांच्या दरम्यान आहे. २००९-१० या वर्षातील तूट मागील १० वर्षांत सर्वांत जास्त आहे कारण जागतिक वित्तीय संकटांमुळे भारतावर आलेले मंदीचे संकट होय. जागतिक वित्तीय संकटामुळे अर्थव्यवस्था मंदीतून वाचविण्यासाठी सरकारने वित्तीय तुटीचे समर्थन केले व एकूण मागणी वाढविण्यासाठी काही सवलती देण्याचे ठरविले. त्यामुळे एकूण खर्च वाढून तूट वाढत गेली.

प्राथमिक तूट २००७-०८ या वर्षात ०.९ टक्के होती. म्हणजेच २००७-०८मध्ये वित्तीय तूट भरून काढण्यासाठी घेतलेले हे कर्ज मागील वर्षात घेतलेल्या कर्जावरील व्याज देण्यासाठीसुद्धा पुरेसे नव्हते, ही एक गंभीर बाब आहे. महसुली तुटीचे वित्तीय तुटीशी प्रमाण या बाबीचा विचार करता साधारणपणे हे प्रमाण किमान ४१.४ टक्के तर ८१.० टक्के एवढे होते. म्हणजे २००७-०८मध्ये वित्तीय तुटीचा किमान ४१.४ टक्के आणि कमाल ८१ टक्के भाग महसुली तुटीमुळे २००९-१०मध्ये निर्माण झाला. याचा अर्थ वित्तीय तुटीत मोठ्या प्रमाणात महसुली तूट कारणीभूत आहे. तसेच एकूण कर्जाचे (संचित) चालू GDP शी असणारे प्रमाण ५० ते ५५ टक्के आहे. ते २०१५-१६ या वर्षासाठी ३३.७८ टक्के आहे.

वित्तीय तूट १९९०-९१मध्ये रुपये ४४६३० कोटींची २००३-०४मध्ये रुपये १२,३७,०३३ कोटींपर्यंत वाढली म्हणजेच ती ३.५ पट वाढली. ही तूट वाढत जाऊन २००८-०९मध्ये ३३६९९२ कोटी रुपयांपर्यंत वाढली. २०१०-११च्या अंदाजपत्रकात (बजेट अंदाजानुसार) ३,८१,४०८ कोटींपर्यंत वाढली, तर २०१४-१५ च्या बजेट अंदाजानुसार ५३११७७ (४.१) कोटींपर्यंत वाढली. परंतु २०१५-१६मध्ये GDP शी असणारे प्रमाण ३.९ टक्क्यांपर्यंत कमी झाले.

प्राथमिक तुटीतसुद्धा वाढ झालेली आहे. १९९०-९१मध्ये फक्त २३१३० कोटी रुपये असणारी तूट २००१-०२मध्ये ३३४९५ कोटी रुपयांपर्यंत वाढली. २००२-०३ पासून प्राथमिक तूट २००५-०६ पर्यंत कमी झालेली दिसून येते. मात्र, त्यानंतर २००८-०९ पासून या तुटीत वाढ झाली.

२०१४-१५ या वर्षापासून पुन्हा ती कमी होण्याला सुरुवात झाली. २०१५-१६ च्या अंदाजपत्रकात ती ०.७ टक्क्यांपर्यंत कमी झाली, तर २०१८-१९ मध्येसुद्धा ती कमी झाली.

वित्तीय तूट आणि प्राथमिक तुटीच्या तुलनेत महसुली तुटीत जास्तच पटीने वाढ झाली आहे. सरकारने स्वतःच्या मिळकतीच्या मर्यादेत महसुली खर्च केला असता तर वित्तीय तूट भरून काढण्यासाठी उभारलेल्या कर्जाचा उपयोग उत्पादन

वाढविणारी गुंतवणूक करून आर्थिक विकासाला वेग देता आला असता. पण महसुली जमेपेक्षा महसुली खर्चात सतत वाढ होऊन महसुली तूट वाढल्याने वित्तीय तुटीतही प्रचंड वाढ झाली. परिणामी, मोठ्या प्रमाणात कर्जे घ्यावी लागली. एवढी मोठी कर्जे उभारून शेवटी खर्च अनुत्पादक बाबींवर जास्त व उत्पादकता वाढविण्याच्या बाबींवर कमी, हे तक्त्यातील महसुली तुटीचे वित्तीय तुटीशी असलेल्या टक्केवारीवरून सहज लक्षात येते.

तर तो तब्बल ७९.४ टक्क्यांपर्यंत केला गेला. वित्तीय तूट भरून काढण्यासाठी काढलेल्या कर्जाचा उपयोग सातत्याने जास्त प्रमाणात अनुत्पादक खर्च भागविण्यासाठी केल्यामुळे भांडवल गुंतवणुकीकडे दुर्लक्ष झाले आणि न पेलवेल एवढे कर्जाचे ओझे वाढले. २०१५-१६मध्ये एकूण कर्जाचे GDP शी असणारे प्रमाण ३३.७८ टक्के होते. वित्तीय व्यवहारांचे व्यवस्थापन कार्यक्षम करावयाचे असेल तर महसुली जमेत वाढ झाली पाहिजे त्यामुळे महसुली तूट कमी होईल. परिणामी, वित्तीय तुटीत ही घट होऊन डोंगराएवढ्या उभ्या केलेल्या कर्जाचे ओझे कमी होईल. उभारलेल्या कर्जाचा उपयोग योजनेतर बाबींवर खर्च करण्याऐवजी योजना खर्च किंवा भांडवली गुंतवणूक करण्यासाठी अधिकतम खर्च केल्यास उत्पादन वाढून कर्ज परत करण्याची ऐपत वाढेल आणि वित्तीय तूट सुसह्य होईल. हे करण्याची राजकीय इच्छाशक्ती असेल तर, वित्तीय व्यवहारांचे व्यवस्थापन सुधारून विकासाचे अपेक्षित उद्दिष्ट निश्चित गाठण्याला मदत होईल.

२.५ सार्वजनिक कर्ज (Public Debt)

सार्वजनिक कर्ज म्हणजे सरकारने सार्वजनिक कामासाठी घेतलेले कर्ज. केंद्र सरकार, राज्य सरकारे, महानगरपालिका, स्थानिक स्वराज्य संस्था इत्यादींना कर्ज घ्यावे लागते. त्यालाच 'सार्वजनिक कर्ज' म्हणतात. आजची सरकारे वेगवेगळ्या पद्धतीने कर्ज घेतात. सार्वजनिक कर्ज हे आधुनिक सरकारच्या उत्पन्नाचे साधन मानले जाते; कर्ज घेणे हे तसे पूर्वीपासून चालत आले आहे. सरकारचा खर्च भागविण्यासाठी उपाय म्हणून कर्ज घेतले जात असे, परंतु प्राचीन काळी अर्थशास्त्रज्ञांना कर्ज घेणे आवडत नसे. प्रो. बॅस्टॅबल यांच्या मते, सरकारांची तुलना व्यक्तीशी केल्यास ज्या प्रकारे एखादी व्यक्ती कर्जाच्या साहाय्याने कायमस्वरूपी आपले व्यवहार करू शकत नाही; तसेच एखादे सरकारसुद्धा कर्जावर कायमस्वरूपी अवलंबून राहू शकत नाही. असेच मत अ‍ॅडम स्मिथ यांचेसुद्धा होते. स्मिथ यांनी सरकारी कर्जाला विरोधच केला. सरकारी कर्जामुळे अनावश्यक खर्च आणि युद्ध खर्च यांसारख्या व्यर्थ खर्चांना उत्तेजन

मिळते आणि देशाची आर्थिक स्थिती विस्कळीत होते. परंतु सध्या अर्थशास्त्रज्ञ असे मत व्यक्त करीत नाहीत.

आज कर्ज हे कर, शुल्क, दंड, मूल्य, नफा इत्यादी मार्गांसारखाच एक उत्पन्नाचा मार्ग म्हणून समजले जाते. सरकारी कर्ज उत्पादक मानले जाते पण हे उत्पन्न कायम स्वरूपाचे नसते ते परत करावयाचे असते.

आधुनिक काळात जगातील बहुतेक देश 'कल्याणकारी राज्ये' म्हणून ओळखण्यात येतात. भारतानेसुद्धा कल्याणकारी राज्याची संकल्पना स्वीकारली, त्यामुळे उत्पन्नाच्या वाढीपेक्षा खर्चात फार जलद वाढ होत आहे. त्यामुळे तुटीच्या अंदाजपत्रकाचे सतत साहाय्य घेणे भाग पडते. अंदाजपत्रकातील तूट भरून काढण्यासाठी प्रचलित करात वाढ करून अथवा नवीन कर लादून उत्पन्नात वाढ करणे किंवा देशांतर्गत अथवा परकीय राष्ट्राकडून कर्ज घेणे हे दोन पर्याय उपलब्ध असतात. करांच्या माध्यमातून पैसा उभा करण्यास मर्यादा येतात; कारण करांचे प्रमाण जास्त वाढल्यास त्याचा अर्थव्यवस्थेवर अनिष्ट परिणाम होतो. तसेच लोकांकडून प्रतिकारही वाढत जातो; म्हणून सरकारला कर्ज उभारणे हा एकमेव पर्याय अत्यंत सोईचा ठरतो. त्याचा मोठ्या प्रमाणावर अवलंब केला जातो.

२.५.१ सार्वजनिक कर्जाचा अर्थ (Meaning of Public Debt)

सरकारने देशांतर्गत अथवा परकीय देशांकडून घेतलेले कर्ज म्हणजे 'सार्वजनिक कर्ज' होय. सरकार आपल्या देशातील बँका, खासगी व्यक्ती आणि संस्था, वित्तीय संस्था, मोठे उद्योग इत्यादींकडून कर्ज घेत असते. तसेच परकीय सरकार, परकीय संस्था व नागरिक, आंतरराष्ट्रीय स्तरावरील बँका, आंतरराष्ट्रीय नाणे निधी, जागतिक बँक यांच्याकडूनसुद्धा सरकार कर्ज घेते. या सर्वांचा समावेश सार्वजनिक कर्जात होतो. अलीकडच्या काळात 'सार्वजनिक कर्ज' सरकारच्या उत्पन्नाचे एक साधन बनले आहे. परंतु त्याची सव्याज परतफेड करावी लागते.

केंद्र सरकार, राज्य सरकार, स्थानिक स्वराज्य संस्था यांसारख्या सार्वजनिक यंत्रणांनी घेतलेल्या सर्व प्रकारच्या कर्जांचा समावेश सार्वजनिक कर्जात केला जातो.

सार्वजनिक कर्जाची सुरुवात १७व्या शतकात झाली. त्यानंतर सार्वजनिक कर्जात मोठ्या प्रमाणात वाढ होत गेली. त्याआधी राजे दुष्काळ, रोगराई, पूर इत्यादी नैसर्गिक आपत्तींच्या काळात स्वत:जवळील संपत्तीचा उपयोग करीत असत. वेळप्रसंगी लोकांवर करही लावला जात असे. राजे लोकांनी नंतर बँकांकडून आणि औद्योगिक संस्थांकडून कर्ज घेण्यास सुरुवात केली. जिनिव्हा आणि व्हेनिसमधील सरकारांनी बँकांकडून कर्ज घेण्याची प्रथा प्रथम सुरू केली.

पहिल्या महायुद्धानंतर सार्वजनिक खर्चाचा विचार करण्यात येऊ लागला. मंदीच्या काळात सरकारने सार्वजनिक खर्च वाढविला पाहिजे या विचारातून तुटीच्या अंदाजपत्रकाची कल्पना पुढे आली. वाढता खर्च भागविण्यासाठी सार्वजनिक कर्जाचा विचार करणे भाग पडले. आज जगातील सर्वच देश आपला खर्च भागविण्यासाठी तसेच विकास कामे करणे यासाठी वेगवेगळ्या मार्गांनी कर्ज उभारणी करतात.

सार्वजनिक कर्जाची व्याख्या

१) प्रा. टेलर यांच्या मते, 'सरकारी कर्ज म्हणजे सरकारी तिजोरीने मूळ मुद्दल व त्यावरील व्याज देण्याबाबत दिलेले वचन होय. सरकारी कर्ज हे बहुधा कर्ज रोखे किंवा राजकोषपत्र अथवा ट्रेजरी बिल्सच्या साहाय्याने अल्प मुदतीसाठी उभे केले जाते. हे कर्ज रोखे आणि राजकोषपत्रे ही धारकांना सरकारने दिलेली वचनपत्रे होत. या वचनपत्रात सरकार ठरावीक दराने नियमित व्याज देण्याचे किंवा मुदतीअखेरीस मुद्दलाबरोबर संपूर्ण व्याज देऊन परतफेड करण्याचे वचन देते.'

२) प्रा. फिंडले शिरास यांच्या मते, 'केंद्र सरकार स्वदेशातून किंवा परकीय देशांकडून जे कर्ज घेते ते सार्वजनिक कर्ज होय.'

३) प्रा. मेहता यांच्या मते, 'सार्वजनिक कर्ज ही एक आधुनिक घटना आहे आणि ती लोकशाही सरकारच्या उदयामुळे अस्तित्वात आली आहे.'

४) प्रा. डाल्टन यांच्या मते, 'सार्वजनिक सत्तेच्या उत्पन्नाचे एक साधन म्हणजे सार्वजनिक कर्ज होय.'

थोडक्यात, सरकारद्वारे उभारल्या जाणाऱ्या कर्जांना 'सार्वजनिक कर्ज' म्हणतात. भारतीय केंद्र सरकार आणि घटकराज्य सरकारांना कर्ज उभारण्याचे वैधानिक अधिकार भारतीय राज्यघटनेने दिले आहेत.

सरकारला जेव्हा कर्जाची गरज भासते तेव्हा नाणेबाजारात आणि भांडवल बाजारात हुंड्या, ऋणपत्रे, कर्जरोखे इत्यादी तारणावर अथवा विक्री करून सरकार कर्ज उभारते, त्यासाठी देशाची मध्यवर्ती बँक सरकारला मदत करते.

२.५.२ सार्वजनिक कर्जाचे स्रोत (Sources of Public Debt.)

जेव्हा सरकार देशातील व्यक्ती, वित्तीय आणि अन्य संस्था यांच्याकडून कर्ज उभारते तेव्हा त्या कर्जाला 'अंतर्गत कर्ज' असे म्हणतात. याउलट, जेव्हा सरकार परकीय नागरिकांकडून परकीय वित्तीय संस्थांकडून व आंतरराष्ट्रीय वित्तीय संस्थांकडून आणि परकीय सरकारकडून कर्ज उभारते तेव्हा त्याला 'बाह्य कर्ज' असे म्हणतात. देशातील सरकार दोन मार्गाने कर्ज उभारते. ते पुढीलप्रमाणे आहेत. -

१) अंतर्गत कर्ज उभारणीचे मार्ग

अ) अल्पबचती किंवा देशातील नागरिक : देशातील लोक जी बचत करतात त्या बचतीतून सरकारला अंतर्गत कर्ज उपलब्ध होते. सरकार बचत योजनेतूनही कर्ज उभारते. उदा. पोस्टातील बचत खाती, राष्ट्रीय बचत प्रमाणपत्रे, भविष्य निर्वाह निधी इत्यादींद्वारे अंतर्गत कर्जे उभी केली जातात. तसेच सरकार कर्जरोख्यांची विक्री करते. सरकारी रोख्यांच्या खरेदी-विक्रीकरता लोक येत असल्याने त्यांचे हस्तांतरण होऊ शकते; अशा रीतीने सरकार देशातील लोकांकडून विविध मार्गाने कर्ज उभारते.

ब) बाजार कर्ज : हे कर्ज मुख्यत: व्यक्ती आणि संस्थांकडून उभारले जाते. उदा. व्यापारी बँका, आयुर्विमा महामंडळ, युनिट ट्रस्ट ऑफ इंडिया इत्यादी. सार्वजनिक कर्जातील फारच थोडा हिस्सा हा या व्यक्तींकडून उभारला जातो आणि बहुतेक कर्ज हे संस्थांकडूनच उभारले जाते; एकूण सार्वजनिक कर्जात बाजार कर्जाचा हिस्सा वाढतच आहे.

क) वित्तीय संस्थांकडून उभारलेली मुदत कर्जे : या मार्गाने उभारण्यात येणारे कर्ज गेल्या काही वर्षांत सातत्याने वाढत आहे. यात अल्प, मध्यम व दीर्घ मुदतीच्या कर्जांचा समावेश होतो. विमा कंपन्या, विश्वस्त संस्था या सरकारी कर्जरोख्यांची खरेदी करतात.

ड) मध्यवर्ती बँकांकडून घेण्यात येणारी कर्जे : तुटीच्या अर्थभरण्यासाठी विविध मार्गांनी वित्त पुरवठा उभारला जातो; त्यांपैकी एक महत्त्वाचा मार्ग म्हणजे मध्यवर्ती बँकेकडून घेतले जाणारे कर्ज होय.

सरकारी खर्चाची बिले मध्यवर्ती बँकेकडून पाठविली जातात. ज्यांना सरकारने पैसे द्यावयाचे असतात. त्यांच्या नावे इतर बँकात खाती उघडली जातात. त्या बँकांकडे स्वत:चे पैसे व इतर ठेवी असतात. तसेच मध्यवर्ती बँकेकडे इतर बँकांच्या ठेवा असतात. ज्या बँकांमध्ये खाते उघडले असेल तेथे सरकारच्या वतीने पतनिर्मितीच्याद्वारे खातेदारांना पैसे देतात. या मार्गानेसुद्धा अंतर्गत कर्ज उभारणी करता येते.

इ) बँकेतर वित्तीय संस्था : विमाकंपन्या, संघटित बचत बँका, विश्वस्त संस्था या संस्था सरकारी कर्जरोख्यांची खरेदी करतात. सरकारची आर्थिक पात्रता, विश्वसनीयता, पैसे परत मिळण्याची खात्री यामुळे सरकारी रोख्यात गुंतवणूक केली जाते. या मार्गाने अंतर्गत कर्ज उभारणी केली जाते.

ई) व्यापारी बँका : व्यापारी बँका पतनिर्मितीच्या प्रक्रियेतून सरकारी कर्ज

रोख्यांची खरेदी करतात. त्यामुळे सरकारला कर्ज उपलब्ध होते तसेच व्यापारी बँकांकडून पैसे उसने घेणे इत्यादी प्रकारे कर्ज घेतले जाते.

उ) **कर्ज उभारणी :** राखीव निधी व ठेवींच्या स्वरूपातील कर्ज उभारणी.

२) बाह्य कर्ज उभारणीचे मार्ग

सरकारने देशाबाहेरून कर्ज उभारणी केल्यास त्यास परकीय कर्ज किंवा बाह्य कर्ज असे म्हणतात; ते पुढील मार्गाने उभारता येते –

अ) **परकीय नागरिक :** परकीय नागरिकांकडून विविध प्रकारे सरकार बाह्य कर्ज घेते. सरकारी रोख्यांची विक्री परकीय नागरिकांना केली जाते त्यातून बाह्य कर्जाची उभारणी केली जाते.

ब) **परकीय सरकार आणि परकीय वित्तीय संस्था :** परकीय सरकारकडून कर्ज मिळविले जाते; तसेच परकीय वित्तीय संस्थांकडूनसुद्धा कर्ज मिळविले जाते. हे कर्ज तंत्रज्ञान अथवा परकीय चलन अथवा वस्तूंच्या स्वरूपात प्राप्त केले जाते.

क) **आंतरराष्ट्रीय वित्तीय संस्था :** जागतिक बँक, आंतरराष्ट्रीय नाणेनिधी, आशियायी विकास बँक, आंतरराष्ट्रीय वित्तीय महामंडळ इत्यादींद्वारे सरकार बाह्य कर्ज मिळविते. या कर्जाचा उपयोग आर्थिक विकासाच्या कार्यक्रमासाठी केला जातो.

बाह्य कर्ज हे युद्ध खर्च, युद्धसाहित्य, आधुनिक तंत्रज्ञान, विकास कार्यक्रम व प्रकल्प, व्यवहारातील देणी–घेणी इत्यादींसाठी घेतले जाते.

भारताला देशांतर्गत कर्जाप्रमाणे बाह्य कर्जावरसुद्धा अवलंबून राहावे लागते. विविध प्रकल्पांसाठी यंत्रसामग्री, त्यांचे सुटे भाग, तांत्रिक ज्ञान व कौशल्य उपलब्ध करून देण्याच्या दृष्टीने भारताला परकीय कर्जावर अवलंबून राहावे लागते; कारण भारताला आपला निर्यात व्यापार वाढवून वरील विकासोन्मुख साधनसामग्री खरेदी करण्यासाठी आवश्यक असलेले परकीय चलन मिळविणे दुरापास्त झाले. भारताने केलेल्या एकूण आयातीची किंमत देशाने केलेल्या निर्यात वस्तूंच्या किमतीपेक्षा नेहमी आधिक्य राहिले. त्यामुळे विकासासाठी आवश्यक असलेले परकीय चलन परकीय कर्जाद्वारे मिळवावे लागले. वेळोवेळी काढलेले हे परकीय कर्ज कराराप्रमाणे चलनात फेडावे लागते.

तक्ता २.५

केंद्र सरकारच्या कर्जाची सद्यस्थिती

(लाख कोटी रु.)

	२०१४ –१५	२०१५ –१६	२०१६ –१७	२०१७ –१८	२०१८ –१९	२०१९ –२०
अ) सार्व. कर्ज (अ१ + अ२)	५१.०५	५७.११	६१.५०	६८.८४	७५.८८	८६.०५
अ१) अंतर्गत कर्ज (ए + ऐ)	४७.३८	५३.०५	५७.४२	६४.०१	७०.७५	८०.२०
ए) बाजार सुरक्षितता रोखे (Securities)	४३.०९	४७.२८	५०.४९	५५.१०	५९.६०	६५.६०
ऐ) बाजारेतर सुरक्षितता रोखे (Securities)	४.२९	५.७७	६.९३	८.९१	११.०६	१४.६०
अ२) बाह्य कर्ज	३.६६	४.०७	४.०८	४.८३	५.१३	५.८५
ब) सार्वजनिक खाते – इतर देयता	७.६२	८.१६	८.५७	९.१५	९.९६	९.८९
क) अधिक अंदाजपत्रकीय स्रोत	०.००	०.००	०.०९	०.२४	०.८८	१.१०
ड) एकूण देयता (अ+ब+क)	५८.६६	६५.२७	७०.१६	७८.२३	८६.७२	९७.०५

(स्रोत – आर्थिक सर्वेक्षण २०२०–२१)

२.५.३ भारतीय अर्थव्यवस्थेतील सार्वजनिक कर्जवाढीची कारणे (Causes of Growth in Public Debt on Indian Economy)

भारतीय अर्थव्यवस्थेत सार्वजनिक कर्ज वाढण्यामागे अनेक कारणे आहेत. त्यातील महत्त्वाची कारणे म्हणजे

१) राजकोषीय / वित्तीय तूट : जेव्हा सरकारचे उत्पन्न त्याच्या खर्चाच्या

तुलनेत कमी असते, तेव्हा सरकारला कर्ज घ्यावे लागते. भारतात सरकारी खर्च सतत वाढत आहे. विशेषत: सामाजिक योजना, पायाभूत सुविधा विकास, अनुदाने आणि संरक्षण इत्यादीसाठी. परंतु कर संकलन अपेक्षेपेक्षा वाढत नाही. त्यामुळे सरकारकडे उत्पन्नाची कमतरता भासते. सातत्याने तुटीचा दर हे सार्वजनिक कर्ज वाढण्यामागील एक प्रमुख कारण आहे.

२) **कर संकलनातील अपुरी वाढ :** भारतातील कर संकलन प्रमाण GDP च्या तुलनेत तुलनात्मकदृष्ट्या कमी आहे. परिणामी, सरकारला खर्च भागविण्यासाठी कर्जाचा आधार घ्यावा लागतो.

३) **महागाई व व्याजदर :** महागाईमुळे खर्च वाढतो, आणि व्याज जास्त असल्यास सरकारला जुन्या कर्जावर जास्त व्याज द्यावे लागते. त्यामुळे सरकार नवीन कर्ज घेते.

४) **नैसर्गिक आपत्ती आणि आपत्कालीन खर्च :** पूर, दुष्काळ, महामारी (जसे कोविड-१९) यासारख्या परिस्थितीमुळे अनपेक्षित खर्च वाढतो आणि कर्ज घेण्याची गरज निर्माण होते.

५) **कर्ज वित्तीय धोरण :** काही वेळा सरकार लोकप्रिय योजना सुरू करते जसे कर्ज माफी, मोफत सेवा इ. आणि त्यासाठी उत्पन्न नसल्यास कर्ज घेतले जाते.

६) **विदेशी कर्ज :** आंतरराष्ट्रीय संस्था किंवा देशांतर्गत घेतले जाणारे कर्जसुद्धा सार्वजनिक कर्जामध्ये भर घालते.

७) **सामाजिक कल्याणकारी योजना :** गरिबी निर्मूलन, आरोग्य सेवा, शिक्षण, ग्रामीण विकास या सामाजिक सेवांवर सरकार मोठा खर्च करते. नागरिकांचे जीवनमान सुधारण्यासाठी योजना आवश्यक असल्या तरी त्यांना मोठ्या संसाधनांची गरज असते. त्यामुळे सरकारला कर्ज घेणे भाग पडते.

८) **लोकसंख्या विकास :** भारतातील लोकसंख्या वाढ पहाता, वाढत्या लोकसंख्येच्या गरजा पूर्ण करण्यासाठी सरकारला जास्त खर्च करावा लागतो. लोकसंख्येच्या विकासासाठी खर्चाचे प्रमाण वाढत आहे.

९) **आर्थिक सकारात्मक परिस्थिती :** व्याजदर बदल अथवा भारतीय रुपयाचे विदेशी चलन कर्जाची परत फेड त्यामुळे कर्ज अधिक महाग होते. त्यामुळे कर्जाचा बोजा वाढतो.

१०) **वित्तीय गैरव्यवस्थापन :** काही अनुत्पादक खर्चात वाढ, कर प्रणालीतील कमतरता इत्यादीमुळे सार्वजनिक कर्जात वाढ होऊ शकते. त्यासाठी वित्तीय

व्यवस्थापन योग्य असणे आवश्यक ठरते.

११) **विकासासाठी खर्च :** सरकार विकासासाठी विविध क्षेत्रांमध्ये खर्च करते जसे शेती व शेतीशी संलग्न क्षेत्र, उद्योग क्षेत्र, सेवा क्षेत्र, वाहतूक दळणवळण इ. परंतु हा खर्च अपुरा पडतो अशा वेळी भारत सरकारला कर्जे घ्यावी लागतात.

१२) **सार्वजनिक क्षेत्रावरील खर्च :** मोठे व अवजड उद्योग तसेच पायाभूत सुविधांसाठी मोठ्या प्रमाणात गुंतवणूक करावी लागते. त्यासाठी कर्जे घेतली जातात.

१३) **प्रशासकीय खर्च :** शासकीय अधिकाऱ्यांचे पगार, भत्ते, निवृत्तीवेतन इत्यादी महसुली उत्पन्नातून भागविणे सरकारला शक्य होत नाही. त्यामुळे सार्वजनिक कर्जे घेतली जातात.

थोडक्यात, भारतातील सार्वजनिक कर्ज वाढण्यामागे उत्पन्नाच्या तुलनेत खर्चाचे वाढते प्रमाण, कर संकलनातील मर्यादा, आणि धोरणात्मक निर्णय यांचा मोठा वाटा आहे. हे कर्ज आर्थिक शिस्त आणि दीर्घकालीन नियोजनाद्वारे नियंत्रित करणे आवश्यक आहे.

२.६ भारतीय अर्थव्यवस्थेवरील कर्जाचे परिणाम (Effects of Public Debt on Indian Economy)

सार्वजनिक कर्जाचे भारतीय अर्थव्यवस्थेवर सकारात्मक आणि नकारात्मक (अनुकूल आणि प्रतिकूल) दोन्ही परिणाम होतात.

१) **वाढते व्याजदायित्व :** सरकारला दरवर्षी महसुलाच्या सुमारे २५% किमतीचे व्याज देणे लागत आहे. जे शिक्षण, आरोग्य व इतर कल्याणकारक खर्च कमी करून घेते.

२) **आर्थिक सुरक्षा आणि गुंतवणूक :** अस्थिर कर्ज प्रोफाइल आणि उच्च व्याजदायित्वामुळे भारताच्या Sovereign credit rating मध्ये सुधारणा होत नाही. Fich च्या मते ८०% पेक्षा जास्त सार्वजनिक कर्ज / GDP असल्यामुळे रेटिंग अपग्रेड अवघड होऊ शकतो.

३) **जीडीपी वाढ आणि विकासावरील दबाव :** कर्ज / GDP चे प्रमाण जास्त असल्यास, विकसनशील प्रकल्पांसाठी निधी कमी होऊ शकतो. खाजगी क्षेत्रावर 'Crowding-out' म्हणजे सरकारी कर्जामुळे व्याजदर वाढून खाजगी गुंतवणूक कमी होण्याची शक्यता आहे.

४) **आर्थिक धोके :** महागाईचा धोका वाढतो, विशेषत: स्टिम्युलेशन धोरणामुळे

बाजारात जास्त चलन पुरवठा झाल्यास, रिझर्व बँक ऑफ इंडियावर व्याजदर आणि चलन सुरक्षेसाठी दबाव वाढतो.

५) **भविष्यातील पिढ्यांवर भार :** सतत वाढणारे कर्ज ही भविष्यातील पिढ्यांसाठी आर्थिक ओझे ठरू शकते.

६) **विदेशी अवलंबन वाढते :** आंतरराष्ट्रीय कर्ज वाढल्यास, भारत परकीय संस्था किंवा देशांच्या अटींवर अवलंबून राहू शकतो.

७) **पतनामाकंन कमी :** जर सार्वजनिक कर्ज खूप वाढले तर पतनामांकन संस्था भारताचे पतनामाकंन कमी करू शकतात. शिवाय भविष्यात भारताला लाभ मिळवून देऊ शकतात.

८) **विकास योजनांना चालना :** सार्वजनिक कर्जामुळे सरकारला मोठ्या प्रमाणावर भांडवली गुंतवणूक करता येते. जसे पायाभूत सुविधा, रस्ते, वीज, प्राणी योजना इत्यादी.

९) **रोजगार निर्मिती :** कर्जातून होणाऱ्या गुंतवणुकीमुळे नवीन प्रकल्प सुरू होतात त्यामुळे रोजगाराच्या संधी निर्माण होतात.

१०) **आर्थिक वृद्धीला गती :** गुंतवणुकीमुळे उत्पादन, मागणी आणि जीडीपी मध्ये वाढ होते.

११) **समाजकल्याण कार्यक्रमांना मदत :** गरिबी हटवण्यासाठी शिक्षण, आरोग्य, अनुदान योजना चालवण्यासाठी कर्ज उपयोगी पडते.

याशिवाय कर्जाचे परिणाम विस्तृत स्वरूपात पुढीलप्रमाणे सांगता येतात.

१) सार्वजनिक कर्जाचे उपभोगावरील परिणाम : देशांतर्गत कर्ज काढण्यासाठी सरकार आपले कर्ज रोखे विक्रीस काढते. जर सरकारकडून मोठ्या प्रमाणाता कर्ज उभारण्यात आल्यास जनतेच्या क्रयशक्तीत/खरेदीशक्तीत घट होते; कारण लोकांचा उपभोगावर वापरण्यात येणारा पैसा सरकारकडे कर्जाद्वारे जातो. परिणामी, लोकांचे उपभोगाचे प्रमाण कमी होते.

सरकार तेजीच्या काळात भाववाढीस आळा घालण्यासाठी कर्जाची उभारणी करते. सरकारने परकीय कर्जाचा उपयोग देशात दुर्मीळ असणाऱ्या उपभोग्य वस्तूंच्या आयातीसाठी केल्यास त्याचा उपभोगावर अनुकूल परिणाम होतो आणि उपभोगात वाढ होते; तसेच अशा वस्तूंच्या भाववाढीवरही नियंत्रण येते.

धरणे, कॅनॉल इ. सार्वजनिक कामावर खर्च केला म्हणजेच सार्वजनिक खर्चाचा उपयोग उत्पादक कार्यासाठी केला तर त्यामुळे रोजगाराची पातळी, उत्पादन, उत्पन्न व उपभोगात वाढ होते. जेव्हा भविष्यात सरकार घेतलेले कर्ज परतफेड करते तेव्हा

कर्जरोखे धारकांचे उत्पन्न वाढते; वाढलेल्या उत्पन्नाचा उपयोग गुंतवणुकीसाठी केला जाईल की, उपभोगासाठी ते व्यक्तीच्या उपभोग प्रवृत्तीवर अवलंबून असते.

२) खासगी गुंतवणुकीवरील परिणाम : सरकारी कर्जात मोठी वाढ झाल्यास खासगी क्षेत्रांस गुंतवणुकीच्या निधीत तुटवडा निर्माण होतो, कारण नाणे बाजारात उपलब्ध असणारा निधी मर्यादित असल्याने सरकारी कर्जामुळे खासगी क्षेत्रास उपलब्ध होणारा निधी कमी पडतो त्याचा गुंतवणुकीवर विपरीत परिणाम होतो.

सार्वजनिक खर्चाचा प्रभाव आर्थिक क्रिया व रोजगारावर पडून खासगी क्षेत्राच्या विस्ताराला आणि विकासाला चालना मिळते. कर्जाची रक्कम जेव्हा सरकार खर्च करते त्यामुळे लोकांच्या खरेदीशक्तीत वाढ होते. त्यामुळे आर्थिक व्यवहारांचे प्रमाण वाढून उद्योगांच्या वस्तुंना मागणी निर्माण होऊन उद्योगधंदे वाढीस लागतात. अमेरिकेत आर्थिक मंदीच्या काळात एक लक्षाहून अधिक इमारती, रस्ते, शाळा, बगिचे, क्रीडांगणे, ग्रंथालये निर्माण करून मंदीचे प्रमाण कमी केले होते. थोडक्यात, खासगी क्षेत्रावर अनुकूल परिणाम होतो.

३) उत्पन्न वाटपावरील परिणाम : सार्वजनिक कर्जाचा देशातील उत्पन्नाच्या वाटपावर परिणाम होतो. समजा श्रीमंत लोकांच्या सरकारी कर्जाच्या उभारणीत मोठा वाटा असेल आणि हे कर्ज गरीब लोकांच्या सामाजिक सोयी पुरविण्यावर खर्च होणार असेल तर देशाच्या उत्पन्नातील वाटपातील विषमता कमी होईल. परंतु कर्जाचा बोजा गरीब लोकांवर पडला तर देशातील उत्पन्न वाटपाच्या विषमतेत भर पडेल. गरीब लोकांनी अल्प प्रमाणात कर्जाचा वाटा उचलला असेल तर त्याच्या बदल्यात त्यांना व्याजाच्यारूपाने अधिक उत्पन्न मिळेल आणि त्या प्रमाणात उत्पन्न वाटपातील विषमता कमी होईल.

४) उत्पादनावरील परिणाम : सरकार देशांतर्गत आणि बाह्य कर्जाची उभारणी करते व ते कर्ज विविध प्रकारच्या उत्पादक कार्यासाठी वापरतात. उदा. लोखंड आणि पोलाद निर्मिती, रेल्वे, रस्ते बांधणी, बहुउद्देशीय जल प्रकल्प इ. हे प्रकल्प पूर्ण झाल्यावर देशाच्या उत्पादन क्षमतेचा पाया मजबूत करण्यास मदत करतात व त्यामुळे उत्पादनात लक्षणीय वाढ होते.

सार्वजनिक कर्जाचा महत्त्वाचा परिणाम म्हणजे या कर्जाद्वारे जनतेच्या बँकेतील निष्क्रिय ठेवींचे क्रियाशील भांडवलात परिवर्तन घडून आणले जाते. या कर्जाची जेव्हा परतफेड केली जाते. तेव्हा पैशांची खर्चाकडून बचतीकडे बदली केली जाते; अशा रीतीने सार्वजनिक कर्ज हे देशात भांडवल निर्मितीचे महत्त्वाचे कार्य पार पाडते आणि अर्थव्यवस्थेची उत्पादन क्षमता मजबूत करते.

५) सार्वजनिक कर्जाचे विभाजनावर होणारे परिणाम : सार्वजनिक कर्जाचा अर्थव्यवस्थेतील उत्पन्न आणि संपत्तीच्या विभाजनावर परिणाम होतो; जर सरकार श्रीमंत वर्गाकडून कर्ज घेऊन त्याचा उपयोग गरीब वर्गाच्या हितासाठी करते तेव्हा संपत्तीच्या वितरणातील विषमता कमी होण्याला मदत होते. परंतु, कर्जाचा बोजा गरीब लोकांवर पडल्यास उत्पन्न वितरणाच्या विषमतेत भर पडेल. गरीब जनतेने अल्प प्रमाणात कर्जाचा वाटा उचलला असेल तर त्याच्या बदल्यात त्यांना व्याजाच्यारूपाने अधिक उत्पन्न मिळेल व त्या प्रमाणात उत्पन्न विभाजनातील विषमता कमी होईल.

जर रोखेधारक आणि करदाते म्हणून समाजातील तेच लोक असतील तर संपत्तीच्या पुनर्वाटपाचा प्रश्नच उद्भवत नाही म्हणजे पुनर्वाटप घडत नाही. परंतु, रोखेधारक आणि करदाते हे वेगळे लोकसमूह असतील तर मात्र समाजात उत्पन्नाचे पुनर्वाटप घडून येईल.

६) उत्पन्न व रोजगार पातळीवरील परिणाम : सार्वजनिक कर्ज उत्पन्न व रोजगार निर्मितीच्या संदर्भात विशेष महत्त्वाचे आहे. सार्वजनिक कर्ज उभारणी करून तो पैसा शेती, उद्योगधंदे, वाहतूक आणि दळण-वळणाच्या सोयी, पाटबंधारे, धरणे, पाणलोट क्षेत्र विकास, बहुउद्देशीय प्रकल्प इ. साठी खर्च केला जातो; अशा प्रकल्पातील गुंतवणुकीत वाढ झाल्यामुळे गुणक परिणामांद्वारे अर्थव्यवस्थेत अनेक पटीने उत्पन्नाची निर्मिती होते; त्यामुळे देशातील उत्पन्नाची पातळी व रोजगारात मोठी वाढ होते.

७) बाह्य कर्जाचा अर्थव्यवस्थेवरील परिणाम : बाह्य अथवा दुसऱ्या देशापासून घेतलेल्या कर्जाचा उपयोग भांडवली वस्तू, आधुनिक तंत्रज्ञान इ. आयात करण्यासाठी होतो. त्यामुळे अर्थव्यवस्थेच्या उत्पादन क्षमतेत वाढ होते आणि जलदगतीने आर्थिक विकास साधण्यास मदत होते.

८) पतनियंत्रणावरील परिणाम : मध्यवर्ती बँक पतनियंत्रणासाठी तेजीच्या काळात काही उपाययोजना करते त्यासाठी सार्वजनिक कर्ज साहाय्यक ठरते. सर्वसाधारणपणे मध्यवर्ती बँक सरकारी खर्चाचा मोठा वाटा उचलतात. कायद्याच्या तरतुदीनुसार व्यापारी बँकांनी आपल्या गुंतवणूक निधीचा काही भाग सरकारी कर्ज रोख्यात गुंतवणे बंधनकारक असते. जेव्हा या बँका सरकारला कर्ज देतात तेव्हा सरकार त्यांना सरकारी कर्ज रोखे देते. हे कर्ज रोखे रोकड सुलभ स्वरूपाची मालमत्ता असते. जेव्हा मध्यवर्ती बँक अर्थव्यवस्थेत पतनियंत्रणाचे उपाय योजते व त्यासाठी बँकदर आणि खुल्या बाजारातील व्यवहाराचा अवलंब करते तेव्हा व्यापारी बँका आपली कर्ज देण्याची क्षमता वाढविण्यासाठी सरकारी कर्जरोखे गहाण टाकून कर्ज

उभारणी करतात व त्या पैशांचा उपयोग पतनिर्मिती करण्यासाठी केला जातो; त्यामुळे अर्थव्यवस्थेत पत निर्मितीत वाढ होते.

९) उत्पादन खर्चावर परिणाम : सरकार आपल्या कर्जाचा उपयोग लहान उद्योगांना महाग असणाऱ्या कच्च्या मालाचा स्वस्त दराने पुरवठा करण्यासाठी करते. व इतर उद्योगांना सवलतीच्या दराने हा कच्चा माल पुरविते त्यामुळे उत्पादक क्रियांना चालना मिळते आणि देशात महाग वस्तू स्वस्त दरात उपलब्ध केली जाते, याचा जनतेस मोठा लाभ होतो.

थोडक्यात, सार्वजनिक कर्ज उत्पादनास चालना देण्यासाठी वापरले तर त्याचे अर्थव्यवस्थेवर अनुकूल परिणाम दिसून येतात. याउलट, हे कर्ज अनुत्पादक कार्यासाठी वापरल्यास त्याचा व त्याच्या व्याजाचा मोठा बोजा जनतेवर पडतो व बोजा जनतेस सहन करणे भाग पडते म्हणून जनतेच्या कल्याणासाठीचे कार्य करण्यासाठी कर्ज हे उत्पादनासाठी वापरण्याचा प्रयत्न करणे हितकारक ठरते.

१०) कार्य व बचत करण्याची शक्ती : सार्वजनिक कर्जाची परतफेड करण्याकरिता सरकारला जे कररोपण करावे लागते, त्याचा परिणाम करदात्यांचा कार्य व बचत करण्याच्या शक्तीवर होतो. या कररोपणामुळे जर बहुसंख्य लोकांची कार्य करण्याची व बचत करण्याची शक्ती कमी होत असेल तर त्यामुळे उत्पादनाला प्रतिरोध निर्माण होतो. येथे हे लक्षात घेणे आवश्यक आहे की, जर कर्ज अनुत्पादक असेल तरच त्याच्या परत फेडीकरिता कररोपण करावे लागते. या उलट जर, ते कर्ज उत्पादक कार्यासाठी लावले तर करारोपणाची आवश्यकताच निर्माण होणार नाही; कारण त्या उत्पादक कार्यातून जो लाभ मिळेल त्यातूनच कर्जाची परस्पर परतफेड होईल, हा एक परिणाम झाला. दुसरा परिणाम असा आहे, सरकारने कर्जाचा उपयोग उत्पादन कार्यासाठी केला तर त्यामुळे ज्यांना या कार्याचा लाभ होतो. त्यांची कार्य करण्याची व बचत करण्याची शक्ती वाढते. कर्जाचा उपयोग गरीब व्यक्तींच्या उत्पन्नात वाढ करण्यासाठी व बचत करण्याची शक्ती वाढविण्यासाठी होतो, तसेच जर, सरकारने कर्जाची परतफेड करण्याच्या उद्देशाने सार्वजनिक खर्चात कपात केली तर त्यांना अनुदान मिळते; अशा वर्गाचे उत्पन्न घटेल व त्यामुळे त्यांची कार्य व बचत करण्याची शक्ती घटेल व परिणामी उत्पादनांवर विपरीत परिणाम होईल.

११) कार्य व बचत करण्याची इच्छा : सार्वजनिक कर्ज हे गुंतवणूक करण्याचे उत्तम साधन आहे. ते सुरक्षित साधनही आहे. त्यामुळे व्यक्तीची बचत करण्याची इच्छा जागृत होते व वाढते; पण सर्वसाधरणपणे असे म्हटले जाते की, सार्वजनिक कर्जामुळे कार्य व बचत करण्याची इच्छा किंवा प्रवृत्ती घटण्याचीच

शक्यता जास्त असते. याचे एक कारण असे की, कर्जफेडीसाठी सरकार जे कररोपण करते, त्या कररोपणाचा करदात्यांच्या कार्य व बचत करण्याच्या इच्छेवर प्रतिकूल परिणाम होऊन ती कमी होते. तसेच, सरकारी कर्जरोखे जे लोक विकत घेतात त्यांना त्या रोख्यांपासून सतत नियमित व्याज मिळत असते व त्यामुळे त्यांची कार्य व बचत करण्याची इच्छा कमी होते.

१२) उत्पादक साधनांचे स्थानांतरण : जेव्हा सरकार कर्ज घेते, तेव्हा ते अशा कार्यात वा उपयोगात लावते की, त्यात खासगी भांडवलदार सहसा पैसा लावीत नाहीत. तसेच सरकार अशा उपयोगात कर्जांचा उपयोग करते की, ज्यात व्यक्तीच्या उत्पादन शक्तीची वाढ होते. यामुळे उत्पादक साधनांचे जे स्थानांतरण होते ते अर्थातच उत्पादनाला अनुकूल असे होते; पण जर कर्जाचा उपयोग अनुत्पादक कार्यांसाठी केला तर त्यामुळे उत्पादक साधनांचे स्थानांतरण होते त्याचा उत्पादनावर विपरीत परिणाम होतो. उदा. युद्धकर्जांमुळे उत्पादक साधनांचे स्थानांतरण युद्धसामग्री निर्माण करण्यासाठी केले जाते व त्यामुळे एकूण संपत्तीच्या उत्पादनावर प्रतिकूल परिणाम होतो.

१३) परकीय कर्जाचा अर्थव्यवस्थेवरील परिणाम : परकीय घेतलेल्या कर्जाचा उपयोग भांडवली वस्तू, आधुनिक तंत्रज्ञान इत्यादीची आयात करण्यासाठी होतो. त्यामुळे अर्थव्यवस्थेच्या उत्पादन क्षमतेत वाढ होते आणि जलदगतीने आर्थिक विकास साधण्यास मदत होते.

सरावासाठी प्रश्न

प्र. १ खालील प्रश्नांची प्रत्येकी एक किंवा दोन वाक्यात उत्तरे लिहा.

१) कर GDP गुणोत्तर म्हणजे काय?
२) कर उलाढाल म्हणजे काय?
३) महसुली तूट म्हणजे काय?
४) भांडवली तूट म्हणजे काय?
५) सार्वजनिक कर्ज म्हणजे काय?
६) प्राथमिक तूट म्हणजे काय?

प्र. २ खालील प्रश्नांची प्रत्येकी १०० शब्दात उत्तरे लिहा.

१) सार्वजनिक उत्पन्नाचे स्रोत विशद करा.
२) सार्वजनिक उत्पन्नाची प्रवृत्ती स्पष्ट करा.
३) कर उलाढाल विशद करा.

४) महसुली आणि वित्तीय तूट सांगा.

५) सार्वजनिक कर्जाचे स्रोत थोडक्यात स्पष्ट करा.

६) भारतातील अर्थ व्यवस्थेवरील कर्जाचे परिणाम विशद करा.

प्र. ३ खालील प्रश्नांची प्रत्येकी २०० शब्दात उत्तरे लिहा.

१) सार्वजनिक उत्पन्नाची प्रवृत्ती स्पष्ट करा.

२) कर GDP गुणोत्तर स्पष्ट करा.

३) महसुली भांडवली वित्तीय आणि प्राथमिक तूट थोडक्यात स्पष्ट करा.

४) सार्वजनिक कर्जाचे स्रोत विशद करा.

५) भारतीय अर्थव्यवस्थेतील सार्वजनिक कर्जवाढीची कारणे स्पष्ट करा.

प्र. ४ टिपा लिहा.

१) कर GDP गुणोत्तर

२) कर उलाढाल

३) सार्वजनिक कर्जाचे स्रोत

४) भारतीय कर्जवाढीची कारणे

प्रकरण ३

सार्वजनिक धोरण
(Public Policy)

३.१ प्रास्ताविक (Introduction)

सार्वजनिक धोरण म्हणजे सरकारने लोकांच्या हितासाठी तयार केलेले नियम, कायदे, कृती योजना आणि निर्णय. एखाद्या सार्वजनिक समस्येवर उपाय शोधण्यासाठी सरकार ज्या प्रकारे काम करते, त्याला सार्वजनिक धोरण म्हणतात.

सार्वजनिक धोरणातील प्रमुख भाग म्हणजे समस्या ओळखणे – समाजात अस्तित्वात असलेल्या समस्या लक्षात घेणे जसे बेरोजगारी, प्रदूषण, शिक्षणाची कमतरता इ. त्या समस्येवर उपाय करण्यासाठी योजना बनवणे; योजना किंवा कायद्याला संसद अथवा प्रशासकीय संस्थाकडून मंजुरी मिळवणे; धोरण सरकारच्या यंत्रणांद्वारे

राबवणे आणि धोरण यशस्वी आहे की नाही हे तपासणे व आवश्यक सुधारणा करणे.

सार्वजनिक धोरणाचे प्रमुख प्रकारात वितरणात्मक धोरण – साधन सामग्री लोकांमध्ये वाटणे जसे पाणी पुरवठा योजना, रस्तेबांधणी इ. नियम व निर्बंध लावणे जसे पर्यावरण कायदे, वाहतूक नियम इ. तसेच पुनर्वितरण धोरण आणि संघटनात्मक धोरण होय. सदरील प्रकरणात सामाजिक कल्याण आणि उत्पन्नाचे पुनर्रवाटप, प्रतिपूरक वित्तीय धोरण, संतुलित अंदाजपत्रक गुणक, स्थानिक स्वराज्यसंस्था अतिवित्तीय धोरण, तुटीचा अर्थभरणा इत्यादींचा अभ्यास केलेला आहे.

३.२ सामाजिक कल्याण आणि उत्पन्नाचे पुनर्रवाटप (Social Welfare & Income Redistribution)

सामाजिक कल्याण : समाज म्हणजे समाजातील सर्व घटकांच्या कल्याणासाठी दुर्धर शक्ती वंचित लोकांच्या कल्याणासाठी आणि विकासासाठी तयार केलेले समूह. याचा मुख्य उद्देश आरोग्य विकास, सामाजिक सुरक्षा, निवारा आणि इतर मूलभूत सुविधा पुरविणे त्यांना सन्मानाने जगता यावे यासाठी मदत करणे.

उत्पन्न व संपत्तीचे पुनर्वितरण अथवा पुनर्रवाटप म्हणजे करआकारणी कल्याण, सार्वजनिक सेवा, जमीन सुधारणा, चलनविषयक धोरणे, जप्ती, घटस्फोट किंवा अत्याचार कायदा यासारख्या सामाजिक यंत्रणेद्वारे काही व्यक्तींकडून इतरांना उत्पन्न आणि संपत्तीचे (भौतिक मालमत्तेसह) हस्तांतरण करणे.

पुनर्वितरण धोरण म्हणजे एका गटाकडून पैसे घेतले जातात आणि दुसऱ्या गटाकडे दिले जातात, सामान्यत: श्रीमंत व्यक्तीकडून जास्त कराच्या स्वरूपात, सामाजिक कल्याण कार्यक्रमांना सबसिडी/अनुदान देण्यासाठी जे गरजूंना लाभ देतात.

१९७५ पासून कल्याणकारी राज्यात परिवर्तन होत आहे. गेल्या काही दशकांमध्ये जगातील सर्वच देशांमध्ये कमी-अधिक प्रमाणात कल्याणकारी राज्याची (Welfare State) कल्पना स्वीकारली गेली आहे. एकोणिसाव्या शतकातील पोलीस राज्याची जागा आता विसाव्या शतकात कल्याणकारी राज्याने घेतली आहे. यामुळे आता प्रत्येक सरकार आपल्या नागरिकांच्या संरक्षणाबरोबर त्यांच्या कल्याणाचेही कार्य अत्यंत महत्त्वाचे आहे असे मानते. नागरिकांचे महत्तम कल्याण साधण्यासाठी अनेक योजना प्रत्यही आखल्या जात आहेत व अंमलातही आणल्या जात आहेत. पूर्ण रोजगार, सर्वांगीण विकास, महत्तम कल्याण ही ध्येये आजची सरकारे आपल्या पुढे ठेवतात. ही ध्येये पार पाडण्याच्या दृष्टीने सरकारला जी कार्ये करावी लागतात त्यांचा खर्चही मोठाच असतो. रोजगार हमी; वेतन, वृद्धापकाळ वेतन, औषधांसाठी मदत, आरोग्य वेतन, शैक्षणिक सवलती, नि:शुल्क शिक्षण, महागाई भत्ता, घरभाडे भत्ता

इत्यादी सरकारी खर्चाची यादी खूपच मोठी आहे; या यादीत सतत भरच पडत आहे.

सामाजिक कल्याण : सामाजिक कल्याण म्हणजे सरकारकडून अथवा इतर संस्थांकडून नागरिकांच्या मूलभूत गरजा पूर्ण करण्यासाठी करण्यात येणारा प्रयत्न होय. जसे की शिक्षण, आरोग्य सेवा, बेरोजगारी, सवलती, वृद्धांसाठी पेन्शन योजना यांचा यामध्ये समावेश होतो.

सामाजिक कल्याणाची उद्दिष्टे म्हणजे गरीब व दुर्बल घटकांचे जीवनमान उंचावणे, आर्थिक आणि सामाजिक असामनता कमी करणे, सर्वसामान्य जनतेला सुरक्षित आणि सुसंस्कृत जीवन देणे ही आहेत.

सामाजिक कल्याण आणि उत्पन्नाचे पुनर्रवितरण या उपक्रमामुळे समाजात समान संधी मिळून आर्थिक असमानता कमी होते. गरीब व दुर्बल घटकांना मुख्य प्रवाहात आणून त्यांच्या जीवनात सकारात्मक बदल घडवता येतो. त्यामुळे सामाजिक सलोखा टिकून राहतो आणि देशाची आर्थिक प्रगीतीही साधता येते.

परंतु या योजना राबविताना काही अडचणी येतात. योग्य लाभार्थ्यापर्यंत मदत न पोहचणे, भष्टाचार, निधीची कमतरता आणि प्रशासनातील अकार्यक्षमता इत्यादी अडचणी सांगता येतील.

एकूणच सामाजिक कल्याण आणि उत्पन्नाचे पुनर्वितरण हे देशाच्या समताधिष्ठित विकासासाठी अत्यंत आवश्यक आहे. योग्य नियोजन आणि पारदर्शक अंमलबजावणी केल्यास सामाजातील सर्व घटकांना समृद्ध जीवन मिळू शकते.

३.३ वित्तीय अथवा राजकोषीय धोरण आणि त्यांची साधने (Fiscal Policy & its Instruments)

राजकोषीय धोरण हे आर्थिक विकासाचे एक महत्त्वाचे साधन आहे. विकसनशील आणि विशेषत: भारताच्या दृष्टीने आर्थिक विकास कार्यांना महत्त्वाचे स्थान असते. त्यामुळे अशा कार्यावरील खर्चाचे प्रमाणसुद्धा अधिक असते. त्यामुळे त्याना कर रूपाने रक्कम जमा करावी लागते. कर्जे घ्यावी लागतात आणि त्या रकमेतूनच विकासाचे कार्यक्रम राबवावे लागतात. तसेच रोजगार वाढ होण्यासाठी प्रयत्न करावा लागतो.

वित्तीय अथवा राजकोषीय धोरणाचा अर्थ (Meaning of Fiscal Policy)

व्याख्या :

१) **हॅने आणि जॉन्सन यांच्या मते,** 'आर्थिक कृतीची रचना व पातळीवर परिणाम करण्यासाठी सरकारी खर्चात व कररचनेत केलेले बदल म्हणजे वित्तीय अथवा राजकोषीय धोरण होय.'

२) राष्ट्रीय उत्पन्न, उत्पादन आणि रोजगार यावर योग्य परिणाम घडवून आणणे आणि अयोग्य परिणाम टाळणे यासाठी सरकारी उत्पन्न व खर्चविषयक कार्यक्रमांचा वापर करणारे धोरण म्हणजे 'वित्तीय धोरण' होय.

३) सरकारला मिळणारा महसूल आणि सरकारकडून केला जाणारा खर्च या संबंधित धोरण म्हणजे 'राजकोषीय' अथवा 'वित्तीय धोरण' होय.

४) शासकीय कोषागारामार्फत होणाऱ्या व्यवहाराबाबतचे धोरण म्हणजे 'वित्तीय धोरण' होय.

५) Mrs. Hicks says, "Fiscal Policy is concerned with the manner in which all the different elements of public finance, while still primarily concerned with carrying out their duties (as the first duty of a tax is to raise revenues, may collectively be geared to sorrow and the aims) of the economic policy."

६) प्रा. जे. ए. मॅक्सवेल यांच्या मते, 'वित्तीय / राजकोषीय धोरण म्हणजे आर्थिक स्थैर्य मिळविण्यासाठी संतुलित घटक म्हणून सरकारी खर्च आणि सरकारी उत्पन्न यांचा वापर करणे.'

७) वित्तीय अथवा राजकोषीय धोरण म्हणजे सरकारी धोरण की जे आर्थिक, सामाजिक उद्दिष्टे पूर्ण करण्यासाठी जाणीवपूर्वक प्रयत्न करते. ही उद्दिष्टे म्हणजे जलद आर्थिक विकास, रोजगाराची उच्च पातळी गाठणे, मंदी व चलनविस्तार कमी करणे, किंमत स्थैर्य प्रस्थापित करणे, उत्पन्न व संपत्ती यांच्यातील विषमता कमी करणे, इत्यादी.

८) कर, खर्च, कर्ज उभारणी व सार्वजनिक कर्जाचे व्यवस्थापन यांच्याशी संबंधित असलेल्या धोरणास 'राजकोषीय धोरण' म्हणतात.

वरीलप्रमाणे राजकोषीय / वित्तीय धोरणाच्या व्याख्यांवरून वित्तीय धोरणात सरकारी उत्पादन व खर्च विषयक बाबींचा समोवश अंतर्भूत असल्याचे दिसून येते, त्यातच वित्तीय धोरणाचा अर्थ स्पष्ट होतो.

वित्तीय अथवा राजकोषीय धोरणाची साधने (Instrument of Fiscal Policy)

अ) कर आणि सार्वजनिक महसूल, ब) सार्वजनिक खर्च, क) सार्वजनिक कर्ज, ड) तुटीचा अर्थभरणा.

राजकोषीय धोरणाची उद्दिष्टे. उदा. आर्थिक वृद्धी, स्थैर्य, पूर्ण रोजगार, आर्थिक न्याय इत्यादी ही उद्दिष्टे गाठण्यासाठी देशाच्या चलनविषयक धोरणाला सुसंगत धोरणे आखण्याची भूमिका राजकोषीय धोरणांची असते.

आर्थिक व्यवहारांची पातळी यावर परिणाम करण्याच्या हेतूने कर आणि खर्च यामध्ये राजकोषीय धोरणांतर्गत सरकार बदल करते. तसेच सार्वजनिक खर्चविषयक बदलही सरकार करते. याशिवाय अर्थसंकल्पातील तूट आणि शिल्लक या संदर्भातील दृष्टिकोन राजकोषीय धोरणात अंतर्भूत असतो.

देशाच्या अर्थव्यवस्थेत जेव्हा आर्थिक वृद्धीची पातळी वाढवावयाची असेल आणि पूर्ण रोजगार निर्माण करावयाचा असेल तेव्हा सरकार कर कमी करणे, नवीन कर शोधणे, सार्वजनिक खर्च वाढविणे, सार्वजनिक कर्ज, तुटीचे अंदाजपत्रक अथवा तुटीचा अर्थभरणा, इत्यादी गोष्टींचा राजकोषीय धोरणात अवलंब करते. याउलट, जेव्हा अर्थव्यवस्थेत भाववाढ अतिरेकाच्या समस्येला तोंड द्यावे लागत असेल तेव्हा वरील उपाय विरुद्ध दिशेने वापरले जातील.

थोडक्यात, आर्थिक उद्दिष्टे पूर्ण करण्यासाठी आपल्याजवळील उपाय कसे उत्तमपणे वापरता येतील यावर वित्तीय धोरणाचे यश अवलंबून असते.

वित्तीय धोरणाची साधने थोडक्यात पुढीलप्रमाणे सांगता येतात.

वित्तीय धोरण म्हणजे सरकारकडून देशाच्या आर्थिक स्थैर्य, वाढ आणि विकासासाठी वापरली जाणारी महसूल (उत्पन्न) आणि खर्च यांची योजना होय. हे धोरण प्रभावीपणे अंमलात आणण्यासाठी विविध साधनांचा वापर केला जातो.

अ) **कर प्रणाली :** कर हे सरकारचे मुख्य साधन आहे प्रत्यक्ष कर जसे उत्पन्नकर, कार्पोरेटर कर आणि अप्रत्यक्ष कर जसे जीएसटी यांच्याद्वारे सरकार उत्पन्न गोळा करते. योग्य कररचना आणि आर्थिक विषमता कमी करण्यास उपयोगी ठरते.

ब) **सरकारी खर्च :** आरोग्य, शिक्षण, पायाभूत सुविधा यांसारख्या क्षेत्रांमध्ये सरकार खर्च करते. विविध विकासात्मक खर्चामुळे आर्थिकवृद्धी व रोजगार निर्माण होतो.

क) **अनुदाने व सबसिडी :** गरीब आणि दुर्बल घटकांसाठी अन्नधान्य, वीज, शेतीसाठी अनुदाने दिली जातात. यामुळे समाजातील गरजु वर्गाला मदत होते आणि सामाजिक समता वाढते.

ड) **सार्वजनिक कर्ज :** खर्च वाढतो परंतु उत्पन्न कमी असते, तेव्हा सरकार कर्ज घेते. हे कर्ज देशांतर्गत आणि आंतरराष्ट्रीय संस्थांकडून घेतले जाते. हे कर्ज पायाभूत प्रकल्पांसाठी वापरले जाते.

इ) **अर्थसंकल्पीय धोरण :** दरवर्षी सादर होणाऱ्या अर्थसंकल्पातून सरकार

आपल्या आर्थिक धोरणांची अंमलबजावणी करते. यामध्ये खर्च, कर धोरण, तूट व्यवस्थापन यांचा समावेश होतो.

ई) राजकोषीय तूट व्यवस्थापन : उत्पन्न आणि खर्चातील फरक म्हणजेच तूट कमी करण्यासाठी सरकार धोरणात्मक उपाय करते.

थोडक्यात, या साधनांद्वारे सरकार देशातील आर्थिक स्थिती सुधारते, रोजगार निर्मिती करते आणि आर्थिक स्थिरता राखते. वित्तीय धोरण हे देशाच्या आर्थिक विकासाचा मूलभूत पाया आहे.

३.३.१ प्रतिपूरक वित्तीय धोरण (Compensatory Fiscal Policy)

अलीकडच्या काळात सरकारचा अर्थव्यवस्थेतील हस्तक्षेप वाढला असल्यामुळे सरकार पूर्ण रोजगार, किंमत नियंत्रण, उत्पन्न विभाजन या उद्दिष्टांच्या पूर्ततेसाठी एकूण महसुलापेक्षा खर्च अधिक करते, तेव्हा तुटीच्या अर्थभरण्याच्या साधनांचा उपयोग करते. अशा निर्माण केलेल्या पैशास प्रतिपूरक वित्तव्यवस्था असे म्हणतात.

प्रतिपूरक वित्तीय धोरण अथवा भरपाई अर्थसंकल्पीय धोरण म्हणजे सरकारने मंदीच्या काळात अथवा आर्थिक घडामोडी मंदावलेल्या वेळी आर्थिक स्थैर्य राखण्यासाठी राबवलेले विशेष धोरण होय.

अर्थव्यवस्थेतील मागणीमध्ये घट झाल्यास उत्पादनात आणि रोजगारात घट होते. अशा वेळी सरकार खाजगी क्षेत्रातील गुंतवणुकीच्या कमरतेची भरपाई करण्यासाठी स्वत: खर्च वाढवते अथवा करकपात करते. यालाच प्रतिपूरक वित्तव्यवस्था किंवा भरपाई अर्थसंकल्पीय धोरण, असे म्हटले जाते.

या धोरणाचे मुख्य उद्दिष्ट म्हणजे लोकांच्या हातात पैसा देऊन त्यांच्या खरेदी क्षमतेत वाढ करणे. यासाठी सरकार सार्वजनिक प्रकल्प, पायाभूत सुविधा, शिक्षण, आरोग्य आणि इतर क्षेत्रांमध्ये अधिक खर्च करते त्यामुळे रोजगार निर्मिती होते आणि बाजारात मागणी वाढते दुसरीकडे कर दर कमी केल्याने व्यक्ती आणि उद्योगांच्या हातात जास्त पैसा राहतो, जो ते खर्च करतात किंवा गुंतवतात. जसे जर देशात मंदी आली असेल तर आणि खाजगी क्षेत्राने उत्पादन थांबवले तर सरकार मोठ्या प्रमाणावर रस्ते, पूल, शाळा, रुग्णालये बांधण्याचे काम सुरू करते. यामुळे अनेक लोकांना काम मिळते, त्यांच्या उत्पादन वाढ होते आणि त्यामुळे बाजारात मागणी वाढते. ही मागणी वाढली की, उत्पादन वाढते आणि हळूहळू अर्थव्यवस्था पूर्वपदावर येते.

प्रतिपूरक वित्त अथवा भरपाई अर्थसंकल्प धोरण हे जॉन मेनाई केन्स या अर्थशास्त्रज्ञाने मांडलेल्या सिद्धान्तावर आधारित आहे. त्यानुसार सरकारने संकटाच्या काळात सक्रीय भूमिका मांडली पाहिजे.

प्रतिपूरक वित्तीय धोरण हे सरकारकडून मंदीच्या विरुद्ध अथवा मंदीशी सामना करण्यासाठी वापरण्यात येणारे एक प्रभावी आर्थिक साधन आहे.

३.३.२ संतुलित अंदाजपत्रक गुणक (Balanced Budget Multiplier)

संतुलित अर्थसंकल्प अथवा अंदाजपत्रक गुणक ही आर्थिक संकल्पना आहे. याचा उपयोग सरकारच्या खर्च आणि कर यामध्ये एकसमान बदल झाल्यास राष्ट्रीय उत्पन्नावर होणाऱ्या परिणामाचे मोजमाप करण्यासाठी केला जातो.

संतुलित अर्थसंकल्प गुणक म्हणजे जेव्हा सरकार आपले खर्च आणि कर एकाच प्रमाणात वाढवते किंवा कमी करते तेव्हा राष्ट्रीय उत्पन्नात (GDP मध्ये) होणारा निव्वळ बदल मोजण्यासाठी वापरला जाणारा गुणक.

जसे सरकारने १०० कोटी रुपयांचा खर्च वाढवला आणि त्याच वेळी १०० कोटी रुपयांचे करसुद्धा वाढवले तर सामान्य गुणकाच्या नियमांनुसार खर्च वाढल्यामुळे उत्पन्न वाढते. पण कर वाढल्यामुळे उत्पन्न कमी होते. तरीही दोन्ही प्रभाव रद्द होत नाहीत. कारण खर्चाचा गुणक कराच्या गुणकापेक्षा जास्त असतो.

त्यामुळे राष्ट्रीय उत्पन्नात थोडीशी सकारात्मक वाढ होते.

सूत्र : समतोल अर्थसंकल्प गुणक = १

जर सरकार १ रुपया खर्च वाढविते आणि १ रुपया करसुद्धा वाढविते तरीसुद्धा राष्ट्रीय उत्पन्न १ रुपयाने वाढते.

हे एक अर्थशास्त्रातील महत्त्वाचे तत्त्व आहे. सरकारने संतुलित अर्थसंकल्प ठेवूनही आर्थिक विकास घडवून आणू शकते हे दाखविते.

अ) सरकारी खर्चाचा परिणाम (Government)

सरकार जेव्हा १०० कोटी रुपये खर्च करते तेव्हा तो पैसा थेट बाजारात जातो. जसे शाळा, रस्ते, पायाभूत सुविधासाठी खर्च केला जातो.

लोकांकडे पैसे येतात ⟶ खर्च वाढतो ⟶ उत्पन्न वाढते हे गृहीत धरू.

Marginal Propensity to Consume (MPC) = ०.८ आहे. लोक मिळालेल्या रकमेपैकी ८०% रक्कम खर्च करतात.

(MPC = सीमांत उपभोग प्रवृत्ती)

सूत्र = खर्चगुणक

१ / (१ - MPC) = १ / (१ - ०.८) = ५

त्यामुळे १०० कोटी रुपये खर्च ⟶ ५०० कोटी रुपये उत्पन्नात वाढ

ब) करवाढीचा परिणाम (Tax Multiplier)

कर वाढल्यामुळे लोकांचे हातातले पैसे कमी होतात, त्यामुळे खर्च कमी होतो.

Tax Multiplier = MPC / (१ – MPC)

= - ०.८ / (१ - ०.८) = -४

= १०० कोटी रुपयाची करवाढ → ४०० कोटी रुपये कमी निव्वळ परिणाम

खर्चामुळे उत्पन्नात वाढ : ५०० कोटी रुपये

करामुळे उत्पन्नात वाढ : ४०० कोटी रुपये

एकूण निव्वळ वाढ : १०० कोटी रुपये

समतोल अर्थसंकल्प गुणक = १ कारण १०० कोटींची दोन्ही वाढ करूनही उत्पन्न १०० कोटींनीच वाढले.

उदा. २ सोप्या भाषेत : सरकारने एका गावात ५० लाख रुपयांची रस्ता योजना सुरू केली. त्या कामासाठी ५० लाख रुपये लोकांकडून करस्वरूपात उचलले. काम झाल्यामुळे अनेक लोकांना रोजगार मिळाला → त्यांनी पैसे खर्च केले → स्थानिक उत्पन्न वाढले.

जरी करामुळे काही खर्च कमी झाला तरी रस्त्याच्या कामातून मिळालेले उत्पन्न जास्त ठरले.

३.४ स्थानिक स्वराज्य संस्था आणि त्यांची वित्तीय धोरणे (Local Self Government & their Fiscal Policies)

भारतात ग्रामीण आणि शहरी क्षेत्रासाठी स्थानिक स्वराज्य संस्था आहेत. ग्रामीण भागासाठी ग्रामपंचायत, पंचायत समिती आणि जिल्हा परिषद तर नागरी/शहरी भागांसाठी नगरपालिका, नगरपरिषदा व महानगरपालिका आहेत. देशातील वेगवेगळ्या राज्यात स्थानिक स्वराज्य संस्थांच्या कार्यात व स्वरूपात भिन्नता दिसून येते, तरीसुद्धा स्थानिक गरजा पूर्ण करण्यासाठी लोकांनी निवडून दिलेल्या प्रतिनिधीद्वार या संस्था देशात कार्य करतात.

१९५१ पासून स्थानिक पातळीवरच्या गरजा लक्षात घेऊन स्थानिक स्वराज्य संस्थांचे कार्य महत्त्वाचे दिसून येते. १९५७मध्ये स्थापन झालेल्या श्री. बळवंतराय मेहता समितीने अशी शिफारस केली की, सरकारने आपली काही कार्ये स्थानिक स्वराज्य संस्थांकडे सुपूर्द करावीत. या संस्थांना आपल्या अधिकार क्षेत्रात विकास कामे सुरू करण्याची परवानगी परवानगी दिली पाहिजे. सरकारने मार्गदर्शक व पर्यवेक्षणाची जबाबदारी स्वीकारली पाहिजे. तसेच सत्तेचे विकेंद्रीकरण करण्यासाठी

त्रिस्तरीय पद्धत या समितीने सुचविली. ग्रामपातळी ग्रामपंचायती, गट स्तरावर पंचायत समिती आणि जिल्हा स्तरावर जिल्हा परिषदा स्थापन कराव्यात. या सर्व शिफारशींना राष्ट्रीय विकास परिषदेने १९५८मध्ये लोकशाही विकेंद्रीकरणाच्या शिफारशींना मान्यता दिली. त्यानुसार ग्रामीणक्षेत्रात त्रिस्तरीय रचना स्थापन केली गेली. त्यामुळे ग्रामीण विकासाच्या योजना तयार करणे व त्याची अंमलबजावणी करणे या दोन्ही बाबींसाठी या संस्थांची भूमिका महत्त्वाची ठरत आहे.

ग्रामीण विभाग – देशातील ग्रामीण भागात बहुतेक क्षेत्रात ग्रामपंचायतीची स्थापना झाली आहे. शासकीय योजना ग्रामीण पातळीवर पोहोचविण्याचे काम ग्रामपंचायती करतात. एका खेड्यासाठी एक ग्रामपंचायत असली तरी दोन ते तीन खेड्यांसाठी ग्रामपंचायती असू शकतात. ग्रामपंचायतीवर ५ ते ३० सदस्य निवडून दिले जातात. वेगवेगळ्या भागात ग्रामपंचायतीचे कार्य वेगवेगळे आहे. खेडेगावामध्ये दिवाबत्तीची सोय करणे, पिण्याचे पाणी, प्राथमिक शिक्षण, रस्ते, वाचनालये, खेळाची मैदाने इ. ची सोय उपलब्ध करून देणे तसेच शेती, पशुपालन, अल्पबचत इ. ग्रामीण विकासात्मक कामे करणे ही मुल्य कार्ये आहेत. गट स्तरावर स्थानिक संस्थेला 'पंचायत समिती' म्हटले जाते. वेगवेगळ्या राज्यांमध्ये या संस्थांना वेगवेगळी नावे पहावयास मिळतात. जसे तामिळनाडूत पंचायत युनियन, पश्चिम बंगालमध्ये आंचलिक परिषद, बेंगलोर/म्हैसूर मध्ये तालुका विकास बोर्ड, उत्तरप्रदेशात क्षेत्र समिती इत्यादी नावांनी कार्यरत आहेत. सर्वसाधारणपणे गावांना जोडणारे रस्ते बांधणे, लहान पाणी पुरवठा योजना, सहकारी सस्थांचा विकास करणे, पशुपालन इ. प्रमुख कार्ये पंचायत समितीवर सोपविलेली आहेत. जिल्हा परिषदेने सोपविलेली कार्ये पंचायत समिती करते. पंचायत समितीच्यावरची स्थानिक संस्था म्हणजे 'जिल्हा परिषद' होय. प्रत्येक जिल्ह्याला एक जिल्हा परिषद स्थापन केली जाते. विविध राज्यांत जिल्हा परिषदेचे अधिकार वेगवेगळे पहावयास मिळतात. काही राज्यांत सल्लागाराचे काम जिल्हा परिषद करते; तर महाराष्ट्र, गुजरात, आंध्रप्रदेश, पंजाब राज्यांत जिल्हा परिषदांना वेगळे स्थान आहे, त्यांना जिल्ह्यातील शिक्षण, आरोग्य, दळणवळण इ. प्रमुख कार्ये करावी लागतात. तसेच कृषी विकास, पशुसंवर्धन ग्रामोद्योगाचा विकास इ. कामे जिल्हा परिषद करीत असते. याशिवाय ग्रामपंचायत व पंचायत समित्यांवर देखरेख व योग्य मार्गदर्शन करण्याचे काम जिल्हा परिषद करते व वेळप्रसंगी त्यांना मदत करावी लागते.

नागरी/शहरी विभाग शहरी भागामध्ये नगरपालिका व महानगरपालिका स्थानिक संस्था म्हणून कार्य करतात. हे कार्य विशिष्ट भागापुरतेच मर्यादित असते. नगर परिषद

आकाराने लहान तर महानगरपालिका आकाराने मोठ्या असतात. जसे शिरूर नगरपालिका व पुणे महानगरपालिका. त्यांच्या रचनेत, कार्यात व प्रशासकीय सत्तेत फरक आहे. भारतातील सर्व राज्यांत महानगरपालिकांची रचना व प्रशासन पद्धती सारखीच दिसून येते. महानगरपालिकांना कर आकारणी, अंदाजपत्रक तयार करणे व बांधकामाबाबत पूर्ण व पुरेसे स्वातंत्र्य दिलेले असते. तसेच कायद्याची अंमलबजावणी करण्यासाठी स्वतंत्र आयुक्ताचे स्थान निर्माण केलेले असते. आयुक्तांचे कार्य विविध समित्यांच्या कार्यापासून वेगळे ठेवलेले असते. करांचे अधिकार महानगरपालिकेत प्रत्येक राज्यात व प्रत्येक नगरपालिकेत वेगळे असू शकतात.

सद्य:स्थितीत महानगरपालिकांची कार्ये वाढलेली दिसून येतात. मात्र, उत्पन्नाचे स्रोत मर्यादितच दिसून येते. त्याची कारणे अनेक आहेत जसे महानगरांचा वाढता आकार वाढती लोकसंख्या, औद्योगिकीकरणाचा वाढता वेग, इत्यादी; त्यामुळे महानगरपालिकांना, आपल्या पारंपरिक कार्याबरोबरच झोपडपट्ट्यांचे उच्चाटन, प्रदूषणास प्रतिबंध, नगरनियोजन, उड्डाणपूल इ. कार्येसुद्धा करावी लागतात. त्यासाठी केंद्र व राज्य सरकारकडून आर्थिक मदत मिळत असली तरी मुख्य भार महानगरपालिकांनाच उचलावा लागतो.

भारतात जवळपास सर्वच राज्यांत नगरपालिकांची निर्मिती झालेली आहे. त्यांच्या रचना, करांचे अधिकार, संघटना, कार्ये व अंमलबजावणी इत्यादींमध्ये बऱ्याच बाबतीत समानता दिसून येते. आर्थिक स्थितीच्या बाबतीत सध्या त्यांची स्थिती समाधानकारक नसल्याचे दिसून येते कारण मर्यादित उत्पन्न व वाढता खर्च यामुळे नगरपालिकांना उत्पन्न व खर्चाचा मेळ घालावा लागतो. अपुरे उत्पन्न असल्याने पाणी, लाईट, ड्रेनेज व्यवस्था, आरोग्य, स्वच्छता इ. कामे मोठ्या प्रमाणात करता येत नाहीत, असेच सध्याचे चित्र दिसून येते. त्यासाठी नगरपालिकांना मोठ्या प्रमाणात आर्थिक साहाय्य करणे आवश्यक आहे. तरच ही कार्ये मोठ्या प्रमाणात करता येऊ शकतील. त्यासाठी करांमधून जास्तीतजास्त वाटा आणि मोठ्या प्रमाणात अनुदाने उपलब्ध करून देणे आवश्यक आहे.

ग्रामीण व शहरी भागांचा विचार करता, उत्पन्न आणि खर्चाबाबतीत माहिती पाहिल्यावर पुढील निष्कर्ष दिसून येतात.

सत्तेचे विकेंद्रीकरण करून ग्रामीण भागात ग्रामपंचायत, पंचायत समिती, जिल्हा परिषद स्थापन करण्यात आल्या. त्यांना सत्ता दिली असतानासुद्धा त्यांना राज्य सरकारवर मोठ्या प्रमाणात अवलंबून राहावे लागते. ग्रामपंचायत व जिल्हा परिषदांना महत्त्वाचे स्थान असले तरी महाराष्ट्रात जिल्हा परिषदांना महत्त्व प्राप्त झालेले आहे.

परंतु इतर राज्यात जिल्हा परिषदा सरकारच्या वतीने काम पहाताना दिसून येतात. ग्रामपंचायत व जिल्हा परिषदांना उत्पन्नाचे स्रोत अपुरे पडते, त्या स्रोतात वाढ झाल्याशिवाय त्यांचे परावलंबित्व कमी होणार नाही. सध्या ग्रामपंचायतींना विशिष्ट कामासाठी केंद्राकडून थेट निधीसुद्धा दिला जातो. त्यामुळे ग्रामपंचायतींवरील परावलंबित्व थोडेफार कमी झाल्याचे दिसून येते. तरीही ग्रामपंचायतींना अनुदानामध्ये वाढ करणे आवश्यक आहे.

शहरी भागात नगरपालिकांपेक्षा महानगरपालिकांची आर्थिक स्थिती बरी दिसून येते. कारण महानगरपालिकांना दिलेली स्वायत्तता व अधिकार जास्त आहेत. उत्पन्नसुद्धा अधिक आहे व आयुक्त योग्य पद्धतीने अंमलबजवणी करू शकतात. त्यामुळे महानगरपालिकांची कामे होतात. आयुक्तांमुळे राजकीय हस्तक्षेप कमी होताना दिसून येते. एकंदर महानगरपालिकांना मोठी प्रतिष्ठा प्राप्त झालेली असते.

नगरपालिकांना आपली कार्ये पूर्ण करणे अवघड झाल्याचे दिसून येते; कारण त्यांची उत्पन्नाची साधने अपुरी आहेत. राज्य व केंद्र सरकारकडून अनुदानाचाच अधिक आधार घ्यावा लागतो. परिणामी, नगरपालिकांमध्ये राज्यांचा हस्तक्षेप होतो.

काही राज्यांत नगरपालिकांत प्रशासकीय अधिकारी नेमण्याची पद्धत सुरू झालेली आहे. परंतु या प्रशासकीय अधिकाऱ्याचे अधिकार मर्यादित दिसून येतात. निवडून आलेल्या सदस्यांचे वर्चस्व अधिक दिसून येते. त्यामुळे कार्याची अंमलबजावणी व्यवस्थित होत नाही. पाणी पुरवठा, रस्ते, वीज, ड्रेनेज व्यवस्था इ. ची कामेसुद्धा पूर्ण होत नाहीत. त्यातच भ्रष्टाचार अस्तित्वात आल्याचे विविध उदाहरणांवरून दिसून येते.

नगरपालिकांना राज्य सरकारकडून अनुदान घेतल्याशिवाय आपली कामे करणे अतिशय अवघड झाल्याचे दिसून येते. त्यामुळे पालिकांचे परावलंबित्व वाढले आहे.

नवीन कर लावणे व जुने वसूल करणे ही स्थितीसुद्धा अलीकडे दिसून येत नाही. त्यातच निवडून आलेले सदस्य, प्रशासकीय अधिकारी, कामगार इ. सर्वच शहरांच्या भविष्याबाबत उदासीन असल्याने शहरांच्या सुविधांकडे पुरेसे लक्ष दिले जात नाही. त्यामुळे अनेक नगरपालिकांची स्थिती दयनीय झालेली दिसून येते. राजकीय स्वार्थामुळे अंतर्गत कलहामुळे सरकारला अनेक वेळा नगरपालिकेत प्रशासक नेमावे लागत आहेत.

ग्रामीण व शहरी भागांसाठी सत्तेचे विकेंद्रीकरण केले असले तरी त्यांची आर्थिक स्थिती भक्कम करणे आवश्यक आहे.

स्थानिक स्वराज्य संस्थांचे वित्तीय / आर्थिक स्रोत पुढीलप्रमाणे सांगता येते.

अ) **करांपासून उत्पन्न :** मालमत्ता कर, वाहन कर, व्यवसाय कर, जाहिरात कर, बाजार शुल्क इत्यादी.

ब) **करेतर उत्पन्न :** पाणीपुरवठा शुल्क, इमारत परवाना शुल्क, बाजारपेठातील जागांचे भाडे, सेवा, शुल्क इत्यादी.

क) **शासनाकडून अनुदाने :** पंचवार्षिक योजना निधी, वित्त आयोगाचे अनुदान जसे १५ वा वित्त आयोग, १६ वा वित्त आयोग, तसेच विविध विकास योजनांसाठीचा निधी जसे जलजीवन मिशन, स्मार्ट सिटी इत्यादी.

वित्तीय/आर्थिक धोरणे : वर उल्लेख केल्याप्रमाणे स्थानिक स्वराज्य संस्थांची विभागणी, कार्ये, स्रोत व धोरणांबाबत उल्लेख झालेला आहेच परंतु स्थानिक स्वराज्य संस्थांची आर्थिक धोरणे थोडक्यात पुढीलप्रमाणे सांगता येतात.

अ) **बजेट तयार करणे :** स्थानिक पातळीवर वार्षिक अंदाजपत्रक तयार करून निधीचे वितरण केले जाते.

ब) **कर धोरण :** स्थानिक स्तरावर कर संकलन आणि दरनिश्चित करणे.

क) **विकास योजनांसाठी निधी नियोजन :** पायाभूत सुविधा, शिक्षण, आरोग्य, स्वच्छता यासाठी निधीचे योग्य नियोजन.

ड) **नवीन महसूल स्रोत निर्माण करणे :** उत्पन्न वाढविण्यासाठी नवीन कर अथवा सेवा शुल्क लावणे.

इ) **खर्चावर नियंत्रण :** अपव्यय टाळण्यासाठी खर्चावर नियंत्रण ठेवणे.

ई) **भागीदारी आणि खाजगी सहभाग :** खाजगी क्षेत्राच्या सहकार्याने सेवा सुधारणा करणे.

आव्हाने : निधीची कमतरता, प्रशिक्षणाची अभाव, पारदर्शकतेचा अभाव, राजकीय हस्तक्षेप, महसूल संकलन इत्यादी.

स्थानिक स्वराज्य संस्था या लोकशाही व्यवस्थेतील महत्त्वाचा आधार स्तंभ आहेत. त्यांच्या आर्थिक स्वायत्ततेसाठी शाश्वत उत्पन्न स्रोत, पारदर्शक आर्थिक धोरण आणि केंद्र-राज्य शासनाची समन्वयपूर्ण मदत आवश्यक आहे.

३.५ तुटीचा अर्थभरणा : अर्थ, फायदे आणि तोटे (Deficit Financing : Meaning, Advantages & disadvantages)

अ) तुटीच्या अर्थभरण्याचा अर्थ (Meaning of Deficit Financing)

विकसित आणि विकसनशील देशात तुटीच्या अर्थभरण्याचा वेगवेगळ्या पद्धतीने अर्थ घेतला जातो.

अमेरिकेसारख्या विकसित देशात तुटीचा अर्थभरणा म्हणजे, सरकारच्या एकूण महसुली उत्पन्नापेक्षा महसुली खर्च व भांडवली खर्चाचे प्रमाण अधिक असते तेव्हा तुटीचा अर्थसंकल्प अस्तित्वात येतो आणि ही तूट भरून काढणे हे होय. ही तूट सरकारने जनतेकडून आणि व्यापारी बँकांकडून कर्ज घेऊन भरून काढली तरी त्याला 'तुटीचा अर्थभरणा' म्हटले जाते.

थोडक्यात, विकसित देशात सरकारच्या चालू उत्पन्नापेक्षा अधिक खर्च झाला की, अंदाजपत्रकात तूट दिसून येते व ती कोणत्याही मार्गाने भरून काढली की त्याला 'तुटीचा अर्थभरणा' म्हटले जाते. व्यापारी बँकांकडून व जनतेकडून सरकारने कर्ज घेतले तर ते सरकारचे उत्पन्न म्हणून समजण्यात येत नाही. यावरून असे दिसून येते की, प्रगत देशांत तुटीचा अर्थभरणा व अंदाजपत्रकातील तूट यामध्ये फरक नसतो.

विकसनशील देशात लोकांच्या बँकेच्या व्यवहारात फारशी वाढ झालेली नसते. कारण लोक साधारणपणे रोख पैशांच्या साहाय्याने अधिक व्यवहार करतात. त्यामुळे अविकसित देशात तुटीचा अर्थभरणा हा सरकारचा एकूण महसूल आणि कर्ज यापेक्षा खर्च अधिक असेल तर अंदाजपत्रकात तूट दर्शविली जाते व ही तूट भरून काढल्यामुळे तुटीचा अर्थभरणा अस्तित्वात येतो. म्हणजेच मागासलेल्या देशात तुटीचा अर्थभरणा म्हणजे मध्यवर्ती बँकेकडून केली जाणारी उसनवारी होय. त्यामुळे देशाच्या पैशांच्या एकूण पुरवठ्यात मोठी वाढ होते.

'सरकारने आपल्या अंदाजपत्रकात एकूण उत्पन्नापेक्षा एकूण खर्च जास्त दाखवून निर्माण केलेली तूट ज्या मार्गांनी भरून काढली जाते त्याला तुटीचा अर्थभरणा म्हणतात.'

भारत सरकार हे तुटीच्या अर्थभरण्याचा उपयोग निधी (Funds) उभारून आर्थिक विकास करण्यासाठी केला जातो. जेव्हा सरकारला विकास कामांसाठी खर्च करण्याला कर, या साधनाद्वारे उत्पन्न कमी पडते; तेव्हा- (अ) संचयित रोख शिल्लक रिझर्व्ह बँक ऑफ इंडियाकडून उपलब्ध केली जाते. (ब) बाजारातून कर्ज उभारणे - आणि (क) रिझर्व्ह बँकेकडून सरकार तात्पुरत्या स्वरूपात कर्ज उभारते; अशा रीतीने सरकार आर्थिक विकासासाठी या साधनांचा वापर करते.

सरकारतर्फे हे जेव्हा सरकारचा चालू महसूल आणि व्यापारी बँका व खासगी व्यक्ती यांच्याकडून घेतलेली कर्जे या दोहोंच्या बेरजेपेक्षा सरकारचा एकूण खर्च जेव्हा अधिक असतो त्याला 'तुटीचा अर्थभरणा' असे म्हटले जाते.

भारतीय नियोजन मंडळाच्या दृष्टिकोनानुसार सरकारच्या कार्यवाहीमुळे अर्थव्यवस्थेत जनतेच्या क्रयशक्तीत जी निव्वळ भर पडते; ती तुटीच्या भरण्याइतकी

असते. थोडक्यात, मध्यवर्ती बँकेकडून सरकारला जी पतप्राप्ती होते ती म्हणजे 'तुटीचा अर्थभरणा' होय. मध्यवर्ती बँक सरकारला जेव्हा पतपुरवठा करते तेव्हा त्या रकमेचे कागदी चलन निर्माण करते व ते व्यवहारात आणले जाते. यालाच 'सार्वजनिक खर्चाचे मौद्रीकरण' असे म्हणतात. वित्तीय तुटीचे मौद्रीकरण म्हणजे तुटीचा अर्थभरणा होय. अलीकडच्या काळात सरकारच्या आर्थिक व्यवहारांचे नीट आकलन होण्यासाठी तीन प्रकारच्या तुटी आपल्या अर्थसंकल्पातून दाखविल्या जातात. त्या म्हणजे- (१) महसुली तूट, (२) वित्तीय तूट, (३) प्राथमिक तूट या होत.

'अर्थसंकल्पीय तुटीची संकल्पना केल्यामुळे तुटीच्या अर्थभरण्याने भरून काढण्यात येणारी तूट म्हणजे राजकोषीय वित्तीय तूट होय.'

भारताच्या तुटीच्या अर्थभरण्यामध्ये (अ) रिझर्व्ह बँकेकडून घेतलेले कर्ज (ब) चलननिर्मिती सरकार आपले रोखे रिझर्व्ह बँकेकडे पाठविते आणि रिझर्व्ह बँक त्या आधारावर तेवढ्या प्रमाणात नोटा छापून सरकारला देते. त्यामुळे नवीन पैसा निर्माण होतो. (क) स्वत:च्या संचित रोख पैशांतून पैसे वापरणे याबाबींचा समावेश होतो. भारताच्या संदर्भात तुटीचा अर्थभरणा म्हणजे सरकारने नवीन तूट भरून काढण्यासाठी नवीन नोटा निर्माण करून वाढविलेला 'चलन पुरवठा' होय.

ब) तुटीचा अर्थभरणा : फायदे आणि तोटे

तुटीच्या अर्थभरण्याचे लाभ अथवा फायदे पुढीलप्रमाणे सांगता येतात.

१) सरकारच्या उत्पन्नात वाढ : तुटीच्या अर्थभरण्यासाठी सरकार मध्यवर्ती बँकेकडून कर्ज घेते, त्यावर सरकारला व्याज द्यावे लागते. परंतु हे बँकेकडे भरले जाणारे व्याज शेवटी नफ्याच्यारूपाने सरकारलाच मिळते व सरकारच्या उत्पन्नात वाढ होते.

२) आर्थिक वृद्धीस चालना : अविकसित देशात उपलब्ध साधनसामग्री पूर्णपणे वापरली जात नाही. कित्येकदा ती तशीच पडून राहते. तुटीच्या अर्थभरण्यामुळे ही साधनसामग्री वापरण्यात येते व देशात उत्पादन वाढते. सार्वजनिक प्रकल्प, पायाभूत सुविधा यामुळे देशाच्या आर्थिक वृद्धीस व विकासाला चालना मिळते.

३) पैशांच्या पुरवठ्यात वाढ : अंदाजपत्रकातील तूट भरून काढण्यासाठी सरकार मध्यवर्ती बँकेकडून कर्ज घेते त्यामुळे सरकारची क्रयशक्ती वाढते व सार्वजनिक खर्चात वाढ होते. या वाढीमुळे खासगी क्षेत्रातील खर्चाच्या वाढीस चालना मिळते. गुणकाच्या प्रक्रियेमुळे पैशांच्या मूळ वाढीच्या अनेक पटीने अंतिम टप्प्यात एकूण पैशांच्या पुरवठ्यात प्रचंड प्रमाणावर वाढ होते. जनतेच्या हाती मुबलक पैसा आल्यामुळे आर्थिक व्यवहारास चालना मिळते व 'अर्थव्यवस्थेचे मौद्रीकरण' जलदगतीने होत जाते.

४) देशातील साधनसामग्रीचे सरकारकडे हस्तांतर : सरकारला आर्थिक विकास करण्यासाठी मोठ्या प्रमाणावर गुंतवणूक करावी लागते. त्यासाठी कराच्या माध्यमातून पैसा गोळा करण्याचा प्रयत्न केला तर, सरकारला जनतेचा रोष पत्करावा लागतो. त्यापेक्षा तुटीच्या अंदाजपत्रकास कोणाचा फारसा विरोध होत नाही आणि देशातील साधनसामग्रीचे सरकारकडे हस्तांतर होऊ शकते व ही सामग्री सरकार देशाच्या विकासासाठी वापरू शकते.

५) जनतेच्या बचत प्रवृत्तीस प्रोत्साहन : तुटीच्या अर्थभरण्यामुळे उपलब्ध साधनसामग्रीचे सरकारकडे हस्तांतर होते म्हणून जनतेस वापरण्यासाठी लागणाऱ्या साधनसामग्रीचे प्रमाण कमी होते. त्यामुळे जनतेस काटकसर करण्याची सवय लागते व ही प्रवृत्ती पुढे वाढत जाते. अशा प्रकारे सरकार जनतेस सक्तीची बचत करण्यास भाग पाडते व उपभोगासाठी वापरली जाणारी सामग्री गुंतवणुकीच्या कामी वापरणे शक्य होते; देशाचा जलद विकास घडवून आणता येतो.

तुटीच्या अर्थभरण्याचे तोटे/दोष टाळण्यासाठी सरकारने हा पैसा उत्पादनाच्या कामी वापरणे आवश्यक असते. देशातील उत्पादनात जलदगतीने वाढ घडून आल्यास सर्वसामान्य जनतेच्या राहणीमानात सुधारणा करणे व देशाच्या विकासाची गती वाढवणे शक्य होते. या संदर्भात दुसरा सर्वोत्तम इलाज म्हणजे तुटीच्या अर्थभरण्याचे प्रमाण शक्य तितके कमी ठेवणे हे होय. त्यामुळे या तोटे/दोषाचे प्रमाण आपोआप कमी राहते.

६) रोजगार वाढ : मोठ्या प्रमाणातील सरकारी खर्चामुळे रोजगाराच्या संधी निर्माण होतात.

७) महागाईवर नियंत्रण : मंदीच्या काळात खर्च वाढवून सरकार मागणी वाढवू शकते, ज्यामुळे अर्थव्यवस्थेला चालना मिळते.

८) मागणी वाढते : अर्थव्यवस्थेतील लोकांच्या हाती जास्त पैसे आल्यामुळे वस्तू व सेवांची मागणी वाढते.

तोटे अथवा दोष :

तुटीच्या अर्थभरण्याचे पुढील तोटे अथवा दोष सांगता येतात.

१) सरकारी कर्जाचा बोजा : कर्ज घेतल्यामुळे व्याजाचा भार वाढतो आणि भविष्यातील उत्पन्न कर्ज फेडण्यात खर्च होते.

२) खाजगी गुंतवणुकीवर परिणाम : सरकार जेव्हा मोठ्या प्रमाणात कर्ज घेते, तेव्हा खाजगी क्षेत्रासाठी उपलब्ध भांडवल कमी होते.

३) आर्थिक असंतुलन : जास्त काळ तफावत असलेले अर्थसंकल्प ठेवल्यास आर्थिक अस्थिरता निर्माण होऊ शकते.

४) वित्तीय तूट आणि विस्तारणारा सार्वजनिक खर्च आणि देयता : मागील दोन दशकांपासून वित्तीय तुटीत जलद वाढ होत आहे. भारत सरकारचा सार्वजनिक खर्च आणि देयता अनेक पटीने वाढली आहे. भारत सरकारचा सार्वजनिक खर्च आणि देयता पुढीलप्रमाणे आहे –

१९९०–९१मध्ये रुपये ३,१४,५६० कोटी

१९९९–२000मध्ये रुपये ९,९०,२६० कोटी

२००९–१0मध्ये रुपये ३४,९५,१५२ कोटी

या अठरा वर्षांत भारत सरकारच्या खर्चात आणि देयतेत १० पटीने वाढ झाली. तसेच भारत सरकारची देयता आणि वार्षिक व्याजाच्या रक्कमेत मोठी वाढ होत आहे. २०१४–१५च्या अंदाजपत्रकानुसार तो ६२२२६५८ कोटी रुपयांपर्यंत वाढला. या २४ वर्षांत भारताचा सार्वजनिक खर्च व इतर देयता १९.८ पट वाढली.

२०२०–२१ मध्ये अंदाजपत्रकीय सरकारचा खर्च ३२.४० लाख कोटी रुपये होता. २०२५–२६ मध्ये एकूण खर्च ५०.६० लाख कोटी होता.

भारत सरकारच्या व्याजाच्या ओझ्यात वाढ होत आहे. ती पुढीलप्रमाणे आहे. –

२०२४–२५ मध्ये वित्तीय तूट ४.८% होती ती २०२५–२६ मध्ये ४.४% अंदाजपत्रकात दर्शविली आहे.

१९८०–८१	रुपये ३५०० कोटी
१९९०–९१	रुपये २१,५०० कोटी
१९९९–२000	रुपये ८८,000 कोटी
२००९–१0	रुपये २,२५,५११ कोटी

केंद्र सरकारचा २०२१–२२ मधील महसुली करातील जवळपास ४८ टक्के खर्च व्याज देण्यासाठी झाला. यामुळे सरकारचे कर्जाचे ओझे वाढत आहे.

तर २०१२–१३मध्ये ३१३१७० कोटी रुपयांपर्यंत व्याज देणे होते तर २०१४–१५ मध्ये ते ४२७०११ कोटी रुपयांपर्यंत वाढले. केंद्र सरकारच्या चालू महसुली उत्पन्नाच्या ते ३५.४९ टक्के आहे म्हणजे एवढा खर्च व्याज देण्यासाठी होतो.

सन १९९०–९१ ते २०१४–१५ या काळात सरकारचे सरासरी व्याजाचे ओझे १३.३ टक्यांने वाढले.

वित्तीय तूट २०२४-२५ मध्ये ४.८% इतकी होती

५) जलद भाववाढ : तुटीच्या अर्थभरण्यामुळे अर्थव्यवस्थेत पैशांचा पुरवठा वाढतो व खर्चाचे प्रमाण वाढत जाते. वस्तू व सेवा यांच्या मागणीत जलदगतीने वाढ होते. त्या मानाने उत्पादनात वाढ होऊ शकत नाही; याचा परिणाम अतिरेकी भाववाढीत होतो. त्याचा सर्वसामान्य जनतेच्या राहणीमानावर विपरीत परिणाम होतो.

६) सक्तीची बचत : तुटीच्या अर्थभरण्याच्या साहाय्याने बचतीच्या अगोदरच गुंतवणूक करण्यात येते. ऐच्छिक बचत ही अल्प प्रमाणात असल्याने ती भांडवल निर्मितीस अपुरी पडते म्हणून सक्तीची बचत करणे आवश्यक असते. परंतु त्यामुळे जनतेच्या उपभोगाच्या पातळीत सक्तीने घट घडून येते.

७) गुंतवणुकीच्या पद्धतीत बदल : तुटीच्या अर्थभरण्यामुळे अर्थव्यवस्थेत भाववाढीस चालना मिळते. ज्या वस्तूंच्या निर्मितीमुळे जादा नफा मिळतो, अशा चैनीच्या वस्तू निर्माण करण्यात गुंतवणुकीचे प्रमाण वाढत जाते. देशाच्या विकास योजनेतील गुंतवणुकीपेक्षा ही गुंतवणूक वेगळी असल्याने त्याचा देशाच्या विकासाच्या गतीवर विपरीत परिणाम होतो. शेती, उद्योग इत्यादी आवश्यक क्षेत्रांना गुंतवणुकीचा दुय्यम दर्जा मिळतो.

८) पतनिर्मितीस चालना मिळते : तुटीच्या अर्थभरण्यामुळे सरकारी खर्चात जलद वाढ होते. जनतेच्या व्यापारी बँकांच्या ठेवीत वाढ होते. त्यामुळे या बँका पतनिर्मिती मोठ्या प्रमाणावर करण्यास प्रवृत्त होतात. जादा पतनिर्मितीमुळे देशात भाववाढीस चालना मिळते. जनतेची बचत कमी होते व देशातील गुंतवणुकीच्या प्रमाणात घट होते. याचा देशाच्या विकासावर प्रतिकूल परिणाम होतो.

९) उत्पन्नाच्या वाटपात विषमता : तुटीच्या अर्थभरण्यामुळे सर्वसाधारण किमतीच्या पातळीत वाढ होते व जनतेच्या क्रयशक्तीत घट होते. ठरावीक वार्षिक उत्पन्न असणाऱ्या व्यक्तींना व गरीब जनतेस त्याचे दुष्परिणाम भोगावे लागतात. याउलट, व्यापारी व उद्योजक यांच्या उत्पन्नात वाढ होते. अशा प्रकारे देशात उत्पन्नाच्या वाटपात विषमता वाढीस लागते व गरीब आणि श्रीमंत जनतेतील अंतर वाढत जाते.

१०) सरकारची पैशांची उधळपट्टी : तुटीच्या अर्थभरण्यामुळे सरकारच्या हाती सहजपणे भरपूर पैसा उपलब्ध होतो. त्यामुळे सरकारकडून पैशांची उधळपट्टी होण्याची शक्यता वाढीस लागते.

११) पैशांच्या पुरवठ्यात वाढ : तुटीच्या अर्थभरण्यामुळे देशाच्या एकूण खर्चात वाढ होते व पैशांच्या पुरवठ्यात वाढ होते. पैशांच्या अतिरिक्त वाढीमुळे सर्वसाधारण किंमत पातळीत वाढ होते अथवा चलनविस्तार घडून येतो.

वित्तीय तूट ही एक महत्त्वाची आर्थिक योजना आहे, जी योग्य प्रकारे वापरल्यास देशाच्या विकासाला हातभार लावू शकते. परंतु त्याचा अतिरेक टाळणे आवश्यक आहे. सरकारने जबाबदारीने आणि दीर्घकालीन दृष्टिकोन ठेवून ही योजना राबवावी, जेणेकरून आर्थिक शिस्त टिकून राहील आणि सामान्य जनतेचे जीवनमान उंचावेल.

सरावासाठी प्रश्न

प्र. १ खालील प्रश्नांची प्रत्येकी एक किंवा दोन वाक्यात उत्तरे लिहा.

१) सामाजिक कल्याण म्हणजे काय?
२) उत्पन्नाचे पुर्नरवाटप म्हणजे काय?
३) प्रतिपूरक वित्तीय धोरण म्हणजे काय?
४) संतुलित अंदाजपत्रक गुणक म्हणजे काय?
५) तुटीचा अर्थभरणा म्हणजे काय?
६) वित्तीय धोरण म्हणजे काय?

प्र. २ खालील प्रश्नांची प्रत्येकी १०० शब्दात उत्तरे लिहा.

१) सामाजिक कल्याण व उत्पन्नाचे पुनर्रवाटप या बाबत थोडक्यात माहिती सांगा.
२) वित्तीय धोरणाची साधने थोडक्यात स्पष्ट करा.
३) संतुलित अंदाजपत्रक गुणक विशद करा.
४) स्थानिक स्वराज्य संस्थाची वित्तीय धोरणे सांगा.
५) तुटीच्या अर्थभरण्याचे फायदे सांगा.

प्र. ३ खालील प्रश्नांची प्रत्येकी २०० शब्दात उत्तरे लिहा.

१) सामाजिक कल्याण आणि उत्पन्नाचे पुनर्रवाटप स्पष्ट करा.
२) स्थानिक स्वराज्य संस्था आणि त्यांची वित्तीय धोरणे स्पष्ट करा.
३) तुटीच्या अर्थभरण्याचे फायदे व तोटे विशद करा.

प्र. ४ टिपा लिहा.

१) वित्तीय धोरण
२) प्रतिपूरक वित्तीय धोरण
३) संतुलित अंदाजपत्रक गुणक
४) तुटीचा अर्थभरणा

प्रात्यक्षिक परीक्षा
(Practical Exam.)

Practical Assessment - 50 Marks, 02 Credits

Sr. No.	Asscssment Type	Marks
1	Internal Assessement - Choose any three Tools	15
2	External Assessement Pratical Book / Journal - Oral - Practical Exam	 05 10 20
	Total	**50**

Note :

1) Case Studeis, Numerical Examples - Problems & Graphical Representions.
2) Prepare the Practical Work Book

संदर्भसूची

- आर्थिक सर्वेक्षण २०२०-२१-२०२५-२६ इ.
- ओझरकर सु. रा. (१९६९) 'राजस्व' विद्या प्रकाशन, नागपूर
- ढमढेरे डॉ. एस. व्ही. (२०१९) 'सार्वजनिक आयव्यय' डायमंड पब्लिकेशन्स, पुणे. २०२५-२६ मध्ये S.Y.B.A.च्या सत्र-३ साठी सावित्रीबाई फुले पुणे विद्यापीठाची संदर्भग्रंथ म्हणून मान्यता.
- ढमढेरे डॉ. एस. व्ही., तुपे डॉ. संजय (२०२५) 'सार्वजनिक आयव्यय' डायमंड पब्लिकेशन्स, पुणे.
- रारावीकर डॉ. यशवंत (२०१०) असा हे 'केंद्रिय अर्थसंकल्प' डायमंड पब्लिकेशन्स, पुणे
- Bhatia H. L. (2018) 'Public Finance', Vikas Publishing House, Nodia.
- Gupta J. R. (2007) 'Public Economics in India Theory & Practical', 'Attantic Publications', New Delhi.
- Indian Economic Survery (Lates)
- Musgrave R. A. & Musgrave P. H. (2017) Public Finance in Theory & Practice, Macgraw Hill Education 5th Edition.
- Union Budget Documents.

www.ingramcontent.com/pod-product-compliance
Lightning Source LLC
LaVergne TN
LVHW010930051026
849532LV00003B/922